రుమల శ్రీవారి హస్తాలు
అలా ఎందుకుంటాయి?
రుమల శ్రీవారి గడ్డం క్రింద
త్యం వెన్నెందుకు రాస్తారు?
తిరుమలలో పూలబావి
ప్రత్యేకత ఏమిటి ?

తాళపత్ర నిధి

తెలుగువారి సనాతన నమ్మకాల్లోని శాస్త్రీయతకు దర్పణం

ప్రతి ఆంధ్రుని ఇంట ఉండదగిన అద్భుత గ్రంధరాజము

మైథిలీ వెంకటేశ్వరరావు

☎ 0883-2465253
0883-6665254

ప్రకాశకులు :

గొల్లపూడి వీరాస్వామి సన్®

పబ్లిషర్స్ అండ్ బుక్ సెల్లర్స్

కోటగుమ్మం - రాజమండ్రి - 533 101

తాళపత్ర నిధి

రచన, సంకలనము :
మైథిలీ వెంకటేశ్వరరావు
విజయవాడ

ధర : 300-00

పేజ్ మేకింగ్:
సరస్వతి గ్రాఫిక్స్
విజయవాడ

ప్రథమ ముద్రణ
జూలై - 2009

ప్రస్తుత ముద్రణ : 2022

ముద్రణ:
చైతన్య ఆఫ్‌సెట్ ప్రింటర్స్
విజయవాడ

ముఖచిత్రం:
పి. బాబురావు, ఆర్టిస్టు రాజమండ్రి

పబ్లిషర్స్:
గొల్లపూడి వీరాస్వామి సన్
కోటగుమ్మం, రాజమండ్రి - 533 101

సర్వహక్కులు ప్రకాశకులవి

ఈ గ్రంథ రచన సంకలనములో మీకు కలిగే సందేహాలకు రచయితను మాత్రమే సంప్రదించవలెను. దయచేసి ప్రచురణకర్తలను సంప్రదించవలదు.

మైథిలీ వెంకటేశ్వరరావు
సరస్వతి పబ్లికేషన్
అరండల్‌పేట , విజయవాడ
సెల్ : 9494418370

ఈ గ్రంథమునందలి రచనలోని అభిప్రాయములు రచయిత వ్యక్తిగతమైనవి. ప్రచురణకర్తలకు ఎటువంటి బాధ్యత లేదు.

ప్రతీగృహమునందు,
ప్రతీ దేవాలయమునందు,
ప్రతీ గ్రంథాలయమునందు
ఉంచదగిన గ్రంథము!

visit: www.gollapudibooks.com, e-mail : gollapudibooks@rediffmail.com

ఈ తాళపత్ర నిధి గూర్చి.....

మహనీయులూ, మహానుభావులూ అయిన అనేక మంది తాపసులు మానవజీవన విధానానికీ, వికాసానికీ తోడ్పడే అనేక విషయాలను తాళపత్రాల్లో రాసి, తమ శిష్యులతో దేశసంచారము చేయించి, గానరాగ యుక్తంగా ప్రజల్లోకి తీసుకెళ్ళేలా చేశారు. అలా ఎన్నో అమూల్యమైన విషయాలు ప్రజల జీవననాడిలో కలిసిపోయాయి.

ఆచారాల్లోనూ, వ్యవహారాల్లోనూ, రోజు వారి జీవన విధానాల్లోనూ ఎన్నో మార్గదర్శకాలని నిర్దేశించారు. కాలానుగుణంగానూ, ప్రకృతిపరం గానూ, మానవ శరీర నిర్మాణపరంగానూ చేయాల్సిన విధులు చెప్పారు. కొన్ని ఆచరణలో పెట్టరేమోనని తలచి భయాన్ని పెట్టి మరీ చెప్పారు. మరికొన్ని ముఖ్యవిషయాల్లో భక్తిని చేర్చి ధర్మం, న్యాయం, నైతిక విలువల గూర్చి చెప్పారు.

పెళ్ళికొడుకుని చేసిన తర్వాత ఏరు దాటకూడదని నొక్కి చెప్పారు. అలా చేస్తే అరిష్టమనే భయాన్ని పెట్టారు. అందులోని అంతర్లీన ఉద్దేశ్యము జాగ్రత్త. 'దురలవాట్లు ఉన్నవారేకాదు, లేనివారు కూడా వివాహ ఆనందంలో బయటికెళ్ళి ఏ ఉపద్రవమైనా తెచ్చుకోవచ్చు.' తద్వార అనర్థం జరిగే అవకాశం ఉంది. అందుకే కదలొద్దన్నారు.

అందుకనే ఆచారమనే నియమాన్ని పెట్టారు. సంవత్సరానికోసారి నదీస్నానం చెయ్యాలని చెబితే వినరేమోనని, భగవంతునికి ప్రియమైన రోజని చెప్పి అనేక వనమూలికల మీదుగా ప్రవహించే నదిలో స్నానం చేయించి, ఎన్నో రుగ్మతలను శరీరాన్నించి మనకే తెలియకుండా దూరం చేసేలా ఆచారాన్ని పెట్టారు.

గడపకి పసుపు రాయకపోతే లక్ష్మీదేవికి కోపం వస్తుందని చెప్పారు. అది సత్యమే. కానీ అందులో ఎంతో ఆరోగ్య మర్మముంది. ఇంట్లోకి పాములూ, తేళ్ళూ లాంటి విషక్రిములు రాకుండా ఉండాలంటే గడపకి పసుపు రాయాలి. అలా చెబితే రాయరని నిర్లక్ష్యం చేస్తారని ధననష్టమనే లక్ష్మీదేవి భయాన్ని

పెట్టి, మనల్ని, మన పిల్లా పాపలని ఎన్నో ప్రమాదాల నుంచి రక్షించారు. అలా భయపెట్టే విధంగా చెప్పనీ, భక్తితో కూర్చి చెప్పనీ, ఆరోగ్యంతో ముడిపెట్టి చెప్పనీ, ఆచారంగా చెప్పనీ, ప్రతి విషయమూ మన మనుగడ కోసమే. మంచి కోసమే.

అలాంటి ఎన్నో విషయాలు కాలగర్భంలో కలిసి పోయే పరిస్థితి ప్రస్తుతం కాన వస్తోంది. మన పూర్వీకుల నుంచీ, మన తాతముత్తాతల నుంచీ వస్తున్న అనేక ఆనంద, ఆరోగ్య, ధర్మ, న్యాయ విషయాలు మరుగున పడిపోయే పరిస్థితి నేటి వేగవంతమైన జీవితంలో కానవస్తోంది. గతంలో పెద్దలు చెపితే వినేవారు. మారుమాట్లాడకుండా చేసేవారు. ఆ రోజులు మారాయి. ఎందుకు? అని నేటి తరం ప్రశ్నిస్తున్నారు. విడమర్చి చెప్పమంటున్నారు. అందుకే అలాంటి అమృత విషయాలని వృద్ధులనూ, పెద్దలనూ, గురువులనూ సంప్రదించి ఇంకా అనేక గ్రంథాలు పరిశీలించి, ఏర్చికూర్చిన సంజీవినీ స్వరాలే ఈ పుస్తకంలో అక్షరాలు.

ఇంకా ఎన్నో నేను వ్రాయలేకపోయి వుండచ్చు. సేకరించలేకపోయి వుండచ్చు. దయచేసి అలాంటివి ఓ కార్డు మీద వ్రాసి పంపితే మలి ముద్రణలో సవరిస్తూ అలాపంపిన వారి పేరు కూడా చేర్చి ప్రచురిస్తామని విన్నవిస్తూ... ఇంతటి మహోన్నతమైన అవకాశం ఇచ్చిన గొల్లపూడి వెంకన్నబాబుగారికీ, వారి సోదరుడు నాగబాబుగారికీ, ముఖ చిత్ర అలంకరణను అద్భుతంగా చేసిన ప్రముఖ ఆర్టిస్టు బాబూరావుగారికీ నా ధన్యవాదములు తెలుపుతూ శెలవు తీసుకుంటున్నాను.

మీ

- మైథిలీ వెంకటేశ్వరరావు

తెలుగువారి సనాతన
నమ్మకాల్లోని శాస్త్రీయత
తెలుగువారి సంస్కృతి-
సంప్రదాయాల్లో భాగమైన విశ్వాసాలు

"తాళీపత్ర నిధి"

శ్రీమతి/శ్రీ ________________________ గారికి
____

శుభ సందర్భముగా
ఈ గ్రంథము
బహుకరించుచున్నాము.

చిరునామా :   భవదీయులు

"తాళపత్రనిధి" ఈ క్రింది షాపుల్లో లభించును

శ్రీసీతారామా బుక్ డిపో
సిద్ధింబర్ బజార్, హైదరాబాద్

శివశంకర్ స్లేట్ ట్రేడర్స్ & బుక్‌సెల్లర్సు
సిద్ధింబర్‌బజార్, హైదరాబాద్-1

లలితా బుక్ డిపో
ఓల్డ్ థోప్‌ఖానా వీధి
న్యూఉస్మాన్‌గంజ్, హైదరాబాద్

భాస్కర పబ్లిషింగ్‌హౌస్
సిద్ధింబర్ బజార్, హైదరాబాద్

సిద్ధేశ్వర పబ్లికేషన్స్
సిద్ధింబర్ బజార్, హైదరాబాద్

ఉమాశంకర్ పబ్లికేషన్స్
సిద్ధంబర్ బజార్, హైదరాబాద్

జి.రాజు సాయిబాబా బుక్‌డిపో
అంబర్‌పేట, హైదరాబాద్

రేడియంట్ బుక్ డిస్ట్రిబ్యూటర్స్
కుమ్మరగూడ, రెండవ బజార్
సికింద్రాబాద్ -3.

శ్రీ ప్రజా బుక్‌హౌస్
నెం-16, ప్లాట్‌ఫారం-1
మహాత్మాగాంధీబస్‌స్టాండ్, హైదరాబాద్

శ్రీషిర్డిసాయి బాబా సంస్థానం ట్రస్టు బుక్‌స్టాల్
దిల్‌సుఖ్‌నగర్, హైదరాబాద్

బిర్లా మందిర్, హైదరాబాద్-4,

భాస్కర బుక్‌డిపో
మెయిన్‌బజార్, విజయవాడ-1

సెంట్రల్ బుక్‌షాపు
మెయిన్‌బజార్, విజయవాడ-1

వంశీ బుక్ సెల్లర్స్
మెయిన్‌బజార్, విజయవాడ-1

వికాస్ బుక్ సెంటర్
మెయిన్‌బజార్, విజయవాడ-1

శ్రీ రాఘవేంద్ర బుక్‌షాప్, R.T.C బుక్‌స్టాల్
R.T.C బస్‌స్టాండ్, విజయవాడ.

శ్రీలక్ష్మీ వేంకటేశ్వర బుక్ సెల్లర్స్
15, అమర్‌దీప్ కాంప్లెక్సు
మెయిన్‌రోడ్, విశాఖపట్నం-2

వాగ్దేవి బుక్ సెల్లర్స్
ద్వారకానగర్, విశాఖపట్నం-16

బుక్ సెంటర్
ద్వారకానగర్, విశాఖపట్నం-16

గుప్త బ్రదర్స్
ద్వారకానగర్, విశాఖపట్నం-16

J.B.D.ఎడ్యుకేషనల్ సొసైటీ
డాబాగార్డెన్స్, విశాఖపట్నం

సరోజ బుక్‌సెంటర్
మెయిన్‌రోడ్, తుని

పుష్పల బ్రదర్స్ అనకాపల్లి

పుష్పల మల్లేశ్వరావు & సన్స్ అనకాపల్లి

పుష్పల అన్నాజీరావు & సన్స్ అనకాపల్లి

శ్రీ రాఘవేంద్ర బుక్ సెంటర్
2/1, బ్రాడీపేట, గుంటూరు-2

మద్ది కనకరత్నమ్మ బుక్ సెల్లర్స్
కాకుమాను వారి వీధి
కొత్తపేట, గుంటూరు

రమణ బుక్‌డిపో
నెం.27, కె.ఎ.సి. ప్లాజా కాంప్లెక్సు
R.R. రోడ్, నెల్లూరు-1

శ్రీఉమామహేశ్వర ఫ్యాన్సీ & డెకరేటర్స్
స్టోన్‌హౌస్ పేట, నెల్లూరు.

కావేరీ బుక్‌డిపో
వై.వి.స్ట్రీట్, కడప-1.

శ్రీవేంకటేశ్వర బుక్‌డిపో, కడప-1.

శ్రీవేంకటేశ్వర బుక్‌స్టాల్
శ్రీవేంకటేశ్వర దేవస్థానం ఎదురుగా,
రామచంద్రరావుపేట, ఏలూరు.

కృష్ణా & కో, మెయిన్‌బజార్, ఏలూరు

విశాఖ బుక్ సెంటర్
జిల్లా గ్రంథాలయం ఎదురుగా,
మెయిన్ రోడ్, కాకినాడ

శ్రీసాయి బుక్ సెంటర్
R.R. రోడ్, కాకినాడ.

సుదిత బుక్ సెంటర్
R.R. రోడ్, కాకినాడ.

గణేశ్ బుక్ సెంటర్
R.R. రోడ్, కాకినాడ.

శ్రీవేంకటేశ్వర ఫ్యాన్సీమార్ట్
మెయిన్‌రోడ్, కాకినాడ.

గణేశ్ బుక్ స్టాల్ కళాభారతి ఎదురుగా
బస్‌స్టాండ్‌రోడ్, కరీంనగర్
గణేశ్ బుక్‌స్టాల్, వరంగల్
గణేశ్ బుక్‌స్టాల్, M.G.B.S. బస్‌స్టాండ్
హైదరాబాద్
గణేశ్ బుక్‌స్టాల్, జూబ్లి బస్‌స్టాండ్
సికింద్రాబాద్
గణేశ్ బుక్‌స్టాల్, చైతన్యపూరి
హైదరాబాద్

రాజు స్టోర్సు
తిలక్‌రోడ్, అనంతపురం-5

శ్రీసరస్వతి బుక్ డిపో
తిలక్‌రోడ్, అనంతపురం-5

శ్రీ మణికంఠ బుక్‌సెంటర్
మెయిన్‌రోడ్, రాజమండ్రి.

ది ఆంధ్రా బుక్‌స్టాల్
మెయిన్‌రోడ్, రాజమండ్రి.

ఐ. మురళీకృష్ణ,
శ్రీకాళహస్తి దేవాలయము

శ్రీ బుక్‌సెల్లర్స్, చర్చిరోడ్, చిత్తూరు

ప్రగతి బుక్ సెంటర్, చర్చివీధి, చిత్తూరు

గణేష్ ఎంపోరియం, గుంతకల్

శ్రీవీరబ్రహ్మేంద్ర స్వామి టూరిజం బుక్‌స్టాల్
బ్రహ్మంగారి మఠం (కడపజిల్లా)

వి. వేంకట సుబ్బయ్య & కంపెనీ ప్రొద్దుటూరు
శ్రీబాలజీ బుక్ ఎంటర్ ప్రైజస్, ప్రొద్దుటూరు

శ్రీవేంకటేశ్వర బుక్‌డిపో, ఒంగోలు
శ్రీనివాస & కో, ఒంగోలు
శ్రీరామ బుక్‌డిపో, ఒంగోలు
మాదాల శంకర్‌రావు, ఒంగోలు

శ్రీవేంకటేశ్వర బుక్‌డిపో, కొత్తగూడెం

కె.శ్రీనివాస్, పర్ణశాల (భద్రాచలం)

న్యూ మీనర్వా బుక్‌డిపో, మచిలీపట్నం

రవి బుక్‌సెంటర్, అమలాపురం

శ్రీలక్ష్మీశ్రీనివాస జనరల్‌స్టోర్స్, అమలాపురం

పి. నాగపండు, అమలాపురం

శ్రీసత్యకృష్ణ బుక్స్& జనరల్ స్టోర్స్, తణుకు

విషయసూచిక

22

23

30

❖❖❖

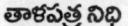

తాళపత్ర నిధి

దేవుని వద్ద కొబ్బరికాయను కొట్టేది ఎందుకు...?

సర్వదేవతలను పూజించే సమయాల్లోనూ, యజ్ఞ, హోమాదుల్లోనూ, కొన్ని శుభకార్యాల్లోనూ కొబ్బరి కాయను కొట్టడం తప్పని సరి. కొబ్బరి కాయపైనున్న పెంకు మన అహంకారానికి ప్రతీక. ఎప్పుడైతే కొబ్బరి కాయను స్వామి ముందు కొడతామో మనం మన అహంకారాన్ని విడనాడుతున్నామనీ, లోపలున్న తెల్లని కొబ్బరిలా మన మనసును సంపూర్ణంగా స్వామి ముందు పరిచామని తద్వారా నిర్మలమైన కొబ్బరినీరులా తమ జీవితాలని ఉంచమని అర్థం. సృష్టి మొత్తంలో నీరున్న కాయ కొబ్బరి కాయే.

కొబ్బరికాయ అంటే మానవ శరీరం. బొండం పైనున్న చర్మం, మన చర్మం.... పీచు మనలోని మాంసము, పెంకే ఎముక, కొబ్బరే ధాతువు, అందు

లోని కొబ్బరినీరు మన ప్రాణాధారం.... కాయపైనున్న మూడు కళ్ళు ఇడ, పింగళి, సుషుమ్న అనే నాడులు.

విష్ణుసహస్ర నామం చదవటానికి ముందు రుద్ర శాప విమోచనం చదవాలా ?

విష్ణుసహస్రనామాన్ని మంత్రానుష్టానంగా చేయాలంటే రుద్రశాప విమోచనాన్ని గురువు నుంచి మంత్రోపాసన ద్వారా స్వీకరించాల్సిందే.

పూజకూ, పఠనంకూ, పారాయణమునకు ఈ నియమములేదు.

వ్యాసమహర్షి సూక్తి

నిన్ను నీ వెఱుంగుము

గుడిలో ఎందుకు ప్రదక్షిణలు చేస్తారు?

'ప్రదక్షిణం' లో 'ప్ర' అనే అక్షరము పాపాలకి నాశనము... 'ద' అనగా కోరికలు తీర్చుమని, 'క్షి' అన్న అక్షరము మరుజన్మలో మంచి జన్మ ఇవ్వమని. 'ణ' అనగా అజ్ఞానము పారద్రోలి ఆత్మజ్ఞానము ఇవ్వమని.

గుడిలో భగవంతుడి చుట్టూ తిరిగే ప్రదక్షిణంలో ఇంత అర్థం ఉంది. పూర్వం ఆదిలో వినాయకుడు పార్వతీ, పరమేశ్వరుల చుట్టూ తిరిగి విశ్వానికి ప్రదక్షిణ చేసిన ఫలం పొందాడు. కాన భగవంతుని చుట్టూ చేసే ప్రదక్షిణ విశ్వ ప్రదక్షిణమవుతుంది. ఆత్మ ప్రదక్షిణ అవుతుంది. భగవంతుడా! నేను అన్ని వైపుల నుంచి నిన్నే అనుసరిస్తూ ధ్యానిస్తున్నానని అర్థం.

భృగుమహర్షి సూక్తి

నీ మనోవృత్తిని జయించుము

అరిషడ్వర్గములు అను దుర్గుణములు మానవుడ్ని ఏ స్థితికి తీసుకువస్తాయి?

మొదటిది కామము. ధర్మవిరుద్ధమైన కోరికలతో, కంటికి నచ్చిన ఆడదాని కోసం వెంపర్లాడేలా చేసి, ధన, మానాలను మనుజులకు పోగొడుతుంది. రెండవది క్రోధము. కామము వలన క్రోధము పెరిగి, ఆత్మీయు లను దూరం చేస్తుంది. శత్రువుల్ని దగ్గర చేస్తుంది. మూడవది లోభము. లోభము వల్ల తన ధనం తనకూ, తనవారికి కూడా దక్కకుండా చివరకు అన్యులకూ,

అర్హతలేని వారికి అందుతుంది. నాలుగవది మోహము.. 'నాది' అనే భ్రమలో 'నీది' అనునది పోగొట్టేది: ఐదవది మదము.. మనకున్న కొద్ది పాటి శక్తులను చూసుకుని విర్రవీగటము. ఆరవది మాత్సర్యము. పరులని చూసి ఈర్ష్య పొందుతూ, ద్వేషిస్తూ, పగతో అహంకార పూరితంగా ప్రవర్తించి తన్ను తాను కోల్పోవటము.

ఏ గుడికి ఏ ఏ వేళల్లో వెళితే ఎంత పుణ్యం?

ఉదయాన్నే శ్రీమహావిష్ణువు ఆలయానికి, సాయంత్రం పరమేశ్వరుని ఆలయానికి వెళ్ళటము మంచిది. శ్రీమహావిష్ణువు స్థితి కారకుడు. కాన ఆయన మన జీవన పోరా టంలో నిత్యం వచ్చే సమస్యలను తొలగిస్తాడు. మన బుద్ధి ద్వారా ఆపదలను తొలగించి మనల్ని సుఖంగా ఉండేలా చూస్తాడు.

మహేశ్వరుడు లయకారకుడు. కాన రోజు పూర్తి అవుతున్న సమయంలో దర్శిస్తే రెట్టింపు ఫలాన్ని అందిస్తాడు. తొందరపడకుండా ప్రశాంతంగా నెమ్మదిగా భగవంతుడ్ని దర్శించాలి.

కరుబుుషి సూక్తి

సర్వదా నీ వాగ్దోషములను కనిపెట్టుచుండుము

ధైర్యం సుఖాలకు మూలమా ?

ఏం జరుగుతుందోనని అటూ, ఇటూ ఎన్నో విధాలుగా ఆలోచించి ఏ పనినీ కొందరు ప్రారంభించరు. అట్టి వారు అధములు. తొలుత అట్టహాసముతో ప్రారంభించి చిన్న ఆటంకానికే చతికిలపడి కార్యాన్ని మధ్యలో ఆపేవారు మధ్యములు. ధైర్యాన్ని ప్రధానంగా ఎంచుకుని ముందుకు సాగిపోయే వాడు ఉత్తముడు.... వాడే ధైర్యవంతుడు. 'ధైర్యే సాహసే లక్ష్మి' అని అందుకే అన్నారు.

దరిద్రుడితో స్నేహం చేస్తే ఆ దరిద్రం మనకంటుకుంటుందా?

ఖచ్చితంగా. ప్రొద్దున లేస్తే సమస్యలూ, బాధలూ, ఇంకా అనేకం. ఇవేగా దరిద్రానికి కారణము. ధనం లేని దరిద్రడితో స్నేహం చేస్తే ధనమునూ, విద్యాదరిద్రం కలవాడితో స్నేహం చేస్తే విద్యాజ్ఞానమూ, సంస్కారము లేని దరిద్రుడితో స్నేహం చేస్తే సంస్కారమూ తరిగి పోతాయి. అందుకే ఎందులోనైనా మనకంటే ఉన్నతమైన వారితో స్నేహం చెయ్యాలంటారు.

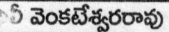

శ్రీశుకుడు సూక్తి

సమస్తచరాచరజీవరాసుల నీశ్వరవిలాసముగా
దలంచుము

వినాయకుడి పూజలో తులసి ఎందుకు నిషిద్ధము?

వినాయకచవితినాడు అనేక పత్రాలనూ, పూలనూ తీసుకువచ్చి పూజిస్తాము. ఆ పత్రాల్లో తులసి ఉండదు. సర్వదేవతలకు పవిత్రమైన తులసి వినాయకుడు ఇష్టపడకపోవటానికి కారణము....

ఓసారి గంగాతీరంలో వినాయకుడు విహరిస్తుండగా ధర్మధ్వజ యువరాణి వినాయకుడిని చూసి మోహించి పరిణయము చేసుకోమంది. దానికి వినాయకుడు కాదనటంతో ధర్మధ్వజ రాజపుత్రిక కోపించి, దీర్ఘకాలం బ్రహ్మచారిగా ఉండమని శపించింది.

ప్రతిగా వినాయకుడు ఆమెను రాక్షసుని చెంత దీర్ఘకాలం ఉండమని ప్రతిశాపమిస్తాడు. వినాయకుని శాపానికి చింతించిన ధర్మధ్వజ రాకుమార్తె స్వామిని మన్నించమని వేడుకోగా, వినాయకుడు శాంతించి, రాక్షసుని చెంత కొంతకాలం ఉండి, ఆపై పవిత్రమైన

తులసిగా జన్మిస్తావు అని చెబుతాడు. అందుకే వినాయకుడు తులసిని తన పూజాపత్రిలో ఇష్టపడడు.

మండూక ఋషి సూక్తి

సుఖదుఃఖములు మనస్సునకే గాని తనకు గాదని గ్రహింపుము

వెల్లుల్లి రక్తాన్ని గడ్డ కట్టించకుండా కాపాడుతుందా ?

శక్తివంతమైనది రక్షితమైనది వెల్లుల్లి. ఇది రక్తాన్ని పలుచగా చేసి ధమనుల్లో రక్తం గడ్డ కట్టకుండా చేస్తుంది. వీలయినంత ఎక్కువగా వెల్లుల్లి, నీరుల్లిపాయలను తీసుకోవడం గుండె కెంతో మంచిది.

గుడికి వెళ్ళేటప్పుడు తలస్నానం చేసి వెళితే మరింత శుభమా?

తలస్నానం చేసి వెళితే శరీరము మొత్తం శుచిగా ఉంచుకొని దర్శనం చేసుకున్నట్టు. మన నిత్య కృత్యాలతో మనసు ఎల్లప్పుడూ అనేక విధాలుగా కామ,

క్రోధ, లోభ, మదాలతో నిండి ఉంటుంది. ఆ మనసుని పవిత్రంగా, పరిశుద్ధంగా చేసుకొని వెళ్ళే ఆధ్యాత్మిక శక్తి మనకు లేదు గనుక, కనీసం శరీరం మొత్తాన్ని శుభ్రపరుచుకొని దర్శించుకుంటున్నాము. ఈ శరీరంలా మనసును శుచిగా, నిర్మలంగా ఉండేలా చెయ్యమని అర్థమే పూర్తి స్నానము యొక్క భావము.

తైత్తిరేయులు సూక్తి

దృష్టిని సదాయీశ్వరుని యందు నిలుపుము

'జననీ జన్మ భూమిశ్చ, స్వర్గాదపీ గరీయసీ' అన్నదెవరు?

రఘుకుల తిలకుడు, మానవావతారమెత్తి, పరిపూర్ణ మైన మానవునిగా జీవించి, ధర్మ, అర్థ, కామ, మోక్షాలను స్వయంగా అనుభవించిన శ్రీరాముడు రావణ సంహారము తర్వాత - తల్లీ, జన్మించిన ప్రదేశమూ స్వర్గముకన్నా పరమోత్తమమయినవి అని చెప్పాడు. లక్ష్మణ విభీషణాదులతో లంకలో ప్రవేశించిన అనంతరము లంకలోని ఐశ్వర్యమూ, బంగారు, వజ్రాల భవంతులను శ్రీరామునికి చూపించి, 'ఆహా అయోధ్య

కన్నా ఐశ్వర్యవంతమైనది... ఇక్కడే ఉండిపోవచ్చు గదా..' అని శ్రీరామునితో అంటే, ఆ సమయాన శ్రీరాముడు మృదుమధురంగా 'జననీ, జన్మభూమిశ్చ, స్వర్గాదపి గరీయసీ' అని పలికాడు.

జైమిని సూక్తి

నశ్వరమగు నీ శరీరమును నమ్మవలదు

పుణ్యానికి పోతే పాపం ఎదురయిందని ఎందుకంటారు?

మహాభారత గాథలో పైలుడి శిష్యుడు ఉదంకుడు గురుదక్షిణగా గురివిని కోర్కెపై పౌష్య మహారాజు వద్దకు వెళ్ళి కర్ణాభరణాలు అడుగుతాడు. దానికి మహారాజు ఒప్పుకొని, అతిథికి అందునా బ్రాహ్మణ పుత్రునికి ఆతిథ్యమిస్తే మహాపుణ్యమని తలుస్తాడు. భోజనం చేసి వెళ్ళమని చెబుతాడు పౌష్యుడు. చక్కటి భోజనాన్ని సిద్ధం చేయిస్తాడు. భోజనానికి ఉపక్రమిస్తుండగా ఉదంకుడికి భోజనంలో ఓ వెంట్రుక కనిపిస్తుంది.

దానితో మండిపడి పౌష్యమహారాజును గుడ్డి వాడిని కమ్మని శాపం ఇస్తాడు.

ఆ శాపానికి పౌష్యమహారాజు కన్నెర్ర చేస్తాడు. మునివాసం చేసిన వాడవు కదాని గౌరవిస్తే, పిలిచి విస్తరి వేస్తే పుణ్యానికి పోతే పాపం ఎదురయిందని నాకే శాపం ఇస్తావా? అని ప్రతి శాపం ఇస్తాడు.

తర్వాత ఇద్దరూ చింతిస్తారు. అదే వేరే గాథ. కొన్నిసార్లు పుణ్యానికి పోతే ఇలాగే జరుగుతుంది. మంచి పనయినా తరచి తరచి తగు వ్యక్తులకి చేస్తేనే పుణ్యం.

వశిష్ఠ మహర్షి సూక్తి

ఈ సృష్టియంతయు మాయావిలాసమేయని తలంపుము

రథసప్తమి రోజు జిల్లేడు ఆకుపై రేగిపండు పెట్టుకుని స్నానం చేసేదెందుకు ?

ఆమ్లగుణం గల రేగుపండూ, జిల్లేడు ఆకూ శిరస్సుకు ఎంతో మేలు చేస్తాయి. జిల్లేడు ఆకులోని రసాయనాలు జుట్టును గట్టి పరుస్తుంది. మెదడుని చల్లబరుస్తుంది. అందుకే ఆ రోజున నదుల్లోనూ, కుదరకపోతే ఇంట్లోనయినా విధిగా అలా స్నానం చేస్తారు. ఈ ఆచారము కోనసీమ ప్రాంతాలవారు ఎక్కువగా పాటిస్తారు.

గుడిలో షడగోప్యం (శఠగోపనం) తలమీద పెట్టడం ద్వారా ఏం ఫలితం వస్తుంది ?

దేవాలయంలో దర్శనం అయ్యాక తీర్థం, షడగోప్యం తప్పక తీసుకోవాలి. చాలామంది దేవుడ్ని దర్శనం చేసుకున్నాక వచ్చినపనైపోయిందని చక, చకా వెళ్ళి ఏదో ఏకాంత నిర్మల ప్రదేశం చూసుకొని కూర్చుంటారు. కొద్దిమంది మాత్రమే ఆగి, షడగోప్యం పెట్టించుకుంటారు.

షడగోప్యం అంటే అత్యంత రహస్యం. అది పెట్టే పూజారికి కూడా వినిపించనంతగా కోరికను తలుచుకోవాలి.

అంటే మీ కోరికే షడగోప్యము. మానవునికి శత్రువులైన కామమూ, క్రోధమూ, లోభమూ, మోహమూ, మదమూ, మాత్సర్యముల వంటి వాటికి ఇక నుండి దూరంగా ఉంటామని తలుస్తూ తలవంచి తీసుకోవటము మరో అర్థం.

సహజంగా చిల్లర లేకపోవటం వల్ల, షడగోప్యమును వక్కోసారి వదిలేస్తుంటాము. ప్రక్కగా వచ్చేస్తాము. అలా చెయ్యద్దు.

పూజారి చేత షడగోప్యము పెట్టించుకోండి. మనసులోని కోరికను స్మరించుకోండి. షడగోప్యమును రాగి, కంచు, వెండిలతో తయారు చేస్తారు. పైన విష్ణు పాదాలుంటాయి.

షడగోప్యమును తల మీద ఉంచినపుడు శరీరంలో ఉన్న విద్యుత్, దాని సహజత్వం ప్రకారం శరీరానికి లోహం తగిలినపుడు విద్యుదావేశం జరిగి, మనలోని అధిక విద్యుత్ బైటికెళుతుంది. తద్వార శరీరంలో ఆందోళనా, ఆవేశమూ తగ్గుతాయి. షడగోప్యమును శఠగోపనం అని కూడా అంటారు.

గుడిలో దర్శనం అయ్యాక కూర్చునేదెందుకు ?

స్వామి దర్శనమూ, షడగోప్యము అయ్యాక ఒకింతసేపు కూర్చొని వెళ్ళాలి. అలా కూర్చోమనేది ప్రశాంతత కోసము, పుణ్యం కోసము. కూర్చోకుండా వెళితే స్వామిని దర్శించిన ఫలం కూడా రాదు. అలా కూర్చున్నపుడు మంచి చెడులు బేరీజు వేసుకుంటాము. ప్రశాంత మనసుతో ఆలోచిస్తాం. ఏది తప్పు, ఏది ఒప్పు అని ఆలోచనలో పడతాము. రోజు వారి జీవన విధానాన్ని సరి చేసుకుని సరైన మార్గంలో నడుస్తాము.

గుడిలో కూర్చోవటం ఒక రకమైన ధ్యాన పద్ధతి కూడా. కేవలం కూర్చోవటమే కాకుండా ఓ రెండు నిమిషాలు కనులు మూసుకొని ధ్యానం చేస్తే మరింత శుభం కలుగుతుంది.

దాల్భ్యుడు సూక్తి

సమాధిలో గోచరించు దశవిధనామములకు
భ్రమింపకుము

వటపత్ర శాయి అనగా?

మర్రి ఆకు మీద శయనించిన దేవుడు అని. ఈ వృత్తాంతము మార్కండేయ మహర్షి చరిత్రలో ఉంటుంది. మార్కండేయుడు ఆరు మన్వంతరములు తపస్సు చేశాడు. ఏడో మన్వంతరములో ఇంద్రుడు తపస్సును చెడగొట్టడానికి అందమైన అప్సరసలను పంపాడు. వారి నాట్య హొయలకు మార్కండేయుడు చలించలేదు.

చలించని మార్కండేయుడికి శ్రీమహావిష్ణువు ప్రత్యక్షమై 'ఏం వరం కావాలో కోరుకో' అనగా 'నీ మాయను చూడాలని ఉంది' అని అడుగుతాడు.

ఆ తర్వాత కొన్ని రోజులకి ప్రచండ గాలీ, ధారపాత వర్షమూ విపరీతంగా వచ్చి సముద్రాలు

పొంగాయి. నీటితో సమస్తం మునిగిపోతుంది. మార్కండేయుడు మోహశోకాలతో విష్ణుమాయతో నీటిపై జీవించాడు. అలా తిరుగుతన్న అతనికి ఓ చోట మర్రిఆకుపై శయనిస్తున్న బాలుడు కనిపించాడు. చేతి వ్రేళ్ళతో కాలిని పట్టుకొని నోట ఉంచుకొని చీకుతూ కనిపించాడు. అతడే వటపత్రశాయి.

మహావిష్ణువు ఆదేశంతో మర్రి ఆకుపై నున్న వటవత్రశాయి కడుపులోకెళ్ళి చూస్తాడు. నీట మునిగిన సమస్త భూమీ, ప్రాణి కోటి కనిపిస్తుంది.

మళ్ళీ మరోచోట సృష్టి ప్రారంభము చేస్తాడని తెలుసుకుంటాడు మార్కండేయుడు. శ్రీమహావిష్ణువు వరం ప్రకారం విష్ణు మాయను తెలుసుకుంటాడు.

అసలు స్నానం ఎలా చెయ్యాలి? అసలు స్నానాలు ఎన్ని?

స్నానమంటే హడావుడిగా నాలుగు చెంబులు పోసుకొని వచ్చెయ్యటం కాదు. కొంత మంది శరీరం తడవకుండా స్నానం అయ్యిందనిపిస్తారు. స్నానవిధి అలా చెయ్యకూడదు. అన్ని స్నానాలకన్నా సముద్ర స్నానం శ్రేష్టం. కారణం ఉప్పు నీటిలో స్నానం ద్వారా శరీరంలోని అనేక మలినాలు పోతాయి.

తర్వాతది నదీ స్నానం. ఉదయాన్నే నదీ స్నానం చేస్తే అనేక చర్మ రోగాలు దూరమవుతాయి. నదీ జలాలు కొండల్లోనూ, కోనల్లోనూ, చెట్టూ పుట్టలనూ తాకుతూ ప్రవహిస్తాయి. అలా ప్రవహించటం ద్వారా ఎన్నో వనమూలికల రసం నదీ జలాల్లో కలుస్తుంది. దాని వల్ల నదీ స్నానం ఎంతో ఉత్తమమైనది. ఆరోగ్యవంత మైనది.

మిగిలినది ఇంటి స్నానము. అతి వేడి నీటితో గానీ, అతి చల్లటి నీటితో గానీ స్నానం చెయ్యరాదు. గోరువెచ్చటి నీళ్ళతో స్నానం చేస్తే శరీరానికి, శరీరం లోపల అవయవాలకి ఎంతో సేద కలుగుతుంది. అనారోగ్యం ఉన్నవారూ, చిన్నపిల్లలూ తగురీతిలో వేడి లేదా చన్నీటితో స్నానం చేయాలి. స్నానము ఒక పని కాదు. ఓ భోగము. సంతృప్తిగా అనుభవించాలి.

మనువు సూక్తి

సమాధిలో నున్నపుడు గోచరించు వివిధములైన వెలుగులకు భ్రమింపకుడు

పుష్కర స్నాన మహిమ

జన్మప్రభృతి యత్పాపం స్త్రియా వా పురుషేణ వా పుష్కరే స్నాతమాత్రస్య సర్వమేవ ప్రణశ్యతి॥

స్త్రీ చేత గాని పురుషుని చేత గాని పుట్టినప్పటి నుండి చేయబడిన పాపమంతా పుష్కర సమయంలో స్నానం చేస్తే తొలగిపోతుంది.

పుష్కర సమయంలో మనమే కాదు.. ముక్కోటి దేవతలూ భూమిపైకొచ్చి పుష్కర స్నానం చేసి తరిస్తారు.

అంబరీషుడు సూక్తి

గోచరించు చిత్రవిచిత్ర దృశ్యములకు భ్రమింపకుము

చంటి పిల్లల్ని కాళ్ళ మీద పడుకోబెట్టుకుని స్నానం చేయించేదెందుకు?

చిన్నపిల్లలకి స్నానం చేయించటమన్నది అతి పెద్దపని. అందుకనే పసిపిల్లలకు అత్తగారో, అమ్మ వంటి పెద్దవారో ఆ సమయంలో దగ్గరుండి స్నానం చేయి స్తుంటారు.

స్నాన సమయంలో నీళ్ళు చెవుల్లోకి, ముక్కుల్లోకి పోతే పిల్లాడికి ఇబ్బందీ, ప్రమాదం కలిగే అవకాశం ఉంది.

అందుకే తల్లి లేదా పెద్దవారు తన రెండు కాళ్ళ మీద పడుకోబెట్టు కొని, వేడి నీటితో సాన్నం చేయిం

చాలి. స్నానానికి అరగంట ముందు పిల్లవానికి లేదా పిల్ల ఒంటికి నూనె రాసి, చిన్నగా మెత్తగా మసాజ్ చేసి మాడుకు ఆముదం పెట్టి, ఆపై నలుగుపెండితో స్నానం చేయించాలి.

అలా కాళ్ళ మీద పడుకోబెట్టుకుని స్నానం చేయిస్తే పిల్లలు ఏడ్వరు....

నలుగుపెట్టి, నూను రాసి స్నానం చేయించటం ద్వారా పసిబిడ్డలకి వ్యాయామం అవుతుంది. తద్వారా మంచి ఆరోగ్యకరమైన శరీర పటుత్వం వస్తుంది. అందంగా, ఆరోగ్యంగా పెరుగుతారు పిల్లలు.

ఉద్దాలక మహర్షి సూక్తి

నిత్యతృప్తియే పరమైశ్వర్యమని తలచుము

ఏ ప్రదేశాల్లో జపం చేస్తే ఎంత ఫలితము ఉంటుంది ?

గృహంలో ఎంత చేస్తే అంత ఫలితము ఉంటుంది. నదీ ప్రాంతాల్లో చేస్తే రెట్టింపు ఫలితం వస్తుంది. గోశాలలో వందరెట్లు, యాగశాలలో అంతకు మించి ఫలితం వస్తుంది.

పుణ్య ప్రదేశాల్లోనూ, దేవతా సన్నిధిలోనూ చేస్తే పదివేల రెట్లు ఫలితం వస్తుంది. శివసాన్నిధ్యంలో

మహోన్నతమైన ఫలం వస్తుంది. పులితోలు మీద కూర్చుని జపిస్తే మోక్షం కలుగుతుంది.

అలాగే వెదురు తడికపై కూర్చుని జపము చేస్తే దరిద్రం ఆవహిస్తుంది. రాతి మీద కూర్చుని జపిస్తే రోగాలు వస్తాయి.

నేల మీద కూర్చుని జపిస్తే దుఃఖమూ, కొయ్యపీట మీద జపిస్తే దౌర్భాగ్యం కలుగుతుంది. గడ్డి మీద జపిస్తే కీర్తి నాశనము అవుతుంది.

మసాలా దినుసులు ఎంత మంచివి?

మిరియం రక్తాన్ని గడ్డ కట్టించదు. ఆకలిని పెంచుతుంది. లవంగము ఆస్పిరిన్‌లా పనిచేసి రక్తంలో గడ్డలు పడకుండా చేస్తుంది.

అల్లం రక్తంలో ప్రమాద కరంగా మారే అవరోధాలను సరిచేస్తుంది. ద్రాక్ష రక్త ప్రసారాన్ని సక్రమంగా నడిపిస్తుంది. ఇక నీరుల్లి... దీన్ని పచ్చిగా తిన్నా, ఉడికించి తిన్నా రక్తాన్ని నిరాటంకంగా ప్రవహింప చేస్తుంది.

యాస్క మహర్షి సూక్తి

అహంకారమునే యన్ని యనర్థములకు
మూలకందముగా నెంచుము

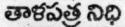

ముక్కోటినాడు ఉత్తర ద్వార దర్శనం ఎందుకు ?

ఆ రోజు శ్రీమహావిష్ణువు యోగనిద్ర నుండి మేల్కొంటాడు. ఉత్తర ద్వారం నుంచి దర్శనమిస్తాడు. ఉత్తర ద్వారం ద్వారా స్వామిని దర్శిస్తే ఎంతో పుణ్య ఫలం.

ఆయన నిద్ర నుంచి లేచిన రోజు తొలిగా తామే దర్శనం చేసుకొని మనసులో కోరిక కోరుకుంటే స్వామి తక్షణమే తీరుస్తాడని నమ్మకం. ముక్కోటినాడు ముక్కోటి వ్యవహారాలున్నా మానుకొని శ్రీమహావిష్ణువుని ఉత్తర ద్వారం ద్వారా వెళ్ళి దర్శిస్తే ముక్కోటి దేవతలూ దీవిస్తారు.

దేవాలయంలోకి వెళ్ళే ముందు కాళ్ళు ఎందుకు కడుక్కోవాలి ?

గుడికి బైలుదేరామంటే స్నానం చేసే బైలుదేర తాము. అయినా గుడి బైట పంపు వద్ద లేదా బావి వద్ద మళ్ళీ కాళ్ళు కడుక్కొని వెళతాము. దానికి కారణం స్నానం అయ్యాక, బైలుదేరేముందు చెప్పులు ధరిస్తాము.

కాన ముందుగా గుడి బైట పాదరక్షలను వదలి, పంచభూతాల్లో ఒకటైన భూమిపై నిలబడి, పంచ భూతాలకి అధిపతి అయిన నీ వద్దకు వస్తున్నామని మననం చేసుకుంటూ, ఆపాదమస్తకమూ పరిశుభ్రం చేసుకోవటానికి, తొలుత రెండు కాళ్ళు వెనక, ముందూ తడిచేలా కడుక్కుంటాము. మూడుసార్లు పుక్కిలించి నీటిని బైటికి వదలాలి.

'దేవా! శరీరమూ, వాక్కుకి మూల కారకమైన నాలుకా, నోరూ కూడా శుభ్రపరుచు కొని నీ ముందుకు వచ్చి ప్రార్థిస్తున్నాము. కాన మమ్ము దీవించు' అని అర్థం. అందుకే విధిగా దేవాలయంలోకి వెళ్ళే ముందు కాళ్ళూ, నోరూ శుభ్రపరుచుకొని దర్శించుకోవాలి.

స్నానం ఎంత సేపు చెయ్యాలి?

కనీసం అరగంటయినా స్నానం చేస్తే మంచిది. నాలుగు చెంబులతో శరీరాన్ని బాగా తడిపి, సున్నిపిండి లాంటి వాటితో శుభ్రంగా రుద్దుకుని, ఆపై ఏడెనిమిది చెంబులతో శుభ్రపరుచుకోవాలి. చక్కటి మెత్తటి టవల్‌తో అద్దుకొని శరీరాన్ని తుడుచుకోవాలి.

స్నానానంతరం శరీరంలోని అవయవాలను శుభ్రంగా తుడుచుకోకపోవటం వల్ల అనేక రోగాలు వస్తాయి.

ప్రాణాంతకమైన క్యాన్సర్ వంటివి వచ్చే అవకాశము ఉంది.

మర్మాంగాల వద్ద సరయిన గాలి తగలకపోవటం వల్ల ఆ ప్రదేశాల్లో సూక్ష్మజీవులు అభివృద్ధి చెందుతాయి. శుభ్రంగా స్నానం చేసుకొని ఫ్యాన్ క్రింద ఓ నిమిషం నిల్చుని ఆపై దుస్తులు ధరించండి.

★ స్త్రీలు వంటి మీద ఏమీ లేకుండా స్నానం చెయ్యాలి.

★ మగవారు ఏదో వక గుడ్డ చుట్టుకుని స్నానం చేయాలి.

★ తెల్లవారుఝామున నాలుగూ, అయిదూ మధ్య చేసే స్నానం ముని స్నానం అనగా ఋషిస్నానం.

★ ఉదయం అయిదు, ఆరు మధ్య చేసేది దైవ స్నానం.

★ ఆరు, ఏడుల మధ్య చేసేది మానవస్నానం. ఆపై చేసేది రాక్షస స్నానం.

★ చన్నీటి స్నానం మంచిది. నదీ స్నానం ఉత్తమోత్తమం. చెరువు స్నానం మధ్యమం. నూతి స్నానం అధమం.

★ పదివేల ఆదాయమొస్తున్నా మానుకొని సరయిన సమయంలో సరైన స్నానం చెయ్యటం మంచిది.

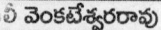

స్త్రీ కామాన్ని సంపూర్ణంగా తీర్చలేడా పురుషుడు ?

నాగ్నిస్తృప్యతి కాష్ఠానాం నాపగానాం మహోదధిః
నాంతకః సర్వభూతానాం న పుంసాం వామ
లోచనా॥

అగ్ని ఎంత భక్షించినా ఇంకా మిగిలే ఉండును. పూర్తిగా అగ్నిని భక్షించటం ఎవ్వరి తరమూ కాదు.

ఎన్ని వర్షములూ, తుఫానులొచ్చినా సముద్రం పెరగదు.

యముడు ఎంత మంది ప్రాణాలను తీసుకెళ్తున్నా ఇంకను ప్రాణులెట్లు ఉందురో అలాగే స్త్రీ యొక్క కామాన్ని పురుషుడు ఎంత తీర్చినా, ఇంకనూ ఆమెలో కామకోర్కె మిగిలే ఉంటుంది.

శాకాటాయన ఋషి సూక్తి

కామక్రోధములే నరకద్వారములని నిశ్చయింపుము

తిరుమల శ్రీవారి హస్తాలు అలా ఎందుకుంటాయి ?

తిరుమల స్వామిని దర్శించిన వారందరికి స్వామి హస్తాలు ఉండే తీరు గమనంలోనే ఉండి ఉంటుంది.

స్వామి హస్తాలు నేలను చూపుతున్నట్టు ఉంటాయి. ఆ భంగిమకు అర్థం... తన పాదాలను శరణ్యంగా భావించిన భక్తులకూ, దర్శించిన భక్తులకూ లేమి ఉండదని పరమార్థం.

ఇదే విషయం శ్రీవేంకటేశ్వర సుప్రభాతంలో కూడా ఉంటుంది. ఈసారి తిరుమల వెళ్ళినప్పుడు స్వామి వారిని ఆపాదమస్తకమూ తనివితీరా చూడండి. స్వామి కనిపించగానే కనులు మూసుకోకుండా ఆయన్నే చూస్తూ ముందుకు కదలండి.

సాలగ్రామములు ఎంతటి శక్తివంతమైనవి?

ఎరుపు సాలగ్రామము	: సామ్రాజ్య పదవీ ప్రాప్తము.
తెలుపు సాలగ్రామము	: ఐహిక అవసరాలను తీరుస్తుంది.
పసుపు సాలగ్రామము	: లక్ష్మీస్థానం, అపర సంపదల ప్రాప్తి.
బూడిదరంగు సాలగ్రామము	: ధనంతో కోరిన పేరు ప్రఖ్యాతులు.
ముదురురంగుసాలగ్రామము	: ఈ సాలగ్రామములను పూజించరాదు.

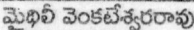

గాలవముని సూక్తి

అంతఃకరణశుద్ధికి నిష్కామకర్మయోగమును
సాధనముగా నాచరింపుము

ఆలయాల్లో రావిచెట్టు, వేపచెట్టు ఎందుకుంటాయి ?

దేవాలయాల్లో రావి, వేప చెట్టు కలిసే ఉంటాయి. రావి చెట్టును శ్రీమహావిష్ణువుగానూ, వేప చెట్టును లక్ష్మీదేవిగానూ భావించాలని శాస్త్రాలూ, వేదాలూ చెబుతున్నాయి. ఈ జంట వృక్షాలను పూజించి ప్రదక్షిణం చేయటం ద్వారా అనేక దోషాలు తీరి దంపతులు పరిపూర్ణ దాంపత్యాన్ని పొందుతారు. శని దోషం ఉన్న వారు రావి చెట్టుకు పూజ చేయాలి. నమస్కరించి, కౌగిలించుకుంటే అనేక దోషాలు పోతాయి. ఈ రావి చెట్టు క్రిందే బుద్ధుడికి జ్ఞానోదయ మైంది.

శ్రీకృష్ణుడు చివరిదశలో ఈ చెట్టు క్రిందే విశ్ర మించి వైకుంఠాన్ని చేరాడు. అలాగే వేప చెట్టు గాలికే ఎన్నో రుగ్మతలు దూరమవుతాయి.

పవిత్ర ప్రదేశంలో పవిత్రమైన వృక్షాలు ఖచ్చి తంగా పెంచుతారు. వాటికవే ఉద్భవిస్తాయి కూడా.

రావి చెట్టు గృహ పరిసరాల్లో ఉండరాదు. వేప చెట్టును ఇంటికి ముందూ వెనుకా నాటుకోవాలి.

ఇంటి ముందు వేప చెట్టుంటే వైద్యుడున్నట్టే.

జమదగ్ని సూక్తి

మనశ్శాంతిని, మనశ్శుద్ధిని పొందుటమే మానసిక తపస్సని భావింపుము

వాస్తు శాస్త్రం ఎప్పట్నించి పాటిస్తున్నారు ?

ఎంతో పురాతన కాలం నుంచి అనగా... భారతం జరిగిన కాలం ముందు నుంచీ వాస్తు అమల్లో వుంది. రామాయణంలో అరణ్యవాస సమయంలో లక్ష్మణుడు పర్ణశాల నిర్మించగానే శ్రీరాముడు సీతాదేవితో కలిసి వాస్తు పూజ చేసి లక్ష్మణుడితో కలిసి గృహప్రవేశం చేశారు.

విశ్వకర్మ, మయుడూ, వాస్తుశాస్త్ర నిపుణులే. ఆరోగ్యానికీ, ఆహ్లాదానికీ, ఆనందానికీ అన్నింటికీ మూలమే వాస్తు.

సుగ్రీవుని పట్టాభిషేకము అనంతరము సీతాన్వేషణకు సమయ నిరీక్షణ చేయాల్సిన సమయంలో శ్రీరామ లక్ష్మణులు వాస్తు చూసుకునే నివశించారు.

బిల్వ వృక్షం ఎక్కడ పుట్టింది ?

శ్రీమహావిష్ణువు తన సతితో కలిసి శివుని గూర్చి తపస్సు చేస్తుండగా లక్ష్మీదేవి కుడిచేతి నుంచి బిల్వవృక్షం జన్మించింది. మహాశివుడు ప్రత్యక్షమై జగద్రక్షణ భారాన్ని శ్రీమహావిష్ణువుపై ఉంచాడు.

శ్రీవృక్షమనే పేరుతో కూడా పిలిచే ఈ బిల్వ వృక్షంను దేవతలు స్వర్గంలోనూ, మందర పర్వతం పైనా, వైకుంఠంలోనూ నాటారు. శివుని కిష్టమైన ఈ బిల్వ వృక్ష ఆకులతో ఏ రోజైనా పూజ చేయవచ్చు. సోమవారం కోస్తే సోమవారం నాడే పూజకి వినియోగించాలి.

ఎండినా, కోసి రెండు మూడు రోజులైనా శివ పూజకు వాడకూడదు. బిల్వ వృక్షానికి ప్రదక్షిణలు చేస్తే సమస్త దోషాలు పోతాయి. సంతానం లేని వారికి సంతానం కలుగుతుంది. బిల్వ వృక్ష పత్రం లక్ష బంగారు పువ్వులతో సమానము.

దీపారాధనలో తెలియకుండా చేసే పొరపాట్లు

★ స్టీలు కుందుల్లో దీపారాధన చేయరాదు.
★ అగ్గిపుల్లతో దీపాన్ని వెలిగించరాదు.

★ ఒకవత్తి దీపాన్ని చేయరాదు. ఏకవత్తి శవం వద్ద వెలిగిస్తారు.

★ దీపాన్ని అగరవత్తితో వెలిగించాలి.

★ దీపారాధన కుందికి మూడుచోట్ల కుంకుమ పెట్టి అక్షితలు వేయాలి.

★ విష్ణువుకు కుడివైపు ఉంచాలి. ఎదురుగా దీపాన్ని ఉంచరాదు.

★ దీపం కొండెక్కితే 108 సార్లు 'ఓం నమ శ్శివాయ' అని జపించి దీపం వెలిగించాలి.

కన్యఋషి సూక్తి

మలము విడుచువలకెంత తొందరపడుదుమో యంత
తొందర దుర్విషయములందుంచుము

కార్తీక స్నానమెందుకు ?

ఈ మాసంలో సూర్యోదయానికి ముందు స్నానం చేస్తే ఆయురారోగ్యాలు కలుగుతాయి. మెడ వరకూ నీటిలో ఉండి స్నానం చెయ్యటం ద్వారా ఉదర వ్యాధులు నయమవుతాయి.

కార్తీక స్నాన విషయంలో ఓ ఆరోగ్య సూత్రం కూడా ఉంది. వర్షాకాలంలో పడిన నీరు భూమిలోకి ఇంకి బల మైన అయస్కాంత మండలం ఏర్పడుతుంది.

వర్షాకాలం తర్వాత వచ్చే కార్తీకమాసంలో ప్రవహించే నదుల్లో అయస్కాంత శక్తి అపారంగా ఉంటుంది. దాని వల్లే కార్తీక మాసంలో నదీస్నానమూ, సముద్ర స్నానమూ చేయమంటారు. హరిహరాదులకు ప్రీతికరమైన మాసం కార్తీకమాసము.

ఈ మాసములో నదీసముద్ర స్నానమూ, దీపారాధన ఎంతో పవిత్రము. పురుగులూ, మిడతలూ, చెట్లూ, పక్షులూ ఇలా అనేక జీవులు కార్తీక దీపాన్ని చూసి తమ జన్మరాహిత్యాన్ని పొందుతాయి.

తిరుమల శ్రీవేంకటేశ్వరుని బంగారు గోపురంపై విమాన వేంకటేశ్వరస్వామి ఎవరి కోసము ?

కలియుగ వైకుంఠమైన తిరుమలలో శ్రీవేంకటేశ్వర స్వామి వెలసి ఉన్న స్థానంలో బంగారు గోపురంపైన వెండి ద్వారంలో కొలువై శ్రీవేంకటేశ్వరస్వామి ఉంటారు. (వెండి ద్వారం గోపురం పైనున్న స్వామి ప్రదేశాన్ని చూపేందుకు) దర్శనం అయ్యాక చాలా మంది గోపురం పైన ఉన్న స్వామిని చూసి దర్శించి నమస్కరిస్తుంటారు.

వాయువ్య దిశలో ఉన్న ఈ స్వామిని విమాన వేంకటేశ్వరస్వామి అని కూడా అంటారు. మహావిష్ణువు

అనతితో గరుత్మంతుడు వైకుంఠం నుంచి ఈ విమాన వేంకటేశ్వరుని తీసుకొచ్చాడు.

ఆ దర్శనము పశుపక్షాదుల కోసము, దేవతల కోసము. ఆకాశాన్నించి ముక్కోటి దేవతలు దిగివచ్చి స్వామిని సేవించుకోవటం కోసమే.

మన పగలూ, రాత్రితో వారికి సంబంధం లేదు గనుక వారి పూజా సమయం వేరు గనుక, భూమి క్రిందున్న, భూమిపైనున్న అన్నీ లోకాల వారికి ఇచ్చే దర్శనమే అది.

తిరుమల వెళ్ళిన వారు తప్పక విమాన వేంకటేశ్వరుడ్నీ, స్వామి పాదాలనూ దర్శించి తరించండి.

ఆత్రేయుడు సూక్తి

పరమానందమే నీ లక్ష్యముగా
నుంచుకొనుము

ఆలయాల వద్ద అమ్మే నల్లదారాలను ధరించటంలో అర్థం ఏమిటి?

గృహంలో పూజ చేసిన తర్వాత కట్టుకునే తోరము లాంటివి నల్లదారాలు. దేవాలయాల వద్ద దీన్ని ధరిం

చటం పుణ్యకార్యమే. కాశీ దారమూ, తోరమూ అని పిలిచే వీటిని ధరించటం ద్వారా ప్రయాణ దోషాలన్నీ పోతాయి. శుభప్రదంగా మళ్ళీ మన ఇంటికి చేరుస్తాయి. సర్వగ్రహాలకూ శాంతి మరియు దిష్టి కూడా వదులు తుంది. ప్రయాణ సమయాల్లోనూ, పుణ్య తీర్థాలలోనూ తెలియక అనేక తప్పులు చేస్తాం. వాటిని పోగొట్టేవే నల్లదారాలు.

అట్లతద్ది నాడు అట్లెందుకు పోస్తారు?

ఆశ్వయుజ బహుళ తదియ నాడు వచ్చే అట్లతద్ది స్త్రీలకు ఓ ముఖ్య పండగ. ఈ పండగనాడు అట్లు పోస్తారు. అలా పోసేటప్పుడు అట్లకు ఎన్ని చిల్లులు పడతాయో, అన్ని వేల సంవత్సరాలు తమకి అయిదో తనాన్ని ప్రసాదించమని గౌరీదేవిని వేడుకోవటమే అట్ల తద్ది. పెళ్ళి కాని వారు ఈ అట్ల తద్ది జరుపుకోవటం వల్ల సుందరమైన భర్త, చక్కటి పిల్లలు కలుగుతారు. గోరింటాకు రుబ్బుకుని పెట్టుకుంటేనే ఈ పండగ అసలు కళ.

ప్రహ్లాదుడు సూక్తి

జ్ఞానాగ్ని ప్రజ్వలించువఱకును తపమాచరించుము

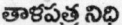

ఏవి ఎన్నటికీ తిరిగి పొందలేము ?

గతించిన కాలము, విల్లు నుంచి వెలవడ్డ బాణమూ, పెదవి దాటిన మాటా, చేజారిన అవకాశమూ తిరిగి రావు, పొందలేము. కాన కాలాన్ని సద్వినియోగం చేసుకోవాలి.

మాట్లాడే మాట ఆచి తూచి మాట్లాడితే అనర్థాలు జరగవు. అవకాశం అరుదుగా వస్తుంది. అప్పుడే తలుపు తీయాలి... సద్వినియోగ పరచుకోవాలి.

ఆ తర్వాత తలుపుతీసినా లక్ష్మి ఉండే అవకాశం లేకపోవచ్చు.

మరో ఇంటి తలుపు తడుతూ ఉండవచ్చు. దాన్నే అంటారు చేతులు కాలాక ఆకులు పట్టుకుని ప్రయో జనం లేదని-

దేవాలయాల్లో స్త్రీలు పూజారులుగా ఎందుకు ఉండరాదు ?

భగవంతుని రూపమైన విగ్రహాలకి మంత్ర యంత్రాలతో ప్రతిష్ఠ జరిగాక అవి అనంతమైన శక్తిని

పొందుతాయి. సాక్షాత్తు దేవతా, దేవుడూ అంశ ఆ విగ్రహానికి వస్తుంది.

నిత్య దీప ధూప నైవేద్యాలుంటాయి. శుచీ, ఆచారమూ, శుభ్రతలు అత్యవసరం.

స్త్రీలలో ప్రకృతి సహజంగా దూరంగా ఉండాల్సిన రోజులుంటాయి. ఏ సమయంలో అలా జరుగుతుందో వారికే తెలీదు.

అలాంటప్పుడు ఆ సమయాల్లో పూజాధికాలు నిర్వర్తించటం జరిగితే భగవత్ దోషమవుతుంది. మళ్ళీ అనేక శుద్ధి క్రియలు చేయాలి.

అందుకే ఆ సమయాల్లో స్త్రీలు దైవదర్శనమూ, పూజాధికాలు చేయరు.

దాని వల్ల దేవాలయాల్లో స్త్రీలు పూజారులుగా ఉండరు. గుడిలో సహితం శుభ్రపరిచేందుకు స్త్రీలను నియమించరు.

రామనామ మహిమ

విభీషణుడు ఓ కార్యం కొరకై శ్రీరామునికి ఓ సందేశం పంపదలచి, సేవకునితో చెప్పి వెళ్ళి రమ్మన్నాడు. ఆ సేవకుడు తాను లంకను దాటి సముద్రాన్ని మీదుగా అయోధ్యను చేరగలిగే శక్తి తన వద్ద లేదని చెప్పాడు.

దానికి విభీషణుడు ఓ పత్రం ఇచ్చి, ఇదే సముద్రాన్ని దాటిస్తుందని, మళ్ళీ నా కడకు వచ్చే వరకూ విప్పి చూడరాదని చెప్పాడు. ఆపై సేవకుడు ఆగమేఘాల మీద ఆకాశగమనం చేయసాగాడు.

ఆ సేవకుడు సముద్రాన్ని దాటుతూ, ఆ పత్రంలో అంత శక్తి ఏముందా అని చూశాడట. 'శ్రీరామ' అని ఉందంట.

'ఓసి ఇంతేనా' అనుకున్నాడో లేదో టప్పున సముద్రంలో పడిపోయాడంట. రామ నామాన్ని ఎంత నమ్మితే అంత శక్తి వస్తుంది. అంతే కాదు నమ్మకమే మనిషికి బలమైనశక్తి. నమ్మి మోసపోయిన వాడు లేడనేది ఇందుకే.

దేవహూతి సూక్తి

విషయాసక్తియే బంధహేతువని యెఱుంగుము

వినాయకుడి వాహనంగా ఎలుకెందుకయ్యింది ?

మహాక్రూరుడైన మూషికాసురుడనే రాక్షసుడు మానవులనూ, తపసులనూ అనేక బాధలు గురి చేస్తుండటంతో వినాయకుడు ఆ రాక్షసుడ్ని నిగ్రహించి తన వాహనంగా చేసుకున్నాడు.

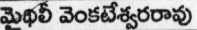

వైతరణీ నది ఎలా ఉంటుంది ?

నూరు యోజనాల వెడల్పు ఉంటుంది.

ఆ నదిలో నీరు ప్రవహించదు. రక్తమూ, చీమూ ప్రవహిస్తుంటాయి. మొసళ్ళూ, పాములూ పాపులను చిత్రవధ చేస్తాయి.

అందు పాపులు మహా బాధలను నిరంతరమూ అనుభవిస్తూ మానవజన్మలో చేసిన పాపాలను మననం చేసుకుంటూ ఆక్రందనలు చేస్తూనే ఉంటారు. వారి మొరలాలకించే దిక్కే ఉండదు.

పాపం చేసిన వారికి దాహం వేస్తే కాగే నూనె ఇస్తారు.

నరకంలో అనేక బాధలు పడిన తర్వాత కూడా మళ్ళీ మానవ జన్మలో అనేక రోగాలతో జీవితాన్ని గడపాల్సివస్తుంది కూడా.

అందుకే ధర్మంగా ఉండండి. ధర్మాన్ని కాపాడండి. ఆ ధర్మమే అన్ని విధాలుగా అన్ని సమయాల్లోనూ సదా కాపాడుతుంది.

యాజ్ఞవల్క్యుడు సూక్తి

సర్వభూతములను సమదృష్టితో చూడుము

స్త్రీలు భగవంతునికి సాష్టాంగ నమస్కారం ఎందుకు చేయకూడదు ?

భగవంతునికి సాష్టాంగ ప్రణామం పురుషులు చేయవచ్చు. తమ ఎనిమిది అంగాలనూ అనగా వక్షస్థలమూ, నుదురూ, రెండు చేతులూ, రెండు కాళ్ళూ, రెండు కనులూ భూమిపై ఆన్చి నమస్కరించవచ్చు.

కానీ స్త్రీలు సాష్టాంగ నమస్కారము చెయ్యాలనుకున్నప్పుడు ఉదరము నేలకు తగులుతుంది. ఆ స్థానంలో గర్భకోశం ఉంటుంది. ఇలా చెయ్యటం వల్ల గర్భకోశానికి ఏదైనా కీడు జరిగే అవకాశం ఉంది.

అందుకే ఇతిహాసాల్లో ధర్మశాస్త్రాల్లో స్త్రీలను మోకాళ్ళపై ఉండి నమస్కరించాలని చెప్పారు. ఇంకా చెయ్యగలిగితే నడుం వంచి ప్రార్థించవచ్చు.

మాంసాహారము తీసుకునే వాళ్ళ పూజలు ఫలించవా ?

శాఖాహారము సత్త్వగుణవృద్ధికి ఎంతో దోహద పడుతుంది.

మనసు ప్రశాంతంగా ఉంటుంది. దైవానుగ్రహం కలగటానికీ, భక్తి, చిత్తశుద్ధి పెరగటానికి శాఖాహారం కారణమవుతుంది.

మాంసాహారము ఆయుష్షును హరిస్తుంది. శాఖాహారము తినేవారినీ, మాంసాహారము తినేవారిని పరిశీలిస్తే శాఖాహారం తీసుకునే వారికే ఆయుష్షుతో పాటు ఆరోగ్యం పాళ్ళు కూడా ఎక్కువని తేలింది.

పవిత్ర పుణ్య దినాల్లో మాంసాహారం తీసుకోవటం వల్ల రాక్షస ప్రవృత్తిపైకి మనసు పోతుంది.

మాంసాహారాన్ని పండుగ, శుభకార్యాల్లో తీసుకోకపోవటానికి కారణం అదే.

జడభరతుడు సూక్తి

ధ్యానకాలమంగా త్రిగుణములకు లోబడవలదు

పెళ్ళిలో వధూవరుల ఒకరిపై నొకరు తలలపై జీలకర్ర, బెల్లం పెట్టేదెందుకు?

మంత్రాలతో వధూవరుల నెత్తి మీద జీలకర్రా, బెల్లమూ పెట్టేది శుభసూచికముతో పాటు, శరీరాల్లో ఉన్న దోషాలు పోవాలని, జీలకర్రా, బెల్లంలా వారిరు

వురూ కలిసి మెలసి ఉండాలని. జీలకర్ర, బెల్లం పెట్టే సమయమే వధూవరుల తొలిస్పర్శ. ఎప్పుడయితే ఒకరినొకరు తాకుతారో అప్పుడే పెళ్ళయిపోయినట్టు.

చేసే పాపాలకు యమలోకంలో శిక్షలు ఏమేముంటాయి ?

పరుల ధనాన్నీ, పరస్త్రీనీ ఆశిస్తే అంధకారంలో వుంచి కర్రలతో బాదుతారు. స్త్రీల ధనాన్ని తీసుకుంటే కటిక చీకటిలో నరికిన చెట్ల మీద పడవేయటము... తల్లీ, తండ్రీ బాగోగులను చూడని వాడిని, నిప్పులు చెరిగే సూర్యుడి క్రింద మాడి మసెయ్యేలా చిత్రవధ చెయ్యటము... సంభోగించకూడని వారితో సంభోగిస్తే మండుతున్న ఇనుప మూర్తిని అనగా స్త్రీ మూర్తిని స్త్రీ, పురుషమూర్తిని పురుషుడు కౌగిలించుకునేలా చేయటం, అబద్ధాలను ఆడిన వారిని వంద యోజనముల గల పర్వతం పైనుంచి పడత్రోసి పచ్చడిలా చేయటము, ఇలా వక్కో పాపానికి వక్కో శిక్ష ఉంది. మొత్తం 84 లక్షల నరకాలున్నాయి.

గరుడ పురాణం చదివితే మనం చేసే సాధారణ నిత్య కృత్యాల్లో ఎంత పాపం చేస్తున్నామో, మరెంత పాపాన్ని మూటగట్టు కుంటున్నామో అర్థమవుతుంది.

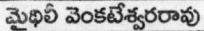

కాకి అరిస్తే చుట్టాలొస్తారా ?

రవాణా సాధనాలూ, దూరవాణి వంటివి లేనప్పుడు కబురు అంద చేయటానికి పక్షులనే ఆధారంగా చేసుకునేవారు. ఓ కొత్త పక్షి తమ సీమలోకి వస్తే చూసి కాకులు అరుస్తాయి.

దానితో ఏదో సందేశం ఎవ్వరికో పంపారని అర్థం చేసుకొనేవారు. దానితో ఇంటికి చుట్టాలొస్తున్నారని అనుకునేవారు. అలాగే కాకి చనిపోయి ముందు పడితే ఏ పనినీ, ఏ ఆహారాన్నీ చాలా సేపటివరకూ తీసుకో కూడదు. చెయ్యకూడదు.

విశ్వామిత్రుడు సూక్తి

తన పుణ్యకర్మములే తన్ను రక్షించునని
సర్వకాలములందు నమ్ముము

గణపతిని నిమజ్జనం చేస్తారెందుకు ?

పెద్ద పెద్ద విగ్రహాలతో, రంగ రంగ వైభోగంగా వినాయకచవితిని తొమ్మిది రోజులు చేసి నదిలోనో, సరస్సులోనో నిమజ్జనం చేస్తారు. దానికి ప్రధాన కారణం

పూజ చేసిన వినాయక విగ్రహానికి యంత్ర ప్రతిష్ఠాపన ఉండకపోవటము. అలాగే ఉంచితే కొన్నాళ్ళకి విగ్రహ రూపురేఖలు మారవచ్చు. అది దోషం.

దానితో పాటు గణపతిని అలా వీధు ల్లోనూ ఉంచి పూజించటానికి దేశభక్తికి సంబంధించిన విషయం వకటుంది. తొలుత బహిరంగంగా పూజలను చేసినవాడు బాలగంగాధర తిలక్.

హిందువులందరిది వకేమాటగా ఎలుగెత్తి చాటా లని, స్వాతంత్రం కావాలని ఉద్యమం నడిపించి వినాయకచవితిని వాడవాడలా బహిరంగంగా చేయ మని చెప్పి దాన్ని ఆచరణలోకి తెచ్చిన వాడు స్వతంత్ర సమర యోధుడు బాలగంగాధర తిలక్. అప్పట్నించి గణపతి ఉత్సవాలు భారతదేశమంతటా రంగ రంగ వైభవంగా జరుగుతున్నాయి.

సీతాదేవి గడ్డిపోచని అడ్డం పెట్టుకొని రావణుడితో మాట్లాడింది ఎందుకు ?

★ రావణుడిని గడ్డి పోచగా భావించినందువల్ల.

★ కాముకుడితో స్త్రీ నేరుగా మాట్లాడరాదు కాబట్టి.

★ కులస్త్రీలూ, పతివ్రతలు పరాయి మగవాడితో మాట్లాడరాదు గనుక.

★ తనను కనులతో కూడా చూసే యోగ్యత రావణుడికి సిద్ధించకూడదని.

★ గతంలో శ్రీరాముడు గడ్డిపోచతోనే కాకిని నిరసించాడని తనూ అలాగే నిరసిస్తున్నానని.

★ తనకి దగ్గరిగా ఉన్నాడు గాన, ఏదో ఒకటి అడ్డుగా ఉండాలని.

హారతి వల్ల ప్రయోజనము ఏమిటి ?

ఇంట్లో పూజా మందిరంలోనే కాదు, దేవాలయాల్లోనూ, శుభకార్యాలప్పుడూ.... పిల్లల పుట్టిన రోజుల సమయంలోనూ, కొత్త పెళ్ళి కూతురు ఇంట్లో ప్రవేశించేటప్పుడూ హారతి ఇస్తుంటారు. ఎక్కడ హారతి పట్టినా ఓ ఆరోగ్య రహస్యం ఉంది. శుభకార్యాల్లో అనేక మంది ఒకేచోట చేరుతారు. గుమికూడతారు. అలాగే గుడిలో అనేక మంది భక్తులు భగవంతుడ్ని దర్శిస్తుంటారు. దాని వల్ల పరిసర ప్రాంతపు గాలి కలుషితం అవుతుంది. అనేక క్రిములు చేరుతాయి. కర్పూరం వెలిగించి హారతి ఇవ్వటం ద్వారా దాని పొగకు అనేక సూక్ష్మక్రిములు నశిస్తాయి. శ్వాస కోస వ్యాధులూ, అంటు వ్యాధులూ రాకుండా ఉంటాయి.

కర్పూర హారతి ఎలా కరిగిపోతుందో, అలానే మనం తెలిసీ తెలియక చేసిన తప్పులు సమసిపోవాలని వేడుకుంటూ హారతిని కళ్ళ కద్దుకోవటమే అసలు సిసలు ఆధ్యాత్మిక అంతరార్థం.

వరుణుడి సూక్తి

సర్వభూతములను ఆత్మరూపముగా జూడుము

పిల్లలకి దిష్టి ఎందుకు తీస్తారు ?

పిల్లలకి పుట్టిన రోజు పండగ సమయాల్లో ఇంకా అనేక కార్యక్రమాల్లో పాల్గొన్న పెద్దలకీ, పిల్లలకీ దిష్టి రకరకాల పద్ధతుల్లో తీస్తారు.

పిల్లలూ, పెద్దలూ విజయాలు సాధించినప్పుడూ, బాగా పొగిడినప్పుడూ, అతిగా నీరసం ఆవహించి అడ్డం పడ్డా దిష్టి తీస్తారు. పిల్లలకి పసుపూ, సున్నం కలిపిన నీటితో దిష్టి తీస్తారు. జనులందరి దృష్టి దోషం తగల కుండా ఉండాలని దిష్టి తీస్తే పిల్లవాడు కలత నిద్ర పోవటమూ, నిద్రలో ఉలిక్కిపడుతూ లేవటం వంటి అవలక్షణాలు లేకుండా ఉంటాడు.

పిల్లలు కావచ్చు, పెద్దలు కావచ్చు అనేక వేడుకల్లో పాల్గొనటం వల్ల చుట్టూ అంతా గుమికూడటం వల్ల పిల్లలూ లేదా పెద్దలూ కొంత అనారోగ్యానికి గురి

అవుతారు. అందుకే పెళ్ళిల్లోనూ, పుట్టిన రోజులప్పుడూ విధిగా హారతి ఇచ్చి చివరలో ఎర్ర నీళ్ళతో దిష్టి తీస్తారు. ఎర్రరంగు పదే పదే చూడటం వల్ల అనేక రోగాలు పోతాయి. మనసుకి ప్రశాంతతో పాటు ధైర్య గుణం వస్తుంది.

బృహస్పతి సూక్తి

సర్వదా సద్విషమయులనే విచారించుచుండుము

కార్తీక మాసము ప్రత్యేకత ఏమిటి ?

ఈ మాసములో ఇంద్రియ నిగ్రహం కలిగి ఉండి నిత్య స్నాన మంత్ర జపం చేస్తూ ఉండేవారు సర్వ పాపాల నుంచి విముక్తులవుతారు. ఈ మాసంలో తులసి ఆకులతో స్వామిని పూజించాలి. ఉసిరిక చెట్టు నీడలో పిండ ప్రదానము చేయాలి. ఉసిరికను తినటముతో పాటు, మాలను ధరించిన ప్రశస్తం. విష్ణుమూర్తికి ప్రీతికరము.

కార్తీక మాసములో స్తంభం పాతి దానికి ఓ పాత్రను వ్రేలాడ దీసి అందు ఎనిమిది దిక్కులకూ కనిపించేటట్టు దీపం పెట్టాలి. ఇలా చెయ్యటం వల్ల సమస్తదేవతలకి వందనము చేసిన ఫలము కూడా వస్తుంది.

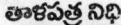

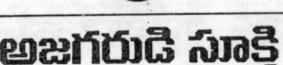

అజగరుడి సూక్తి

అష్టసిద్ధులందు మోహమొందకుము

నిద్రలేవగానే ఎవర్ని చూస్తే ఆ రోజంతా శుభప్రదం అవుతుంది ?

వేదవేత్తనూ... సుమంగళినీ... గోవునూ... అగ్నిహోత్రాన్నీ చూసిన మంచి ఫలములు కలుగుతాయి. నదినీ, సముద్రాన్నీ, సరస్సునూ చూస్తే దోషాలు పోతాయి. పెరుగూ, నేయీ, ఆవాలూ, అద్దమూ వంటి వాటిని చూడటం అశుభము. అలాగే ముఖాన్ని నేతిలో చూస్తే చిరకాలం ఆరోగ్యంగా జీవిస్తాడు.

ఉదయన్నే నీరు తాగటం ఎందుకు?

ఉదయాన్నే లేవగానే పదిద్రోసిళ్ళ నీరు త్రాగటం మంచిది. ఎంతో యవ్వనవంతంగా ఉంటారు. పెద్దలకీ పిల్లలకీ ఉదయాన్నే నీళ్ళు త్రాగటం అలవాటు చేస్తే వారు జీవితాంతమూ అజీర్తి, మూత్రపిండాల వ్యాధులతో బాధపడకుండా ఉంటారు. రాగి చెంబుతో నీరు త్రాగితే ఎలాంటి మలబద్ధకమూ ఉండదని ఆయుర్వేదం చెబుతోంది.

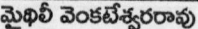

రోహిణికార్తెకి రోళ్ళు పగులుతాయా?

రోహిణి కార్తెలో అనగా మే నెలలో సూర్య భగవానుడు మన నడి నెత్తి మీదకొస్తాడు. అనగా మధ్యభాగానికి వస్తాడు.

చంద్ర ప్రచండుడిగా మారతాడు. ఎండలు నిప్పులు కక్కుతూ భూమిని తాకుతాయి. దానితో భూమిలోని తేమ హరించుకుపోతుంది.

రాళ్ళలో కూడా అంతో ఇంతో తేమ ఉంటుంది. తేమ శాతం ఇంకిపోగానే రోహిణిలో రోళ్ల కూడా పగులుతాయి.

రుక్మాంగదుడు సూక్తి

సర్వకాలములందు సనాతనధర్మములనే ఆచరింపుము

శ్రీ లలితా సహస్రనామం ఏ పురాణంలో ఉంది ?

ఈ సహస్రనామ స్తోత్రం బ్రహ్మాండ పురాణంలో ఉంది.

హయగ్రీవుడు అగస్త్య మహర్షికి ఈ సహస్ర నామ స్తోత్రం తెలియ చేస్తాడు. విద్యా రూపిణీ, జగత్తును

ధరించినదీ, సృష్టిస్థితి లయకారకురాలు అయిన మహా
త్రిపుర సుందరి వైభవము శ్రీలలితా సహస్రనామము,
వెనువెంటనే సిద్ధి కలిగించేది శ్రీ లలితా సహస్రనామ
స్తోత్రము.

ఇందు వెయ్యి నామాలు వెయ్యి మంత్రాలు.

కుండలినీ, యోగరహస్యమూ, సుగుణోపాసనా,
శ్రీచక్రవర్ణనా, చతుష్షష్టియోగినీ విషయాలు, లలితాంబిక
తత్త్వమూ మొదలగు అనేక విషయాలు గల శ్రీ లలితా
సహస్రనామ స్తోత్రం వశిన్యాది దేవతలు వ్యాస
భగవానుని ద్వారా భూలోకానికి వ్యాప్తి చేశారు.

అక్రూరుడు సూక్తి

ఎట్టి దుష్టకార్యములకు వశపడకుము

సంసార సుఖాన్ని ఏ విధంగా పొందాలి ?

పురుషుడు తనని నమ్మి ప్రేమించి, తనతో వచ్చిన
స్త్రీకి మొదట కడుపునిండా తిండి పెట్టాలి.

ఆ తర్వాత సిగ్గును దాచుకోవటానికి బట్టలివ్వాలి.
తన అందచందాల రక్షణకి గాను గృహమనే భద్రత
నివ్వాలి.

ఆ తర్వాత రాత్రి యందే కలవాలి.

స్త్రీలలో రజస్సు వచ్చిన తర్వాత అనగా చివరి రోజులు మంచివి.

రజస్సు కానవచ్చిన నాలుగు రోజులు దూరంగా ఉండాలి.

4, 6, 8, 10, 12, 14, 16, 18. ఇలా సరి సంఖ్య రోజుల్లో కలిస్తే పుత్రసంతానం కలుగుతుంది. అలాగే **5, 7, 9, 11, 13, 15, 17** బేసి సంఖ్యల్లో కలిస్తే ఆడపిల్ల పుడుతుంది.

ఆలాగే శనివారమూ, రవివారమూ, మంగళ వారమూ కూడదు. నాలుగో రోజు కలిస్తే పుట్టిన వారు తక్కువ ఆయుర్దాయమునూ, అయిదొవ రోజు బహు సంతానవంతమైన స్త్రీ, ఆరో రోజు సామాన్య సగటు మనిషీ, ఏడో రోజు పిల్లలు పుట్టని ఆడపిల్లా, ఎనిమిదో రోజు అధిక ధనవంతుడూ, తొమ్మిదవ రోజున మహా పతివ్రతా, పదవరోజు తల్లి దండ్రుల పేరు నిలబెట్టే వాడూ, పదకొండో రోజున నలుగురు నోళ్ళలో నానేదీ, పన్నెండో రోజున ఉత్తమోత్తమమైన పురుషుడూ, పదమూడో రోజున ఎక్కువ మంది భర్తలు గలదీ, పధ్నాలుగో రోజు ఆధ్యాత్మిక చింతన కలవాడూ, పదిహేనవరోజున సకల భోగాలూ అనుభవించే పడతీ, పదహారవ రోజు లోకోత్తరమైన వాడిగా పేరు పొందే పుత్రుడూ జన్మిస్తాడని శాస్త్రం చెబుతోంది.

★ పగలూ, సంధ్యా సమయాల్లో స్త్రీ వద్దకు శృంగారము కొరకు వెళ్ళరాదు.

★ తన కన్నా పెద్ద స్త్రీ లేదా గర్భవతితో శృంగారం నిషిద్ధం.

★ బహు లావూ, బహు సన్నమూ, అవయవ లోపమున్న స్త్రీతో శృంగారం వలదు.

★ గురుప్రదేశములోనూ దేవాలయ ప్రదేశము లోనూ, యజ్ఞయాగాదులు జరిగినా, జరుగుతున్నా ఆయా ప్రదేశాల్లో స్త్రీకి దూరంగా ఉండాలి.

★ కడుపారా భుజించినప్పుడూ, పదహారు సంవత్స రములముందూ, డెబ్బై సంవత్సరాల తర్వాత మైథునం మంచిది కాదు.

★ స్త్రీ పురుషుల కలయిక ప్రకృతి సిద్ధంగా ఉండాలి. తారుమారుగా శృంగారం చేస్తే తారుమారు సంతానమే కలుగుతుంది.

★ మగవాడు పడకపై కుడిపాదం పెట్టి ఎక్కాలి. స్త్రీ ఎడమ పాదం పెట్టి పడకపై రావాలి.

★ సంసార సుఖాన్ని మధురంగా అనుభవించాలి.

శిబి చక్రవర్తి సూక్తి

మానవసేవయే మాధవసేవ

భగవంతుని పూజకు ఏ పూలు శ్రేష్ఠమైనవి ?

పరమేశ్వరుని పూజలకు జిల్లేడూ, గన్నేరూ, మారేడూ, తమ్మి, ఉత్తరేణు ఆకులూ, జమ్మి ఆకులూ, జమ్మి పూలూ, నల్లకలువలూ మంచివి.

దాసాని, మంకెన, నదంతి, మొగలి, మాలతి, కుంకుమ మద్ది... ఈ పూలు పూజకు పనికి రావు. తొడిమలేని పువ్వులు పూజకు పనికిరావు. తమ్మి పువ్వుకు పట్టింపులేదు.

మారేడు నందు శ్రీమహాలక్ష్మి, నల్లకలువ నందు పార్వతీ, తెల్ల కలువనందు కుమార స్వామీ, కమలము నందు పరమేశ్వరుడూ కొలువై ఉంటారు. అలాగే చదువుల తల్లి సరస్వతి దేవీ తెల్ల జిల్లేడులో, బ్రహ్మ కొండవాగులో, కరవీరపుష్పంలో గణపతీ, శివమల్లిలో శ్రీమహావిష్ణువూ, సుగంధ పుష్పాల్లో గౌరీదేవీ ఉంటారు.

అలాగే శ్రీమహావిష్ణువుని అక్షింతల తోనూ, మహాగణపతిని తులసితోనూ, తమాల వృక్ష పువ్వులతో సరస్వతీ దేవినీ, మల్లెపువ్వులతో భైరవుడ్నీ, తమ్మి పూలతో మహాలక్ష్మినీ, మొగలి పువ్వులతో శివుడ్నీ, మారేడు దళాలతో సూర్యభగవానుడ్ని ఎట్టి స్థితిలోనూ పూజింప రాదు.

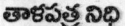

ఏ లక్షణములు గల సాలగ్రామములు మంచివి కావు?

★ వంకర టింకర కలది ★ వంకర చక్రము

★ పక్కమూతి ★ విరిగిన చక్రము

★ పగిలిన చక్రము ★ ఎరుపు ముఖాలు గలవి

★ తలక్రింద చక్రము ★ లోపల పగులు కలది

★ మసక వన్నె ★ లోపలనీరు నిలిచివున్నది

★ ముక్కోణము కలది ★ ఏ గుర్తు లేనిది

★ వెచ్చగా వున్నది ★ మిక్కిలి గీతలు కలది

★ అస్పష్టమైనది ★ వేడి గుణం లేనిది

★ అనేక రంధ్రములు కలది

ఏ ఏ తిథిల్లో ఏం తినకూడదు ?

పాడ్యమినాడు గుమ్మడికాయనూ, విదియనాడు వాకుడు కాయనూ, తదియనాడు పొట్లకాయనూ, చవితినాడు ముల్లంగినీ, పంచమినాడు మారేడునూ, షష్ఠినాడు వేమునూ, సప్తమినాడు కాయా, పండునూ.. అష్టమినాడు కొబ్బరి కాయనీ, నవమినాడు సొర కాయనూ, దశమినాడు తీగబచ్చలినీ, ద్వాదశినాడు

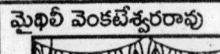

మాంసమునూ, త్రయోదశినాడు ములక్కాయనూ.....
చతుర్దశినాడు మినుమూ తినరాదని శాస్త్రం చెబుతోంది.

మానవుడు చెయ్యకూడని ధర్మాలు

★ పరిగెత్తే వారికీ, ఆవులించే వారికీ, తలస్నానం చేస్తున్న వారికి నమస్కరించకూడదు.

★ భార్య గర్భవతిగా ఉన్నప్పుడు నదీస్నానమూ, సముద్ర స్నానమూ చెయ్యరాదు. అలాగే క్షౌరమూ, పర్వతారోహణమూ చేయరాదు.

★ స్త్రీలను కాటుక పెట్టుకునేటప్పుడూ, స్నానం చేసేటప్పుడూ గాంచరాదు.

★ ఉదయించే, అస్తమించే సూర్యుడ్ని నీళ్ళలోనూ, అద్దంలోనూ చూడరాదు.

★ తన నీడను తానే నీటిలో చూసుకొనుట, రాత్రిపూట చెట్ల ఆకులను కోయుట, రాత్రి పూట బావిలో నీళ్ళు తోడుట చేయరాదు.

★ తలకూ, శరీరానికీ నూను రాసుకొని మల మూత్రాలు విడవరాదు.

★ భోజనం చేస్తున్న భార్యనూ, ఆవలిస్తున్న భార్యనూ, తుమ్ముతున్న భార్యనూ చూడరాదు. అలా చూడాల్సి వస్తే వెంటనే పక్కకు తిరగాలి.

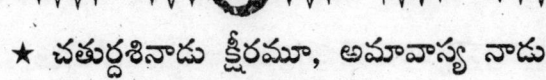

★ చతుర్దశినాడు క్షీరమూ, అమావాస్య నాడు సంసారసుఖాన్ని గూర్చి మర్చిపోవాలి.

★ అలాగే మొలత్రాడు లేకుండా మగవాడు ఎట్టి స్థితిలోనూ ఉండరాదు.

★ గుమ్మడి కాయను స్త్రీ ఎలా పగల కొట్టకూడదో, దీపాన్ని పురుషుడు ఆర్పకూడదు.

★ నీళ్ళు త్రాగే జంతువులనీ, పాలు త్రాగుతున్న దూడను అదిలించరాదు.

జంతువుల నుంచి మనిషి ఏం నేర్చుకోవాలి ?

సింహాదేకం బకాదేకం షట్శున స్త్రీణి గర్దభాత్।
వాయసాత్పంచ శిక్షేచ్చత్వారి కుక్కుటాత్॥

సింహము నుంచి ఒక విషయాన్ని, కొంగ నుంచి రెండు విషయాలనీ, కుక్క నుంచి ఆరు విషయాలనీ, గాడిద నుంచి మూడు విషయాలనీ, కాకి నుంచి అయిదు విషయాలనీ, కోడి నుంచి నాలుగు విషయాలనూ నేర్చుకోవాలి. మృగాలను వేటాడేటప్పుడు సింహం సర్వశక్తులనూ ఉపయోగిస్తుంది.

కొంగ తన ఆహారాన్ని దేశ వాతావరణ ప్రకారంగానూ కాలానుగుణంగానూ తీసుకుంటుంది. మనుజుడు కూడా కార్యాన్ని అలానే చేయాలి. అలాగే కుక్క

అవసరమైనంత భుజించుట, అల్పసంతోషము, చక్కటి నిద్ర, తగు సమయమున నిద్రలేచుట, నమ్మిన బంటుగా ఉండుట, పరాక్రమాన్ని కలిగి ఉండుట చేస్తుంది. ఈ ఆరుగుణాలు కుక్క నుంచి నేర్చుకోవాలి. అలాగే గాడిద మోయలేని బరువుని కూడా మోస్తుంది. వాతావరణాన్ని లెక్క చేయకపోవటం, బాగా పనిచేసి అలసి సొలసి సుఖంగా ఉండుట. ఈ మూడు గుణాలను గాడిద నుంచి నేర్చుకోవాలి. కాకి నుంచి అడ్డుగల శృంగారమూ, కాఠిన్యమూ, ఇల్లు నిర్మించుకొనుటలో జాగురూకత, సోమరితనాన్ని లేకుండుట... ఇట్టివి నేర్చుకోవాలి. ఇక కోడి నుంచి మనిషి నేర్చుకోవాల్సింది. పోరాటంలో వెనకకు తగ్గకుండుట, ఉదయాన్నే నిద్రలేవటమూ, బంధువులతో భుజించటమూ, ఆపదలప్పుడు స్త్రీలను(పెట్టను) రక్షించుకొనుట... ఇటువంటివి కోడి నుండి తెలుసుకోవాలి.

బట్టలన్నీ విప్పదీసి పూర్తి దిగంబరంగా ఎందుకు నిద్రించరాదు ?

స్త్రీగానీ, పురుషుడు గానీ అటుల చేయరాదని ధర్మశాస్త్రాలూ, ప్రాచీన శాస్త్రాలూ చెబుతున్నాయి.

బట్టలు లేకుండా నిద్రించటం వల్ల శరీరంలో రసాయనిక మార్పులు జరిగి, శక్తిని హరించేలా చేస్తుందని ఆయుర్వేదం చెబుతోంది. అలాగే స్త్రీలు బట్టలన్నీ విప్పదీసి నిద్రిస్తే రాత్రి విహారం చేసే అనేక రాక్షస అంశగలవారు కామంతో ఆవహించటమో, రహస్య శీలఅపహరణం చెయ్యటమో జరుగుతుంది. కనీసం రహస్య అవయవాలపైనన్నా వస్త్రాన్ని కప్పుకుని నిద్రించటం బహు మంచిది.

తిరుమల శ్రీవారి సుప్రభాతాన్ని ఎవరు రచించారు ?

స్వామి సుప్రభాత స్తోత్రాన్ని రచించినది శ్రీప్రతివాది భయంకర అణ్ణన్ అనే ఆచార్యుల వారు. శ్రీప్రతివాది భయంకర అణ్ణన్ అనే ఈయన మణవాళ మహామునుల శిష్యుల్లో ముఖ్యులు.

వీరు క్రీ.శ. 1361 నుంచి 1454 వరకూ జీవించి అనేక కృతులు రచించారు. సుప్రభాతాన్ని పుస్తకంగా ప్రచురించే వారు ఇంకా అనేక సంగీత కార్యక్రమాలు నిర్వహించేవారు ఈ విషయాన్ని అనగా రచయిత పేరును ఉదహరించటం ధర్మం.

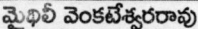

గుడిలో దర్శనం అయ్యాక ఎందుకు కూర్చోవాలి ?

గుడి ప్రశాంతతకు మారు పేరు.

దేవుడ్ని దర్శించగానే మనలోని కోపమూ, అహమూ, ఆవేశమూ, స్వార్ధ చింతన ఆ కొంతసేపూ దూర మవుతాయి.

వెను వెంటనే జనారణ్యం లోకి వెళితే మళ్ళీ మన మనసు మనల్ని యథావిధిగా నడిపిస్తుంది. అది ఎలాగూ తప్పదు.

కాబట్టి, దర్శనం అవ్వగానే కొంతసేపు ప్రశాంత మైన మనసుతో కూర్చుంటే, ఆ దేవాలయాల్లో చేసిన యజ్ఞ, యాగాది, పుణ్య పూజల ఫలం వల్ల మనసు మాలిన్యం కరగటం ప్రారంభిస్తుంది.

అలా కొంతయినా ఆరోగ్యకరమైన, ఆహ్లాద కరమైన సమయాన్ని గడపగలుగుతాము.

శారదా దేవి సూక్తి

నీ దోషములను పరులకు వెంటనే వెల్లడించుట శ్రేయోదాయకము

శుభకార్యాలకీ, చర్చలకీ ముగ్గురెందుకు వెళ్ళ కూడదంటారు ?

సహజంగా ఈ విషయాన్ని మనం చాలాసార్లు విని ఉంటాము. ఏదన్నా పనిమీద వెళ్తున్నప్పుడు ముగ్గురు వెళ్ళకూడదంటారు. ఓ శుభకార్యం కోసమో, మరోకార్యం కోసమో ముగ్గురు వెళితే మార్గ మధ్యలో మాటల్లో అభిప్రాయ భేదాలు రావచ్చు. వకరితో వకరు మాది సరయినదంటే మాది సరి అని వాదనకు దిగవచ్చు. అప్పుడు కార్యం వదలి గొడవకి దిగుతారు. అదే ఇద్దరయితే వొకరికొకరు సర్ది చెప్పుకుంటూ సరి చేసుకుంటూ వెళ్ళి కార్యాన్ని శుభప్రదంగా చేసుకుని వస్తారు.

పూర్వజన్మలో ఏ పాపం చేస్తే ఈ జన్మలో ఏ విధంగా పుడతారు?

బ్రహ్మహత్య చేస్తే క్షయరోగంతో పుడతాడు. గోహత్య చేసినవాడు తిరిగి మరుగుజ్జుగా జన్మిస్తాడు. స్త్రీని హత్య చేసిన వాడు నిత్య రోగిగా పుడతాడు.

మాంసాన్ని తిన్న బ్రాహ్మణుడు కుష్ఠువ్యాధితో పుట్టి బాధలు పడతాడు. శాస్త్రాన్ని అవమానించిన వాడు పాండు రోగిగానూ, అబద్ధ సాక్ష్యం చెప్పినవాడు మూగవాడి గానూ, పుస్తకాన్ని దొంగిలించిన వాడు గ్రుడ్డివాడుగానూ, అబద్ధాలని వినే వాడు చెవిటివాడు గానూ, ఉప్పును అపహరించిన వాడు చీమగానూ, ఇష్టానుసారంగా వ్యభిచరించిన వాడు అడవిలో ఏనుగుగానూ, పిలవని పేరంటానికి వెళ్ళినవాడు కాకిగానూ, మిత్రుడ్ని మోసం చేసినవాడు గ్రద్ధగానూ, అమ్మకాల్లో మోసం చేసిన వాడు గుడ్లగూబగానూ, భర్తనూ పలువురినీ హింసించే స్త్రీ జలగ గానూ, భర్తను మోసం చేసిన ఆడది బల్లిగానూ, గురుపత్నితో సంభోగం చేస్తే తొండగానూ, అతికామాన్ని కలిగిన వాడు గుర్రంగానూ జన్మిస్తాడు. భార్యని హింసిస్తే మేకగా పుడతాడు.

ఏ దానము వల్ల ఏం ఫలము ?

పుణ్యప్రదేశంలో ఇచ్చిన దానమూ, అర్హతగల వారికీ, అవసరమైన వారికీ ఇచ్చేదానం అపాత్రదానం కాదు. ఇచ్చేదానం చిత్తశుద్ధితో ఇవ్వాలి. దానం పుచ్చుకున్నవాడు ఉత్తముడూ, సరయిన వ్యక్తీ అయి ఉండాలి. అప్పుడే ఆ దానానికి వేయి రెట్ల ఫలం వస్తుంది.

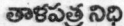

గార్గేయి సూక్తి

ఏకాంతమున గూడ పాపకార్యములను తలంపకుము

(కుంకుమ) బొట్టు ఎందుకు ధరించాలి ?

మన శరీరంలో ప్రతి అవయవానికి ఒక్కో అధి దేవత ఉన్నాడు. అలాగే లలాట అధిదేవత బ్రహ్మ. లలాటం బ్రహ్మ స్థానం. బ్రహ్మదేవుడి రంగు ఎరుపు. కాన బ్రహ్మస్థానమైన లలాటాన ఎరుపు రంగు బొట్టు ధరించాలి. అనగా కుంకుమ.

లలాటాన సూర్యకిరణాలు తాకరాదు. మనలోని జీవి, జ్యోతి స్వరూపుడిగా భ్రూ మధ్యమంలోని అజ్ఞాచక్రంలో సుషుప్త దశలో హృదయ స్థానంలో అనగా అనాహత చక్రంలో ఉంటాడు.

కుంకుమను ఉంగరపు వేలితో పెట్టుకుంటే శాంతి, ప్రశాంతి చేకూరుతుంది. నడివేలుతో ధరిస్తే ఆయువు సమృద్ధి చెందుతుంది. బొటన వేలితో ధరిస్తే శక్తి వస్తుంది. చూపుడు వేలితో ధరిస్తే భక్తీ ముక్తీ కలుగుతాయి.

ప్లాస్టిక్ బొట్టు బిళ్ళల వంటివి ధరించటం కన్నా కుంకుమ ధరిస్తే క్రిమి సంహారకము. కాన శ్రేష్ఠమైన

కుంకుమ ధరించండి. ఎప్పుడయితే నుదుటన కుంకుమ అద్దుతారో అప్పుడు జ్ఞానచక్రాన్ని పూజించినట్టు అవుతుంది.

తల్లి గర్భంలోని పిండం ఎలా పెరుగుతుంది ?

అయిదు రోజులకు బుద్బుదాకారము, పదిరోజులకు రేగిపండంత పరిమాణంగా పెరుగుతుంది. ఒక నెలకి శిరస్సూ, రెండు నెలలకి భుజాలూ, మూడు నెలలకి గోళ్ళూ, రోమాలూ, చర్మమూ, గుహ్యాంగాలూ, నాలుగు నెలలకి సప్తధాతువులూ, ఐదు నెలలకి ఆకలిదప్పికలూ, ఆరు నెలలకి మాయతో కప్పపడి, ఏడవ నెలలో జ్ఞానం కలిగి అటూ ఇటూ కదులుతాడు.

నెలలు నిండి జన్మించే వరకూ లోపల జీవి అనేక విధాలుగా, గత జన్మలో చేసిన పాపాలనూ, తప్పులనూ పునరాలోచించుకుని, ఈ జన్మలో అవి చెయ్యనని ఆ దేవదేవుడ్ని ప్రార్థిస్తూ భూమి మీద పడతాడు. అయితే పడీ పడగానే మాయ కమ్మేస్తుంది. అంతా మరిచి పోతాడు.

మళ్ళీ మాములు పోరాటమే. ధన పోరాటము. స్త్రీ పోరాటము. కుటుంబ పోరాటము. కీర్తి పోరాటము.

వ్యసనపోరాటము. ఆకలిపోరాటము. జూదపోరాటము. ఐహికమైన సుఖాలకి పోరాటము.

ఎలాంటి ఆహారం తీసుకోవాలి ?

తీగల నుంచి వచ్చిన ఆహారము అనగా సొర, బీర, పొట్లకాయ, చిక్కుడు, గుమ్మడి ఇత్యాదివన్నీ ఉత్తమం. కాడ నుంచి వచ్చే ఆహారము అనగా వంకాయా, టమోటా, ముల్లంగి, మునగా, మధ్యమం. వంకాయను చిక్కుడు వంటి కూరగాయలతో కలిపి తయారు చేసుకోవాలి.

విడిగా తినటం అంత మంచిది కాదు. ఇక అధమం భూమి లోపల పండేవి... అనగా దుంప సంబంధించినవి.

అరటి, రావి, మోదుగ, మర్రి, పచ్చఆకుల్లో భోజనము సకల శుభకరమూ, ఆరోగ్యకరము

వివాహాది శుభకార్యాల్లో ఒకప్పుడు విధిగా అరటి ఆకుల్లోనే భోజనాన్ని వడ్డించేవారు. ఆరోగ్య శాస్త్రాలూ, పురాతన శాస్త్రాలూ భోజనం అరిటాకులోనే ఉత్తమమని తెలవిస్తున్నాయి.

ఆకుల్లో ఔషధ గుణాలున్నాయి. అవి శరీరానికి ఎంతో మేలు చేస్తాయి. అలాగే రావి ఆకులో భోజనం చేస్తే జననేంద్రియ దోషాలు తొలగిపోతాయి. చిన్న పిల్లలకి చక్కటి మాటలు వస్తాయి. మోదుగ విస్తరిలో భుజిస్తే నేత్ర దోషాలు కనుమరుగవుతాయి.

మర్రి ఆకులతో కుట్టిన విస్తరిలో భోజనం చేస్తే పూర్తి ఆరోగ్యము. పచ్చటి ఆకుల్లో భోజనము వల్ల ఆకులోని క్లోరోఫిల్ వల్ల అనేక రుగ్మతలు, పేగుల్లోని క్రిములు దూరమవుతాయి.

ఏయే దానాల వల్ల ఏయే ఫలితం వస్తుంది ?

★ కన్యాదానం వల్ల బ్రహ్మలోకప్రాప్తి

★ బంగారాన్ని దానం చెయ్యటం ద్వారా విష్ణులోక ప్రాప్తి

★ గుర్రం దానం చేస్తే గంధర్వలోక ప్రాప్తి

★ ఏనుగుని దానంగా ఇస్తే శివలోక సాన్నిధ్యము

★ ఇల్లు దానం చేస్తే విష్ణు కరుణ

★ నాగలి దానం చేస్తే శ్రీకృష్ణుడి ప్రేమ

★ భూదానం శివలోక నివాసము

★ ఎద్దుని దానంగా ఇస్తే మృత్యుంజయ లోకంలో జన్మ

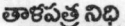

★ గోవుని దానంగా ఇవ్వటం ద్వారా వైకుంఠ నివాసము

పరిపూర్ణ ఆరోగ్యంగా జీవించాలంటే ?

మధ్యాహ్నము ఎండనూ, శవాన్ని కాల్చినప్పుడు వచ్చే పొగనూ, వృద్ధ స్త్రీనీ, తనకన్నా వయసులో పెద్దదైన స్త్రీనీ, గట్టి పెరుగునూ, చీపురు ధూళినీ సేవించ కూడదు. సేవించినచో ఆయుష్షు తగ్గును.

వీటినెన్నటికీ చెప్పరాదు ?

నేర్చుకున్న రహస్య మంత్ర ఔషధములూ, ధర్మమూ(చేసి చూపించాలి), ఇంటిలో పోరూ, కోరి వచ్చిన లేదా కోరుకున్న స్త్రీతో కలయికా, భార్యతో గడిపిన విషయాలూ, చెడువార్త... ఇట్టి వీటిని ఇతరులతో చెప్పరాదు.

భార్య గర్భవతిగా ఉన్నప్పుడు ఇల్లెందుకు కట్టుకోకూడదు ?

భార్య గర్భవతిగా ఉన్నప్పుడు నూతన గృహ ప్రవేశం పెట్టుకోకూడదు. నిర్మించకూడదు.

జీవితాంతము ఉండే ఇంటి పట్ల, వంశాన్ని ఉద్ధరించే సంతానము పట్ల ఎంతో శ్రద్ధ అవసరం. గర్భవతిగా ఉన్న భార్యని ఎంతో జాగ్రత్తగా కంటికి రెప్పలా చూసుకోవాలి. అత్యంత ముఖ్యమైన రెండు విషయాలని ఎవ్వరూ వకేసారి సరయిన రీతిలో చూసుకోలేరు. రెంటికీ న్యాయం చెయ్యలేరు. కాన గృహ నిర్మాణం భార్య గర్భవతిగా ఉన్నప్పుడు కూడదు.

మైత్రేయి సూక్తి

దృశ్యము నశ్యమని నిశ్చయింపుము

బట్టలుతికిన నీళ్ళు కాళ్ళ మీద పోసుకుంటే పుట్టింటికి అరిష్టమా ?

అవుననే చెప్పాలి. మురికి పట్టిన బట్టల నీటిని అనాలోచితంగా కాళ్ళ మీద పోసుకుంటారు ఆడవాళ్ళు కొందరు. అలా చేయటం వల్ల పుట్టింటికి అరిష్టము. ఎందుకంటే ఆడవాళ్ళు ఎక్కువ సమాయన్ని నీటిలో ఉంటూ పని చేయటం ద్వారా కాళ్ళకూ, చేతులకూ పగుళ్లొస్తాయి. వందలో తొంభై మధ్య తరగతి వారూ ఆ క్రింద తరగతి స్త్రీలలో ఖచ్చితంగా కాళ్ళలో పగుళ్ళు

ఏర్పడతాయి. వారిలో పదిశాతం చదువుకున్న, లేదా అందం పట్ల, ఆరోగ్యం పట్ల శ్రద్ధ ఉన్న వాళ్ళు మాత్రమే తగు జాగ్రత్తలు తీసుకుంటారు.

అలా జాగ్రత్తలు తీసుకోని మహిళలు గుడ్డలుతికిన నీటిని, మలినమైనవీ, క్రిములున్న నీటిని కాళ్ళపై పోసుకోవటం ద్వారా అనేక క్రిములు శరీరంలోకి ప్రవేశించి, అనారోగ్యాన్ని కలగ చేస్తాయి. అప్పుడు అడ్డం పడితే భర్త పుట్టింటికి పంపిస్తాడు. ఆపై పడేదే పుట్టింటి వాళ్ళేగా బాధలు.

కూతురు సంతోషంగా ఆరోగ్యంగా ఆనందంగా పుట్టింటికి వస్తే ఆనందించాలని తల్లీ, తండ్రీ కోరు కుంటారు.

అలా కాళ్ళ మీద గుడ్డలుతికిన నీరు పోసుకుంటే పుట్టింటికి అరిష్టమని చెప్తే, ఆడపిల్ల పుట్టింటి మీద ప్రేమతో చెయ్యకుండా ఆరోగ్యంగా ఉంటుందని పెద్దలు అలా చెబుతారు.

పిల్లల్ని ఎలా పెంచాలి?

అయిదు సంవత్సరాలు వచ్చే వరకూ పిల్లలని రాజకుమారుల్లా అతి గారాబంగా పెంచాలి. ఆపై పదిహేను సంవత్సరాల వరకూ సేవకుడిలా ఆజ్ఞాపించి పెంచాలి.

పదహారు సంవత్సరాల తర్వాత మిత్రునిలా భావించి పెంచాలి. అప్పుడే ప్రయోజకులవుతారు.

పిల్లల్ని ప్రేమతో చూడటం వేరు గారాబాంగా చూడటం వేరు. ప్రేమతో పెంచితే ప్రయోజకులవుతారు. గారాబంగా పెంచితే మీకూ దేశానికీ, కట్టుకున్న దానికీ సమస్య అవుతారు. చిన్నతనంలో మన తల్లీ, తండ్రీ నుంచి మనం ఏం కోల్పోయామో, ఏ విషయాల ద్వారా జీవితంలో ఈ స్థితికొచ్చామో గమనించి ఆవే తప్పులు మళ్ళీ చేసి ఆపై చింతించకండి. పిల్లలు పెరిగి పెద్దయి ప్రయోజకులుగా మారి, మనల్ని ఉద్ధరించే స్థితిలో ఉండాలి. కాని మనమే వారిని చూసే పరిస్థితి వస్తే ఖచ్చితంగా మనం మన పిల్లలని సరైన దారిలో పెంచ లేదని...

ఏ పని ఎప్పుడు చెయ్యాలో అప్పుడే చెయ్యాలి... ఆ పనులేంటి ?

వంద పనులున్నా ... కోటి ధనం వస్తుందన్నా సమయానికి భోజనం చేయాలి. వెయ్యి పనులున్నా తగు సమయాన్ని వెచ్చించి స్నానము చేసి పూజాధికాలు చేయాలి. లక్ష సమస్యలున్నా దానము చేయాలనిపిస్తే

వాయిదా వేసుకోకుండా చేసేయాలి. కోటి పనులున్నా వదలి శ్రీహరిని సమయానికి పూజించాలి. ఇవి చేయ గలిగితే మీకన్నా సుఖవంతుడు ఉండరు.

ఎలా భోజనము చెయ్యాలి ?

రోజుకు రెండుసార్లు భోజనము చేయాలని తైత్తిరీయ బ్రాహ్మణం శెలవిస్తోంది. రెండుసార్ల మధ్యలో ఏ ఆహారమూ తీసుకోకపోతే ఉపావాస ఫలం కూడా వస్తుంది.

★ భోజనము చేసేటప్పుడు తూర్పు వైపుకి తిరిగి చేయాలి.

★ తూర్పు వైపుకి తిరిగి చేయటం వల్ల ఆయు ర్దాయము, అలాగే దక్షిణానికి తిరిగి భోజనము చేస్తే కీర్తి, ఉత్తరం వైపు తిరిగి భోజనము చేస్తే కోరికలు ఫలిస్తాయి.

★ పడమర, దక్షిణం వైపున భోజనం చెయ్య కూడదని వామన పురాణంలోనూ, విష్ణుపురాణం లోనూ ఉంది. కాన తూర్పు వైపు తిరిగి భోజనము చేయటం అనేది అన్ని శాస్త్రాలూ, ధర్మాలూ ఏకగ్రీవంగా వప్పు కుంటున్నాయి.

★ ఆకుల మీద, ఇనుప పీటల మీద కూర్చొని భోజనం చెయ్యరాదు.

★ ధనాన్ని కోరుకునే వాడు మఱ్ఱి, జిల్లేడూ, రావి, తుమ్మి, కానుగ ఆకుల్లో భోజనం చేయాలి.

★ మోదుగ, తామర ఆకుల్లో సన్యాసులు మాత్రమే భుజించాలి.

★ భోజనానికి ముందూ, తర్వాత ఆచమనం చెయ్యాలి.

★ తినే ముందు అన్నానికి నమస్కరించి తినాలి.

ఎలాంటప్పుడు భోజనాన్ని తినకూడదు ?

గ్రహణం రోజున అనగా సూర్యగ్రహణానికి పన్నెండు గంటల ముందుగా, అలాగే చంద్రగ్రహణానికి తొమ్మిది గంటల ముందుగా ఎలాంటి ఆహారాన్ని తీసుకోకూడదు.

దూడను కన్న తర్వాత పశువు నుంచి పదిరోజుల వరకూ పాలు సేవించరాదు.

తడి పాదాలతో భోజనమూ, పొడి పాదాలతో నిద్ర అనారోగ్యాన్ని కలుగ చేస్తాయి. రాత్రి పడుకునే ముందు కాళ్ళు కడుక్కుని నిద్రకు ఉపక్రమిస్తే సుఖ నిద్ర పడుతుంది.

అలాగే పడుకునేటప్పుడు తప్పనిసరిగా పక్కనే అందుబాటలో మంచినీరు ఉంచుకోండి.

అలాగే గుర్తుంచుకోవాల్సిన ముఖ్య విషయం నిద్ర మధ్యలో శరీర ధర్మం నిర్వర్తించాల్సివస్తే, అలా మగతగా నడుస్తూ వెళ్ళకండి.

ఎక్కువ ప్రమాదాలు జరిగేది ఆ సమయంలోనే. ఓ క్షణం పూర్తిగా ఇహలోకంలోకి వచ్చి ఆపై శరీరధర్మం తీర్చండి.

ఎలాంటి మాంసాహారం తీసుకోవాలి ?

మనుధర్మ శాస్త్రంలో ఎలాంటి మాంసాహారం తీసుకోవాలని పరిశీలిస్తే... యజ్ఞం చేసే సమయంలో చేసే జంతుబలి కార్యక్రమము హింస క్రిందకు రాదని, వాటిల్లో చంపబడే జంతువులు ఉత్తమ జన్మలు పొందుతాయని ఉంది.

మాంసాహారం తినని వాళ్ళు, అశ్వమేథ యాగ ఫలాన్ని పొందుతారని ధర్మశాస్త్రాలు చెబుతున్నాయి.

మద్యమూ, సంసారిక సుఖమూ, మాంసమూ శాస్త్రాల్లో చెప్పిన ప్రకారం ఆచరించటం వల్ల కొంత వరకు మంచిదని శాస్త్రాలు చెబుతున్నాయి. పితృదేవతలకు అర్పించినదీ, అలాగే దేవతలకు అర్పించినదీ, కొన్నదీ, ఇతరులు ఇచ్చినదీ అయిన మాంసాన్ని తినటంలో తప్పు లేదని మను శాస్త్రం చెబుతోంది.

తినకూడని మాంసాల్లో ఆవూ, గుఱ్ఱమూ, కుక్కా నక్కా కోతీ, పిల్లీ, ఏనుగూ, సింహమూ, పెద్దపులీ, ఎలుకా, చుంచూ, ఊరపందీ ఉన్నాయి.

★ అలాగే భోజనం అయ్యాక వెంటనే నిద్ర పోకూడదు.

★ రాత్రి పూట ఉప్పు వేసుకుని భోజనము చెయ్యకూడదు.

★ ఆహారము బాగా వేడిగా ఉన్నది తీసుకుంటే శక్తి తగ్గిస్తుంది. అలాగే బాగా చల్లటిది జీర్ణమవ్వదు.

★ వెంట్రుకలుంటే ఆహారంలో ఆ భాగం తీసి నీళ్ళు చల్లి ఆపై తినాలి.

★ వేడివేడిగా తినాలని ఉంటుంది. మీ నాలుక సహకరించవచ్చు. మరి లోపల అవయవాల సంగతీ?

ఎలాంటి భోజనాన్ని చేయరాదు ?

★ కాకులు ముట్టుకున్నదీ, కుక్కా, ఆవూ వాసన చూసిన ఆహారము తినకూడదు.

★ పాలతో భోజనం చేశాక, పెరుగుతో భోజనం చెయ్యరాదు.

★ కాళ్ళు జాపుకుని, చెప్పులు వేసుకుని భుజించరాదు.

★ భార్యతో కలిసి తినకూడదు. భర్త భుజించిన తర్వాత భార్య తినాల. కలిసి తినాల్సి వస్తే ముందుగా భర్త ఓ ముద్దను తిన్న తర్వాత భార్య భర్తతో కలసి తినవచ్చు

★ భుజించటానికి ఎడమ చేయి ఉపయోగించ రాదు. చద్ది అన్నాన్ని భుజించకూడదు. చల్లారిన ఆహారాన్ని వేడి చేసి తినకూడదు.

★ పది పదిహేను పదార్థాలతో భోజనం కన్నా కూర, పప్పు, పచ్చడి, మజ్జిగతో తీసుకునే ఆహారం అమృతము. నిలువ పచ్చడి కంటే రోటి పచ్చడి ఎంతో శ్రేష్ఠము.

★ నిలువ పచ్చళ్ళు వయసులో రెండురోజుల కోసారి, మధ్య వయస్సులో వారానికి రెండు సార్లూ, నలభై దాటిన తర్వాత పదిహేను రోజులకోసారి, యాభైదాటాక నెలకోసారి తీసుకోవటం ఆరోగ్యకరం.

భార్యను పూర్తి నగ్నంగా ఎందుకు చూడకూడదు ?

మీ భార్యను మీరు పూర్తి నగ్నంగా చూడటము పాపము కాదు. అయినా చూడొద్దనే ధర్మశాస్త్రం చెబుతుంది.

అలా చూడటం వల్ల భర్తకు భార్యపై ఇష్టమూ, మమకారమూ తగ్గిపోతాయి. కామరసం తగ్గుతుంది. సౌందర్యాన్ని దాచి కొద్దికొద్దిగా అనుభవించాలి. స్త్రీ దాచుకున్నప్పుడే పురుషునిలో కామం వృద్ధి పొందుతుంది.

విప్పదీస్తే ఆపై చూడటానికీ, కోరిక తెచ్చుకోవటానికీ ఇంకేమీ ఉండదు.

అలాగే భార్య తల దువ్వుకునే సమయాల్లోనూ, ఆవులించేటప్పుడూ, బట్టలు ధరించేటప్పుడూ, బహిష్ఠు, ప్రసవ సమయాల్లోనూ దగ్గర ఉండరాదు.

మోసం చేసేవారు ఎలా ఉంటారు ?

చక్కటి ముఖారవిందముతో, చందనము వంటి చల్లని మాటలతో, కత్తెర వంటి హృదయంతో ఉంటారు. వీర్ని తెలుసుకోవటానికి వక్కటే మార్గం. వీరు వచ్చిన తర్వాత మీ వద్ద ఉన్న అమూల్యమైనవి ఒక్కొక్కటిగా దూరమవుతాయి.

కాన ఒక్కసారి పునరాలోచించుకుని తరచి ఆలోచించి చూస్తే అర్థమవుతుంది. మీ ప్రక్కన ఉన్నది శ్రేయోభిలాషో, లేక అలా నటిస్తున్నాడో... జీవితంలో పైకి రావాలంటే మన ప్రక్కనున్న వాళ్ళు సరయిన వాళ్ళు అయి ఉండాలి.

చాలామంది మేధావులు ఇక్కడే తప్పు చేస్తారు. కాని ఏం లాభం.

అమూల్యమైన సమయం ఎంతో వృధా అవుతుంది. అప్పటికి పరాజయము నలువైపులా కమ్మేస్తుంది.

అసలైన వారంతా దూరమవుతారు. జరగాల్సిన నష్టం సమస్తమూ జరిగి పోతుంది.

సర్వమూ కాలి పట్టుకోవటానికి ఆకులు కూడా దరిదాపుల్లో కానరావు.

కలలో ఏమొస్తే ఏం లాభం, ఏం నష్టం ?

★నగ్నంగా నడుస్తూ కలవస్తే ఆపద లేమీ రావు.

★ గాలిలో ఎగిరినట్టు వస్తే ఆస్తి నష్టము.

★ అలాగే దేవతలూ, గోవులూ, అగ్ని, సరస్సులూ, కన్యలూ, ఫలములూ, పర్వతములూ, నదులూ, సముద్రాలు దాటటం... వంటివన్నీ ధనాన్నీ, ఆరోగ్యాన్నీ పెంపొందించే సూచికలు.

★ అలాగే తూర్పు, ఉత్తర దిక్కులకు పోయినట్టు, కోరిన స్త్రీని పొందినట్టు, శవాన్ని చూసినట్టు వస్తే కష్టములు ముందున్నాయని సూచికలు.

పిల్లలు పక్కనెందుకు తడుపుతారు ?

తెలిసీ తెలియని వయసులో దేని గూర్చయినా భయపడటం వల్లా, తల్లీ, తండ్రీ పోట్లాడుకోవటం గమనించటం వల్లా, బాగా ఒత్తిడిగా ఏదైనా విషయాన్ని గూర్చి ఆలోచించటము వల్లనూ తోటి పిల్లలు బొమ్మలు తనకి లేవని బెంగ పెట్టుకోవటం వంటి వాటి వల్లా పక్క తడుపుతారు.

కాన పిల్లల మనసు తెలుసుకుని ధైర్యమూ, ప్రేమా రంగరిస్తే ఆ అలవాటు క్రమంగా మానేస్తారు. చిన్నతంలో తల్లీ, తండ్రీ ప్రేమా, వయసులో స్త్రీకి పురుషుడూ, పురుషునకు స్త్రీ ప్రేమా, పెళ్ళయిన తర్వాత ధనమూ, మధ్య వయస్సులో కూడబెట్టుకున్న ధనమూ ఆపై ఆధ్యాత్మిక భావన ఇవి ఎంతో అవసరము. ఏది తప్పినా, దురదృష్టవంతుల క్రిందలెక్కే.

ఉత్తమ లక్షణాలనగా ఏవి ?

ఏ పలుకూ, ఏ పనీ తనకి అయిష్టమో, బాధా కరమో అట్టి వాటిని ఇతరులకు చెప్పుట చేయరాదు.

కోపద్వేషాలతో ఎవ్వరినీ దూరం చేసుకోకుండా, అత్యుత్తమ సభ్యతతో ప్రవర్తిస్తూ, కనులకూ, చేతులకూ,

కాళ్ళకూ గల చాపల్యతను విడిచి పెడతాడో వానియే ఉత్తమ లక్షణాలు. తనెంత గొప్ప స్థితిలోనున్నా అర్హులైన వారిని పూజించుటా, గౌరవించుటా చేయువాడు ఉత్తముడు. దానంగా ఇచ్చిన దాన్ని తిరిగి తీసుకొనక పోవటము, అట్లే ఇచ్చిన దానాన్ని నలుగురికీ తానే చెప్పుకోవటము తగదు. దాని వల్ల దాన ఫలం దక్కదు. క్షత్రియుడికి మాత్రమే ఇచ్చిన దానాన్ని చెప్పుకునే హక్కు ఉంది.

మాట్లాడే ప్రతి మాట ఎదుటవారికి ప్రియంగా, హితంగా, సరళంగా ఉండాలి. సత్యాన్నే పలుకుతున్నా, వినేవారికి అసత్య మన్నట్టు తోచేలా మాట్లాడరాదు.

సర్వ మాటలకి సత్యమే ప్రాణమూ, మూలమూ.

శివలింగం ఇంట్లో ఎందుకు పెట్టుకోకూడదు ?

శివునికి నిత్యపూజ జరగాల్సిందే.

అలా చెయ్యగలిగితేనే శివలింగాన్ని ఇంట్లో ఉంచుకోవాలి. శివలింగానికి నిత్యము ఖచ్చితమైన సమయంలో అభిషేకమూ, నివేదన జరగాలి. అలా నిష్టగా చేసే పరిస్థితులు ఈ పోటీ ప్రపంచంలో లేవు.

కాన శివలింగాన్ని అలా నిత్య పూజ చెయ్య లేనప్పుడు మహాశివుని ఆగ్రహానికి గురి కావటం కన్నా,

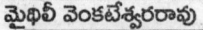

మీకు దగ్గరిలోని గుడిలో శివలింగాన్ని ఇచ్చివేయటం మంచిది.

ధ్రువుడు సూక్తి

జిహ్వాచాపల్యమును జయింపుము

నమ్మిన వార్ని వదిలేస్తే ఎంతటి పాపము?

శరణాగతునకు ద్రోహం చెయ్యటం, స్త్రీని చంపటమూ, సద్ బ్రాహ్మణుడి ధనాన్ని హరించటమూ, మిత్రద్రోహం చెయ్యటమూ వలన ఏ ఏ పాపాలు సంక్రమిస్తాయో, అట్టి పాపం నమ్మిన వార్ని వదిలేస్తే వస్తుంది.

భార్య నమ్మి వస్తుంది. ఆమెను వదిలెయ్యటం... తమ్ముడు అన్నని నమ్ముతాడు. అలాంటి అన్న తమ్ముడ్ని మోసం చెయ్యటం ఇలాంటివన్నీ పైపాపాలతో సమానం.

రాహుకేతువులకి అప్రదక్షిణము చేయాలా ?

గ్రహాలకి రాజు సూర్యుడు అన్నీ గ్రహాల మధ్యన ఉంటాడు. చంద్రుడు ఆగ్నేయంగా ఉంటాడు.

అంగారకుడు దక్షిణంగానూ, బుధుడు సూర్యునకు ఈశాన్యంగానూ, బృహస్పతి ఉత్తర దిక్కుగానూ ఉన్నారు. తూర్పున శుక్రుడుంటాడు.

పశ్చిమ దిక్కున శనైశ్చరుడూ, నైఋతిలో రాహువూ, వాయువ్యంలో కేతువూ ఉంటారు.

అయితే గ్రహాలన్నీ ఒకే విధంగా ఉంటే రాహు కేతువులు వేరుగా అప్రదక్షిణంగా తిరుగుతున్నట్టు ఉంటాయి. అయినా మనం ఆయా గ్రహాల పూజల ప్రకారమే చేయాలి.

అప్పు తీసుకోవటానికి ధర్మరాజే వెనకడుగు వేశాడా?

ధర్మరాజు ధర్మం తప్పనివాడు. ఏ ధర్మ సూక్ష్మాని కైనా, ధర్మజుడినే అడుగుతారు. ఆ కాలంలో ఓ సారి ధర్మరాజు కుబేరుని వద్ద ధనాన్ని అప్పుగా తీసుకోవటా నికి వెళ్ళాడు.

అప్పుడు ధర్మరాజు యొక్క ధర్మ గుణాన్ని పరీక్షించ దలచి... ధర్మరాజా ఋణము తీసుకున్నప్పుడు ఆనందించినంతగా, తిరిగి ఇచ్చేటప్పుడు ఆనందిస్తూ ఇవ్వగలవా? అని అంటే ధర్మరాజు మారుమాట్లాడ కుండా వెనక్కి వచ్చేశాడు.

ఉత్తరం వైపు తలపెట్టి ఎందుకు నిద్రించకూడదు ?

మన భూమిలో అయస్కాంత శక్తి ఉత్తర దక్షిణాలుగా ఇమిడి ఉంటుంది.

మనమూ అలానే నిద్రపోయామంటే ఉత్తర దక్షిణాల్లో ఇమిడి ఉన్న అయస్కాంత శక్తి తరంగాలు మన మెదడులోని శక్తివంతమైన విద్యుత్ తరంగాలని తగ్గించి వేస్తాయి.

దాని వల్ల అనేక ఆరోగ్య, మానసిక సమస్యలు. రక్త ప్రసరణ వ్యవస్థలో మార్పు వస్తుంది. మెదడులో లోపాలు తల ఎత్తుతాయి.

అలా కాకుండా తూర్పు పడమరల వైపు నిదురిస్తే మెదడు సుఖవంత స్థానంలో ఉండి మెరుగు పడుతుంది.

రక్త ప్రసరణ సరిగా జరిగి శరీరాన్ని ఉత్తేజం చేస్తుంది.

గాయత్రీ మంత్రం అర్థం...?

అన్నీ మంత్రాలలో కన్నా శ్రేష్టమైనది గాయత్రీ మంత్రం. గానం చేసే వార్ని రక్షించేది. భూలోకమూ, భువర్లోకమూ, సువర్లోకమూ బ్రహ్మ స్వరూపమని తెలియ చెబుతోంది.

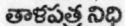

"ఓం భూర్భువః స్వః
తత్స వితుర్వరేణ్యం
భర్గో దేవస్య ధీమహీ
ధియో యోనః ప్రచోదయాత్."
అన్నదే గాయత్రీ మంత్రం.

తమలపాకంటే సకల దేవతల స్థానమా ?

అవును. అందుకే ప్రతి శుభకార్యానికి తమల పాకును తప్పని సరిగా వాడతారు.

నాగవల్లి దళమనే తమలపాకు దేవతాదళము. తమలపాకు తొడిమలో లక్ష్మీదేవి, మధ్య భాగాన పరమేశ్వరుని సతి పార్వతీ దేవి...

కొన భాగంలో విద్యాలక్ష్మి అయిన సరస్వతీ దేవి ఉంటారు.

ఇంద్రుడూ, మన్మథుడూ, విష్ణువూ, శివుడూ, బ్రహ్మ తమల పాకుపై సదా కొలువు తీరి ఉంటారు.

తమల పాకు ఉపవాస వేళల యందు తీసుకో రాదు.

అలాగే ఎండిన లేదా చినిగిన తమల పాకులు శుభకార్యాల్లో వాడరాదు.

పిడుగులు పడేటప్పుడు 'అర్జునా, ఫాల్గుణా' అని ఎందుకు పెద్దలు అనమంటారు ?

వర్షం పడే సమయంలో పిడుగులు పడటం ప్రకృతి ధర్మము. ఆ సమయంలో చెట్టు క్రింద ఉండ కూడదు. అలాగే అర్జునా, ఫాల్గుణా అనమనటంలో ఓ గొప్ప ఇతిహాస కథ కూడా ఉంది.

మహాభారత గాథలో అజ్ఞాతవాసాన్ని ముగించిన అర్జునుడు ఆయుధాల కోసం ఉత్తరుడిని శమీవృక్షం వద్దకు తెస్తాడు. ఉత్తర గోగ్రహణం ద్వారా గోవులను తరలించుకుపోతున్న దుర్యోధన, కర్ణాదులను ఎదుర్కోవ టానికి ఆయుధాలను శమీవృక్షం మీద నుంచి క్రిందకు తెమ్మంటాడు.

అప్పుడు ఉత్తర కుమారుడు భయపడుతుంటే, తనకున్న పదిపేర్లను చెప్పి ఉత్తర కుమారుడి భయం పోగొట్టి ధైర్యాన్ని కలిగిస్తాడు.

అర్జునుడి పది నామధేయాలు... అర్జునా, ఫాల్గుణా, పార్థ, కిరీటి, శ్వేతవాహన, భీభత్స, విజయ, కృష్ణ (పాండవులు పెట్టిన పేరు), సవ్యసాచీ, ధనుంజయ. కాన అర్జునుడి పది పేర్లలో పిడుగులు

పడ్డప్పుడు ఏ పేరు తలచినా, భయం తీరుతుంది. కొన్ని ప్రాంతాల్లో పిడుగు పడుతున్నప్పుడు అర్జునుడి రథ చక్ర సూల విరిగిందని అదే పిడుగని చెబుతారు. అలా చెప్పటంలో కూడా అర్జునుడిని తలచి విన్పించటమే.

శ్రీశైలంలో ఇచ్చే యాగభస్మములో ఎన్ని వనమూలికలుంటాయో తెలుసా ?

రావీ, మోదుగా, మేడీ, ఉత్తరేణూ, జమ్మీ, జిల్లేడూ, చంద్రా, దేవదారూ, దర్భ, జువ్వీ లాంటి వాటితో యాగము నిర్వహించి యాగానంతరము లభించేదే యాగభస్మము.

ఈ భస్మము పవిత్రమైనదీ, పుణ్యప్రదమయినదీ కూడా. ఆ భస్మాన్నే దేవస్థానము వారు ఇస్తారు.

తుమ్ముగానే చిరంజీవ అని పెద్దలంటారెందుకు ?

మన శరీరం ఎన్నో రుగ్మతలను కలిగి ఉంటుంది. అనారోగ్యం గూర్చి తుమ్ము మనకు అనేక సంకేతాలను పంపుతుంది.

మరి ముఖ్యంగా పిల్లలు తుమ్ముతుంటే పెద్దలు చిరంజీవ అని అంటారు. అనగా బహుకాలం జీవించ మని.

తుమ్ము అనారోగ్య చిహ్నము. మన తాత ముత్తాతలు పిల్లల తుమ్మును బాగా పట్టించుకునేవారు. ఎన్నో జాగ్రత్తలు తీసుకునే వారు.

తుమ్ము వచ్చిందంటే శరీరంలో అనారోగ్యమున్నట్టే.

బ్రాహ్మణులను భూలోక దేవతలంటారు నిజమేనా ?

అవును. వైదిక వృత్తిలోనున్న వారూ, ధర్మ, అర్థ, కామ, మోక్షాలను ఆయా కాలాల్లో నిర్వహించేవారూ, మంత్రాలతో పదిమందికీ శుభం కలిగించే వారూ అయిన బ్రాహ్మణులు మాత్రమే భూలోక దేవతలుగా అర్హులు.

అలాగే వేదమంత్రాలను ధనానికి కాకుండా పరులకూ, లోక కళ్యాణం కొరకూ ఉపయోగించేవారూ, ఆడంబరాలకు దూరంగా ఉండేవారూ, అసత్యమాడని వారూ, పరనిందలు వేయనివారూ, శాస్త్రాల సారాన్ని తెలుసుకున్నవారూ భూలోక దేవతా దూతలే.

గడపని తొక్కటం, కూర్చోవటం చెయ్యకూడదని, అలాగే గడపకి పసుపు రాయటంలో ఆంతర్యము ఏమిటి ?

అసుర సంధ్య వేళ శ్రీమహావిష్ణువు నరశింహావతారం ఎత్తి ఉగ్రుడై హిరణ్యా కశిపుడిని సంహరించాడు. అట్టి గడప శ్రీమహావిష్ణువు స్థానం.

దానికి తోడు గుమ్మం వద్ద వ్యతిరేక తరంగాలు ప్రసరిస్తుంటాయి.

గడప అంటే లక్ష్మీదేవి కూడా. అందుకనే లక్ష్మికి ఇష్టమైన పసుపుతో అలుకుతారు. మంగళకరమైన కుంకుమతో బొట్టు పెడతారు.

పూర్వకాలంలో పాములెక్కువ తిరుగుతుండేవి. రక్షణగా కూడా పసుపును గుమ్మాలకూ, గడపకూ పట్టించేవారు. దాని ఘాటుకు పాములు ఇత్యాది విషక్రిములు లోపలికి రాలేవు.

ఆంజనేయుడు సూక్తి

గుహ్యచాపల్యమును జయింపుము

శ్రీశైల క్షేత్ర 'సాక్షి గణపతి'ని తప్పక దర్శించాలన్నది ఎందుకు ?

శ్రీశైల క్షేత్రాన్ని దర్శించిన వారంతా పునర్జన్మ నుంచి విముక్తి కలిగించే శిఖర దర్శనం చూడటంతో పాటు సాక్షి గణపతిని దర్శించి గోత్ర, నామాలు చెప్పుకుంటారు.

అలా చెప్పటంలో పరమార్ధము... సాక్షి గణపతి కైలాసంలో పరమశివుని వద్ద శ్రీశైలాన్ని దర్శించిన భక్తుడూ, భక్తురాలి పేరు చెప్పి సాక్ష్యం ఇస్తాడు. పరమేశ్వరుని అనుగ్రహానికి పాత్రులను చేస్తాడు. అందుకే సాక్షి గణపతిని తప్పక ధరించి గోత్రనామాలు చెప్పుకోవాలి.

రామాయణ భారత భాగవతాల్ని ఎప్పుడు చదవాలి ?

ప్రాతఃకాల సమయాన మహాభారతాన్నీ, మధ్యాహ్నా మున రామాయణాన్నీ, రాత్రి సమయాన భాగవతాన్నీ చదివితే ఎక్కువ ఫలం వస్తుంది.

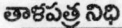
స్త్రీ తన కన్నా వయసు ఎక్కువ ఉన్న పురుషుడిని ఎందుకు వివాహం చేసుకోవాలి ?

తన కన్నా ఎక్కువ వయసు గల స్త్రీతో శారీరిక సంబంధము వల్ల పురుషునికి శక్తి తగ్గిపోతుందనేది అసత్యం.

స్త్రీకి సిగ్గూ, బిడియమూ ఎక్కువ. కాన ప్రేమతో లాలించి, బుజ్జగించాలంటే తనకన్నా చిన్నదవ్వాలి. స్త్రీ సహజంగా పురుషుని కన్నా బలవంతురాలు కాదు. కాన సంసారాన్ని మోయలేదు. కష్టించలేదు.

పైగా స్త్రీ పెద్దదయితే కుటుంబ భారం స్త్రీ మీద పడుతుంది. మగవాడిదే కుటుంబ భారమని చెప్పటమే పరమార్థం.

అందువల్లే భార్యకంటే భర్తకి ఎక్కువ వయసు ఉండాలన్నది నియమముగా పెట్టారు పెద్దలు.

దేవుని దీపం ఏ వైపుకి ఉండాలి ?

వెండి, పంచలోహాలు లేదా మట్టి ప్రమిదల్లో దీపం వెలిగించి భగవంతుని వైపుకి ఉంచాలి. రెండు వత్తులు ఖచ్చితంగా ఉండాలి.

ఏకవత్తి వెలిగించరాదు. అలా వెలిగించటము మహా దోషము. ఓసారి పూజకు వినియోగించిన కుందిని మళ్ళీ వాడరాదు.

మహాశివునికి ఎడమవైపూ, విష్ణువుకి కుడి వైపు దీపాన్ని ఉంచాలి. ఎదురుగా ఉంచరాదు.

నిత్య దీపారాధన చేసే వారికి మంచి భర్త లభిస్తాడు.

స్త్రీలు సుమంగుళులుగా ఉంటారు. సంతాన వంతులవుతారు. దీపారాధనంటే జగన్మాతని కూడా ఆరాధించటమే.

శ్రీమహాలక్ష్మీదేవి స్థానాలు ఏమిటి ?

గురుభక్తి, దైవభక్తి, మాతా పితృభక్తి గలవారికి లక్ష్మి తన కటాక్షాన్ని ఇస్తుంది. అతిగా నిద్రపోయే వారి గృహంలోనూ, ఉదయాన్నే పూజ చేయని వారి గృహంలోనూ లక్ష్మి నిలువదు.

గృహం పరిశుభ్రంగా లేకపోయినా, గడపకు పసుపు రాయకపోయినా, స్త్రీకి నిషిద్ధమైన నాలుగు రోజులు పూజా మందిరానికి దూరంగా ఉండకపోయినా శ్రీమహాలక్ష్మి ఆ గృహం నుంచి వెళ్ళిపోతుంది.

ముగ్గూ, పసుపూ, పువ్వులూ, పళ్ళూ, పాలూ, దీప, ధూప, మంగళద్రవ్యాలు లక్ష్మీస్థానాలు.

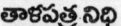

ప్రత్యక్ష శత్రువులు ఎవరు ?

పితాచ ఋణవాన్ శత్రు ర్మాతా చ శ్యభిచారిణీ।
భార్యాऽ రూపవతీ శత్రుః పుత్త్రః శత్రు రుపణ్డితః ॥

అప్పులు పాలు చేసి నడి రోడ్డు మీదకు లాగిన తండ్రీ, తండ్రికి ద్రోహము చేసి గౌరవాన్ని మంట గలిపిన తల్లీ, రూపవంతురాలూ గుణవంతురాలూ కాని భార్యా, మూర్ఖుడైన మదముగల కొడుకూ వీరు ప్రధాన శత్రువులు. వీర్ని జయించుట సాధ్యం కాదు.

పంచశీల సూత్రాలంటే ఏమిటి?

★ప్రాణాలని హింసించి, చంపి ఆనందింపరాదు.

★ మనవి కాని ఏ ఆస్థులనూ, ఆనందాలనూ కోరకుండా ఉండటమూ, ప్రక్కవాడి భార్యా, పక్కవారి ధనమూ ఆశించకపోవటము ఇత్యాదులు.

★ శారీరిక అధర్మ కోరికలను నియంత్రించు కోవటము (స్వార్థమూ, ఈర్ష్య, కుళ్ళు)

★ సత్యాన్ని పలకటము... చూడకూడనివీ... మాట్లాడకూడనివీ... వినకూడనివీ... చెయ్యకుండా ఉండటము.

★ దుర్వ్యసనాలకి అనగా మద్య, ధూమమూ, మగువలకు దూరంగా ఉండటము.

ఆవు ఎంత పవిత్రమైనది ?

గోవు... గంగ... గాయత్రి... ఈ మూడూ పరమ పవిత్రమైనవి. ఆవుని పూజిస్తే 33 కోట్ల దేవతలని పూజించినట్లే. క్రిములు లేకుండా చెయ్యటంలోనూ, అనేక నేత్ర, హృదయ రోగాలను పారద్రోలే శక్తి గోమయంలో వుందని వైద్యశాస్త్రంలో ఉంది.

ఆవుని ముట్టుకున్నంతనే ఆయుష్షు వృద్ధి చెందుతుంది. ఆవుకు నమస్కరిస్తే ముక్కోటి దేవతలకి నమస్కరించినట్టే.

స్త్రీలు ధరించే నగల అర్థం ఏమిటి ?

వడ్డాణము: గర్భకోశము కదలి లోపలున్న శిశువు వికారంగా పుట్టకుండా చేస్తుంది. అలాగే బంగారాన్ని అనేక మార్గాల ద్వారా ఆహారంగా తీసుకుంటే ఎంతో ఫలితం ఇస్తుంది. అలాగే బంగారాన్ని ఏ రూపంగా ధరించినా ఎంతో కొంత శక్తి శరీరానికి సంక్రమిస్తుంది.

ముక్కర: దీన్ని ధరించటం వల్ల మాట్లాడేటప్పుడు పై పెదవికి తగిలి వీలయినంత తక్కువ మాట్లాడమని చెబుతుంది. ముక్కర ధరించటం వల్ల ముక్కుకొనపై ఏదో విధంగా దృష్టి ఉంటుంది.

అలా దృష్టి ఉండటం ధ్యానంలో ఒక భాగం. అలాగే భార్యాభర్తలు కలుసుకున్న సమయాల్లో స్త్రీ వదిలిన గాలి పురుషునికి అనారోగ్యం.. అలాంటి చెడుశ్వాస కలిగిన గాలిని బంగారు ముక్కర పవిత్రం చేస్తుంది.

కాలికి మెట్టెలు : గర్భకోశంలో నున్న నరాలకూ కాలి వేళ్ళలో ఉన్న నరాలకు సంబంధం ఉంది. దానితో పాటు స్త్రీ కామాన్ని అదుపులో ఉంచుకోవాలంటే కాలి వేలికి రాపిడి ఉండాలి. నేలను తాకరాదు. కామాన్ని పెంచే నరాలు కుడికాలి వేళ్ళలో ఉన్నాయి.

చంద్రవంక : శిరోమధ్య ప్రదేశంలో ధరిస్తారు. ఆ ప్రాంతం నుంచే మన జీవనాధారమైన ప్రాణవాయువు బ్రహ్మరంధ్రం నుంచి హృదయంలోకి ప్రవేశిస్తాడు. అందుకే ఆ భాగాన్ని కప్పి ఉంచుతారు.

కంఠానికి వేసుకునే హారాలు : హృదయంలో పర మాత్ముడున్నాడు. ఆ విషయాన్ని గుర్తించామని చెబుతూ ధరించటము. తెలిసీ తెలియక చేసిన పాపాలను కూడా బంగారం పోగొడుతుంది. బంగారం ధరించటం ద్వారా చెడు కలలు రాకపోవటమే కాదు, గుండెల మీద బంగారం గుండెకి సంబంధించిన వ్యాధులను కూడా అరికడుతుంది.

అలంకారానికి పెట్టుకునే వస్తువులే అవసరానికి ఆదుకుంటాయి. పూర్వం రాజులూ, చక్రవర్తులూ అతి సన్నని బంగారు రేకులు చేయించుకొని వేడి అన్నం మీద వేసేవారు. వెనువెంటనే బంగారు రేకు కరిగి అన్నంలో కలిసిపోయేది. అలా వారు బంగారాన్ని ఆహారంగా తీసుకునేవారు.

తమలపాకు తొడిమ, చివర్ల ఎందుకు తెంపి తాంబూలం సేవిస్తారు ?

తమలపాకు తొడిమ తింటే వ్యాధి రావటానికి అవకాశాలు ఎక్కువ. అలాగే చివర్లు తింటే పాపం. ఆకులో ఉండే ఈనెలు తింటే బుద్ధి మందగిస్తుంది.

తమలపాకు నమలగానే ఊసివేయాలి. దానికి కారణం తొడిమ, ఈనెలూ, చివర్లు ఇంకా మిగిలి ఉంటాయి. తొలి రసం ద్వారా బైటికి వదిలెయ్యటం జరుగుతుంది. తాంబూలంలో వక వక్క మాత్రమే వాడాలి. రెండు వక్కలు పనికి రావు.

తాంబూలాన్ని గాయాలతో ఉన్నవారూ, కంటి జబ్బులున్న వారూ, క్షయాదులున్న వారూ వేసుకో కూడదని శాస్త్రాలు చెబుతున్నాయి.

అకుకి రాసే సున్నం మధ్య వేలూ లేదా బొటన వేలితోనే రాసుకోవాలి. దాని వల్ల ఆయుష్షు పెరుగుతుంది.

ఈ రెండు వేళ్ళ ద్వారా సున్నం వ్రాయటం ద్వారా హృదయ నరాల్లో ఉత్తేజం కలిగి హృదయం తన పని తను మరింత సుళువుగా చేసుకుంటుంది.

ఏ ధనం ఉత్తమము ?

ఉత్తమంస్వార్జితంవిత్తం మధ్యమంపితురార్జితమ్ ।
అధమం భ్రాతృజాయాది స్త్రీవిత్త మధమాధమమ్ ॥

తాను కష్టపడి సాధించుకున్నది ఉత్తమమైనది. తండ్రీ, తాత ఇచ్చినది మధ్యమము, సోదరులు గడించిన ధనమూ, భార్య ద్వారా వచ్చిన ధనమూ అధమము. స్త్రీ సొమ్ము అధమాధమము.

అందుకే అంటారు ఆడదాని సొమ్ము తిని వాడేం బావుకుంటాడు అని.

ఏ ఏ రోజుల్లో క్షర కర్మ చేయించుకోవాలి ?

బుధవారమూ, గురువారమూ, సోమవారమూ మంచిది. ఆదివారమూ, శనివారమూ క్షరకర్మ వద్దు. మొదట గడ్డం గీయించుకుని ఆపై చంకలూ, ఆ తర్వాత

తల క్షౌరం చేయించుకోవాలి. ఇలా చేయించుకోవటం వల్ల కుటుంబ వృద్ధని శాస్త్రాలు చెబుతున్నాయి.

గోళ్ళూ, మీసాలూ, రోమాలూ, ప్రతి అయిదు రోజులకొకసారి కత్తిరించుకోవాలి. ముక్కులోని వెంట్రుకలు కత్తిరించుకోకూడదు. దాని వల్ల కంటికి ఇబ్బంది. మనం పీల్చేగాలిలో అనేక విషక్రిములుంటాయి. వాటిని పసిగట్టి ఆపి... మంచి గాలిని పంపించేవే ముక్కులోని వెంట్రుకలు. అలాంటి వాటిని అందం కోసం కత్తిరించ వద్దు.

అలాగే క్షురకర్మ పాడ్యమీ, చవితీ, షష్ఠి, అష్టమీ, నవమీ, అమావాస్య, పౌర్ణమి తిథిలందు వలదు.

శనీశ్వరునకు నడకంటే ఇష్టమా?

శనీశ్వరునకు నడకంటే ఎంతో ప్రీతి. అందుకే అనేక ప్రదక్షిణాలు చేస్తారు. శనిని తమకనుగుణంగా ఆశీర్వదించమని వేడుకుంటారు. తొలుత మన రాష్ట్రముఖ్యమంత్రి కూడా అయిదారు నెలల పాటు నడకను సాగించే ముఖ్యమంత్రి అయ్యాడు. ఇక నడక విషయానికొస్తే నడక శరీరంలో శక్తిని పెంచుతుంది. బుద్ధిని పెంచుతుంది. మనసుకి ఉత్తేజాన్నీ ఉత్సాహాన్నీ ఇచ్చి సమస్త కార్యాల్లో విజయాన్ని తెచ్చి పెడుతుంది.

'ఏడు' సంఖ్య రోదన సంఖ్యా ?

తిరుమల ఏడుకొండలు... ప్రత్యక్షదైవం సూర్య భగవానుడి నుంచి వచ్చే కిరణాలు ఏడు, మన క్రింద ఏడు లోకాలు, మన పైన ఏడులోకాలు. ద్వీపాలు ఏడు. వివాహంలో దంపతులు కలసి వేసేవి ఏడు అడుగులు. అగ్ని దేవుని నాల్కలు ఏడు.. బ్రహ్మోత్సవాలు జరిగేదీ ఏడవ నెలలో. సప్త స్వరాలు కూడా ఏడే. ఏడు సంఖ్యమంచిది కాదని కొందరి నమ్మకము. ఏడు కూడా మంచిదే. భగవంతుడు సృష్టించిన ప్రతిదీ మానవుని కోసమే. దాన్ని ఉపయోగించే పద్ధతుల వల్లే ఫలితం మనుజునకి వస్తుంది.

పెళ్ళి అనుకోగానే ఎవరెవరు ఏమి కోరుకుంటారు ?

వధువు తనని వరించే పెండ్లికొడుకు అందగాడు, మంచివాడు, బాగా చూసుకునేవాడు, తన మాట వినేవాడూ, తనని అన్ని విధాల సంతృప్తి పరిచేవాడు అయినవాడ్ని కోరుకుంటుంది. వధువు తల్లి అల్లుడికి ఐశ్వర్యమెంతో ఉండాలని ఆశిస్తుంది. తనలా తన కుతూరికి జరగకూడదని తనెంత బాగా అనుభవించినా కోరుకుంటుంది.

వధువు తండ్రి వరునికి పరువూ, ప్రతిష్టలూ ఉండాలనీ, అల్లుడి గూర్చి గర్వంగా పదిమందిలో చెప్పుకోవాలని ఆశిస్తాడు.

బంధువులు వరుడి కులగోత్రాలనీ, ఇక మిగిలిన వారు విందు భోజనం గూర్చి ఆలోచిస్తారు.

భీష్ముడు సూక్తి

బ్రహ్మచర్యమును నిరాటంకముగ కాపాడుము

గర్భగుడిలోకి వెళ్ళే ముందు గడపకెందుకు నమస్కరిస్తారు ?

గృహములో వలే చెక్కతో కాకుండా దేవాలయాల్లో గడపను రాతితో నిర్మిస్తారు. రాయి పర్వతానికి చెందినది.

భద్రుడు అనే ఋషి భద్రమనే పర్వతంగానూ, హిమవంతుడు అనే భక్తుడు హిమాలయముగానూ, నారాయణుడు అనే భక్తుడు నారాయణాద్రిగానూ అవతరించారని పురాణాలు శెలవిస్తున్నాయి.

భగవంతుడు ఆ భక్తుల కోసం ఆ కొండల మీదే వెలిశాడు. కాన ఆ రాళ్ళ నుంచి వచ్చిన రాయినే గడపగా మార్చి ఉంచుతారు.

నిత్యం దేవుడ్ని దర్శించే ఆ గడప పుణ్యానికి నమస్కరిస్తూ, అట్లాగే అంతటి భక్తుడ్ని దాటుతన్నందుకు క్షమించమని, మన్నించమని వేడు కోవటమే గడపకు నమస్కరించటము. దేవాలయాల్లో గడపని తొక్కి దాటకండి. కేవలం దాటండి.

గయలో ఇష్టమైన దాన్ని ఎందుకు వదులుతారు ?

ఎంతో ఇష్టమైన పండును లేదా కూరగాయనూ మరేదైనా గయలో ఇచ్చి వచ్చామంటారు. ఆ తర్వాత దాన్ని ముట్టరు. అలా వదలటానికి ప్రధాన ఉద్దేశ్యము కామక్రోధలోభాలని వదిలేశానని చెప్పటం... ఇంద్రియా లను అదుపులో ఉంచుకుంటున్నానని చెప్పటం.

దేవాలయాల్లో బూతు బొమ్మలెందుకు ?

ఇప్పటిలా ఆ రోజుల్లో కామగ్రంథాలూ, సినిమాలూ, టి.విలూ లేవు. నిరంతరము వృత్తి లేదా భక్తి. దానికి తోడు చిన్నతనంలోనే వివాహం చేసేవారు. ఇప్పటిలా స్నేహితులు ఉన్నా, ఎవ్వరికీ శృంగారంపై సరయిన అవగాహన ఉండేది కాదు.

శృంగారం అంటే బూతు కాదనీ, సరయిన సమయంలో తెలుసుకొనే ముఖ్యవిషయమని దేవాలయాల్లో అక్కడక్కడ శృంగార భంగిమలు చెక్కి ఉంచేవారు.

ఎవరికి వారు ఆ భంగిమలను చూసి అవగాహన ఏర్పరుచుకుని, సుఖ సంసారాన్ని చేయాలన్నది పెద్దల కోరిక.

ఇక ముఖ్య విషయమేమంటే, దేవాలయాల్లో ఆ శృంగార భంగిమల వైపు మనసు పోతుందా, భక్తి వైపు పోతుందా అని భగవంతుడు పెట్టే పరీక్ష కూడా. కామాన్ని వదలి భక్తిపైనే శ్రద్ధ పెడితే పుణ్యమని పరమార్థం.

'9' అంకె గొప్పతనమేమిటి ?

కృత, త్రేతా, ద్వాపర యుగాలు లెక్కేస్తే తొమ్మిదే వస్తుంది. కృతయుగం 17,28,000.

త్రేతాయుగము 12,96,000. అలాగే ద్వాపర యుగము 8,64,000.

మహాభారతము పర్వాలు 18, మహాభారత యుద్ధం జరిగింది 18 రోజులు. మహాభారతంలో పాల్గొన్న అక్షౌహిణులు 18. అలాగే భగవద్గీత అధ్యాయాలు 18.

వ్యాసమహర్షి పురాణాలు పద్ధెనిమిది కలిపితే తొమ్మిది. మానవ శరీరంలో ఉన్న రంధ్రాలు తొమ్మిది. ఆఖరుకి మనం తల్లి గర్భంలో ఉన్నది కూడా 270 రోజులు. అనగా కలిపితే తొమ్మిది. తొమ్మిది అంకెకూ, ఆరుకి సరిపడదు.

వడపప్పు పండుగలప్పుడు ఎందుకు చేస్తారు ?

పండుగలప్పుడు మనం అనేక పిండి వంటలు చేసుకుని తింటాము. దాని వల్ల అనేక అనారోగ్య సమస్యలు తలెత్తుతాయి.

వడపప్పు, పానకం సేవించట వల్ల అరగని ఆహారపదార్థాలను అరిగేలా చేస్తాయి. అందుకనే పండుగలపుడు వడపప్పు, పానకం చేస్తారు.

కొత్తబట్టలకు నలువైపులా పసుపురాసి ఎందుకు ధరిస్తారు ?

ఈ ఆచారాన్ని మన పూర్వీకులు మన ఆరోగ్యం కోసం పెట్టారు. బట్టలను మగ్గాలపై నేస్తారు. నేసే ముందు నూలుకు పిండితో తయారయిన గంజి పెడ తారు.

అలా గంజి పెట్టి నేయటం వల్ల అనేక రోగ క్రిములు వస్త్రాల్లో చేరతాయి. అలాంటి వస్త్రాలను ధరిస్తే చర్మ సంబంధిత రోగాలొస్తాయి. అందుకే క్రిములను దూరం చేసే పసుపును నలువైపులా రాసి ఆపై ధరించమని చెపుతారు. పసుపు మంగళకరానికి కూడా గుర్తు.

ఆడపడుచు చేత పెళ్ళికొడుకును చేయించేదెందుకు ?

ఆడపిల్ల పుట్టింటి నుంచి అత్తారింటికి వెళ్ళగానే తన పుట్టింటితో అనుబంధమూ, హక్కులూ పోయాయనీ, దూరమయ్యాయని బాధపడుతుంటుంది.

అలాంటిదేమీ లేదు ఈ ఇంట్లో నీ హక్కు అలానే ఉందని చెప్పి, వివాహ సమయంలో తోడపుట్టిన వాడిని పెండ్లికొడుకును చేయించటం దగ్గర్నించి ఆమెకు లాంఛనాలు ఇప్పించటం వరకూ తన ఇంటి పిల్లగా ప్రాధాన్యత కల్పిస్తారు.

అలాగే తాము పోయిన తర్వాత ఆడపిల్లను మగపిల్లలు పట్టించుకోరేమోనని ముందు నుంచి ప్రతి శుభకార్యానికి ఆడపిల్ల తప్పని సరి అని, ఆమె చేతుల మీదగానే ఏదైనా ప్రారంభించాలని చెప్పటమే ప్రధాన ఉద్దేశ్యము.

తలంబ్రాలు పోసుకునేదెందుకు ?

ప్రధమంగా నాలుగుసార్లు వకరిపై వకరు పోసుకుని, ఆపై పోటీపడి ఒకరిపై ఒకరు సంతోషంగా పోసుకుంటారు.

ఆ సమయాన మంత్రాలకు అర్థము. సంతానము వృద్ధి చెందాలని మగవాడు, ధనధాన్యాలు వృద్ధి చెందాలని వధువు.. ఇలా సమస్త సంపదలూ, సుఖాలూ కావాలని ఇరువురూ భగవంతుడ్ని కోరుకోవటమే తలంబ్రాల ఉద్దేశ్యము.

సప్తపది అనగా ఏంటి ?

వరుడు వధువుని ఏడు అడుగులు నడిపిస్తూ... నన్నే సదా అనుసరించు, పరమేశ్వరుడు నీవు నాతో నడిచే అడుగుతో మనల్ని వకటిగా చేయాలి. ఇంకా అన్నాన్నీ, శక్తినీ, బుద్ధినీ, సుఖాన్నీ, పశువృద్ధినీ, ఋతుసంపదనూ, ఋత్విక్ సంపదనూ కలగ చేయాలి. ఇరువురమూ ధర్మ, మోక్ష, సుఖ కార్యాలను కలిసి చేద్దాము.

నేను సామ వేదాన్ని, నీవు ఋగ్వేదానివి. వీర్యాన్ని ఉంచేవాడిని నేను. భరించే [illegible]నవు నీవు. వర్షపు నీటి చుక్కలు నేల మీద పడి పరమ ఓషధులు మొలకెత్తినట్టు

నాకు సంతానం కలుగచేయి. అలా మనం సంతోషంగా అన్నీ సుఖాలతో కలసిజీవిద్దాము అని అర్థం.

స్త్రీ మనసు సముద్రమంత కన్నా లోతు అంటారెందుకు ?

ఔదుమ్బరాణి పుష్పాణి శ్వేతవర్ణం చ వాయసమ్।
మత్స్యపాదం జలే పశ్యే న్న నారీహృదయస్థితమ్॥

మేడిపువ్వులను చూడవచ్చు, తెల్లని కాకిని పట్టుకోవచ్చు, సముద్రాన, నదిలోనూ చేపల అడుగులను చూడగలము. కానీ స్త్రీ మనసులో ఏముందో ఎవ్వరూ చూడలేరు. అంత గోప్యము స్త్రీ మనసు. అందుకే అంటారు... సముద్రం లోతు తెలుసుకోవచ్చు గాని ఆడదాని మనసు తెలుసుకోలేమని.

పెళ్ళిలో మంగళ సూత్రం కట్టటంలో పరమార్థం ?

పెళ్ళికొడుకునైన నేను పెళ్ళి కూతురివైన నీ మెడలో మాంగల్యం కడుతున్నాను. నా, నీ జీవనం ఈ క్షణం నుంచి ప్రారంభం. నిండు నూరేళ్ళు పూర్ణ ఆయుష్షుతో మనం కలసి ఉండాలి. రెండు తాళి బొట్లు గౌరీ శంకరులు. పరస్పరం వక్కటై అత్తింటివార్ని,

పుట్టింటి వార్ని రెండు తాళి బొట్లవలే సదా కలిపి ఉంచి సుఖంగా జీవితాన్ని గడుపుదామని పరమార్థం.

భగవంతుని దీపాన్ని ఏ నూనెతో వెలిగించాలి ?

ఆవునెయ్యి ఉత్తమము. మంచి నూనె మధ్యమము. ఇప్ప నూనె అధమము.

ఆవునెయ్యితో వెలిగించిన దీప ఫలం అనంతము. అష్టైశ్వరాలూ, అష్టభోగాలూ లభిస్తాయి. వెండి లేదా పంచలోహాలతోనూ, మట్టితో చేసిన ప్రమిదలు శ్రేష్టము.

ఆముదంతో వెలిగించిన దాంపత్యసుఖమూ, జీవిత సౌఖ్యమూ లభిస్తాయి.

వేరుశెనగ నూనెతో దీపాన్ని దేముని ముందు పెట్టరాదు. శ్రీమహాలక్ష్మికి ఆవునెయ్యి దీపమూ, గణపతికి నువ్వుల నూనెతో వెలిగించిన దీపము అన్న ప్రీతి.

పుష్కరస్నాన మహత్యము ఏమిటి ?

మనిషి తాను జన్మించిన దగ్గర్నించి ఎన్నో పాపాలు తెలిసీ, తెలియక చేస్తుంటాడు. పుష్కర స్నానం చెయ్యటం ద్వారా సమస్త పాపాలు పోతాయని మహాభారతములో వ్యాసుడు శెలవిచ్చాడు.

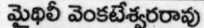

సాలగ్రామాలు పగిలినవి పూజకు పనికి వస్తాయా ?

సాలగ్రామములు విష్ణుదేవునికి ప్రతీకలు.

స్ఫుటితం పుత్రహాని స్స్యాత్
భగ్నోష్ఠం బుద్ధి నాశనమ్,
ఆస్థాన భంగదం భగ్నం
దుర్దురం క్లేశ కారణమ్
భయావహం భగ్నశీర్షం
అతిస్థూలం ధనాపహమ్,
అతిహ్రస్వ మపూజార్హం
త్రికోణం బంధునాశన్.

పగిలిన సాలగ్రామము సంతానహానిని కలిగిస్తుంది. పెదవి విరిగినది బుద్ధిని హరిస్తుంది. దద్దుర్లు కలిగినది క్లేశ కారణమవుతుంది.

తల పగిలినది భయాన్ని కలిగిస్తుంది. బాగా లావయినది ధన నాశనాన్నీ, పొట్టిది అసలు పూజకే పనికి రాదు. చక్రంతో కూడి ఉన్న సాలగ్రామము పగిలినా, విరిగినా పనికి వస్తుంది.

విభీషణుడి సూక్తి

సర్వకష్టముల కోర్చుకొనుము

సరస్వతీ దేవి రాతి మీద ఎందుకు కూర్చుంటుంది ?

సరస్వతీ దేవి ఏ పటంలోనైనా రాతి మీద వీణ పట్టుకునే కూర్చుంటుంది. లక్ష్మిలా నిలకడ లేని తామర పువ్వులో తన స్థానముండదని చెప్పటమే ప్రథమ ఉద్దేశ్యము.

సిరిసంపదలు హరించుకుపోవచ్చు... నేర్చుకున్న విద్య, విజ్ఞానం ఎక్కడికి పోలేనివని పరమార్థం.

సరస్వతి వాహనము హంస. హంస జ్ఞానము కలది. పాలూ, నీళ్ళూ కలిపి దాని ముందు ఉంచితే పాలని మాత్రమే స్వీకరిస్తుంది. అనగా విజ్ఞానం వల్ల ఏదైనా సాధించవచ్చునని. అలాగే నెమలి... సృష్టి తత్త్వానికి వ్యతిరేకంగా సంగమం లేకుండా మగనెమలి కంటి నీరు త్రాగి గర్భం ధరిస్తుంది.

షోడశ మహాదానములన్న ఏవి ?

గోవు, భూమి, తిలలు, హిరణ్యము, రత్నము, విద్య, కన్య, దాసి, శయ్య, గృహము, అగ్రహారం, రథము, గజము, అశ్వము, మేక, మహిషము.

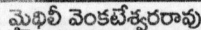

లక్ష్మణుడి సూక్తి

నీ యింద్రియదోషములను నీవెఱుంగుము

లక్ష్మీదేవి తామర పువ్వులోనూ, ఇరువైపులా ఏనుగులతోనూ ఎందుకు ఉంటుంది ?

సరస్సులో తామర నిలకడగా ఉండదు. నీటి ప్రవాహానికి కదులుతూ ఉంటుంది. తానూ నిలకడలేని దానిని అని చెప్పటమే లక్ష్మీదేవి తామర పూవులో కొలువై ఉండటము. ఇరువైపులా ఏనుగుల అర్థం... ధనబలము గజబలమంతటిదని అర్థం చేసుకోమని పరమార్థం. తన చంచలత్వాన్ని తెలియ చెప్పే ఉద్దేశ్యము నీటిలో వున్న కలువ పువ్వుని ఆసనంగా చేసుకోవటము.

పెళ్ళిలో అల్లుడి కాళ్ళు మామగారెందుకు కడుగుతారు ?

'ఓ పెండ్లి కుమారుడా పంచ భూతాల సాక్షిగా, చిన్న నాటి నుంచి అల్లారు ముద్దుగా పెంచి పెద్ద చేసిన నా పుత్రికను నా కన్యామణిని, ధర్మ, అర్థ, కామ, మోక్షాలకై నీకు అర్పిస్తున్నాను. దానమిస్తున్నాను.

ఈ దానం వల్ల నాకు బ్రహ్మ లోకప్రాప్తి కలగాలని అడుగు తున్నాను....

'ఓ వరుడా ! నీవు ఈ సమయాన సాక్షాత్తు శ్రీమన్నారాయణుడివి.. నా బిడ్డ లక్ష్మీదేవి. కాన అంతటి నీకు కాళ్ళు కడుగుతున్నాను' అని వధువు తండ్రి వరుని కాళ్ళు కడుగుతాడు. అందుకే అంతా వారిపై అక్షితలు వేసి, శ్రీ లక్ష్మీనారాయణులుగా భావించి నమస్కరిస్తారు.

పుట్టిన బిడ్డకి చెయ్యాల్సిన విధులు ఏమిటి ?

బిడ్డ పుట్టిన పదిహేను రోజుల్లో పేరు పెట్టాలి. నదుల పేర్లు, వృక్షముల పేర్లు పెట్టరాదు. నాలుగో నెలలో సూర్యదర్శనము చేయించాలి. ఆరవనెలకు అన్నం తినిపించాలి.

తొలి సంవత్సరము లేదా మూడవ సంవత్సరం వెంట్రుకలు తీయించి... చెవులు కుట్టించాలి.

'108'సంఖ్యతో జపాన్నెందుకు చేస్తారు ?

108 నరములతో 108 కేంద్రాలతో మానవుడి మొదడు ఉంది. అందుకనే 108 సార్లు 108 జప

మాలతో ఓ మంత్రాన్ని జపించమని ధర్మశాస్త్రాలు తెలవిస్తున్నాయి. పగడాలతో జపిస్తే వేయింతల ఫలమూ, రత్నమాలతో జపిస్తే పదివేలరెట్లూ, దర్భముడి చేత నూరుకోట్ల రెట్లు, రుద్రాక్షల ద్వారా అనంతమైన ఫలము లభిస్తుందని లింగపురాణము చెబుతోంది.

వినవడేటట్టు, వినవడీ వినవడకుండా ఉండేటట్టు, మనసులో జపించటమూ ఇలా ఏ పద్ధతయినా ఉత్తమమే.

శ్రీ శైల క్షేత్రం గూర్చి తెలుసుకోండి..

★ సముద్ర మట్టానికి **1,500** అడుగుల ఎత్తులో ఉంటుంది.

★ ఇక్కడ ఉన్న పాతాళగంగ బ్రహ్మగిరీ, విష్ణగిరీ, రుద్రగిరీ అనే మూడు పర్వతాల మధ్య ఉత్తరవాహినిగా ప్రవహిస్తున్నది.

★ శ్రీశైలక్షేత్ర శిఖరం ఎత్తు **2,830** అడుగులు.

★ కృతయుగంలో హిరణ్య కశ్యపునికి ఈ క్షేత్రం పూజామందిరము.

★ శ్రీరాముడూ, పాండవులూ ఈ క్షేత్రాన్ని దర్శించారు.

★ శ్రీశైలక్షేత్రానికి వచ్చే భక్తుల అవస్థలు చూసి ప్రోలయ వేమారెడ్డి క్రీ.శ. **1326 - 35** కాలంలో మెట్లు నిర్మించాడు.

★ ఒకప్పుడు ఎన్నో వ్యయ ప్రయాసల కోర్చి స్వామిని దర్శించే వారు. అలా దర్శించిన దర్శనము ధూళి దర్శనమంటారు.

★ అలా ధూళి దర్శనము చేసుకొని, నిదుర చేసి, పాతాళగంగలో శుచిగా స్నానం చేసి మళ్ళీ దర్శనం చేసుకునేవారు. నేటికి కొంత మంది స్వామిని ఆ విధంగానే దర్శనం చేసకుంటున్నారు.

స్నానాలెన్ని?

మానస్నానము: విభూతిని శరీరమునకు రాసుకొని మహేశ్వరుడిని స్మరించి పూజించటము.

ధ్యానస్నానము: వారుణము అని కూడా పిలిచే ఈ స్నానము గంగ, సరస్వతి ఇత్యాది నదులను తలుచుకొని జలముతో స్నానమాచరించటము.

మంత్రస్నానము: మంత్రాలను ఉచ్చరిస్తూ స్నానము చెయ్యటము. మృత్తికాస్నానము.... అనగా పవిత్ర ప్రదేశాల నుంచి తెచ్చిన మట్టితో చేసే స్నానము.

దివ్యము: ఉత్తరాయణమున ఎండతోపాటు, వాన కురుస్తుండగా నిలచి స్నానమాచరించటము.

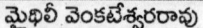

మనువు స్త్రీలో ఏ ఏ లక్షణాలు ఉండాలో, ఉండకూడదో చెప్పాడు.. అవి ఏమిటి?

★ వధువు మరీ పొడవుగానూ మరీ పొట్టిగానూ ఉండరాదు.

★ పెద్ద స్థనాలు ఉండకూడదు.

★ అన్నలూ, తమ్ములూ ఉండాలి.

★ వధువు తరపు వారిచ్చిన కానుకలు వధువుకే చెందుతాయి.

★ వివాహమాడిన భర్త నపుంసకుడైన సగోత్రీకుడితో సంతానం పొందటం తప్పు కాదు. పాపమంతకన్నా కాదు.

★ భార్యకి ఇష్టం లేకుండా అనుభవించటము నేరమే.

★ అతిగా అలంకరించుకోనిది అయి ఉండాలి.

★ వెంట్రుకలు విరబోసుకుని తిరగరాదు.

★ జడను గుండెలపైకి వేసుకోవటమూ, పమిటను పదే పదే సర్దుకోవటము చేయరాదు.

★ స్త్రీ తల విరబోసుకొని తిరగటమంటే శోకానికి సంకేతము.

★ భర్తమాటకు ఎదురు చెప్పే స్త్రీ, అతిగా ఆవేశ పడే స్త్రీ తను సుఖపడకపోవటమే కాదు చుట్టూ ఉన్న వార్ని కూడా సుఖంగా ఉంచదు.

★ స్త్రీకి కోపమూ, ఆవేశమూ, అసహనమూ, ఖచ్చితంగా నష్టాన్ని తెచ్చి పెడతాయి.

★ స్త్రీకి తినేరాతుంటేనే మగవాడు సంపాదించ గలడు.

★ స్త్రీ పాపము పురుషుడ్ని వెంటాడుతుంది.

★ అనుభవించే రాత పిల్లలకి మాత్రమే ఉంటే వారికి ఊహ వచ్చేవరకూ తల్లీ, తండ్రీ దరిద్రాన్ని అనుభవించాల్సిందే.

హిరణ్యకశిపుడు సూక్తి

నీ మనోదోషములను కనిపెట్టుచుండుము

ఏడ్చే మగవాడ్ని, నవ్వే ఆడదాన్ని నమ్మకూడదంటారు ఎందుకని ?

పురుషుడు బలవంతుడు. సమాజంలో తిరగటం వల్ల, అనేక మందితో పరిచయాల వల్ల ధైర్యం ఎక్కువగా ఉంటుంది. ఎంత కష్టం వచ్చినా చలించని మనస్తత్వము

భగవంతుడిచ్చాడు. పైగా ధైర్యం చెప్పాల్సిన వాడు. భార్య వద్దా చుట్టూ వారి దగ్గర ధీరోదత్తంగా ఉండాల్సిన వాడు. అలాంటి వాడు ఏడ్చాడంటే నమ్మరాదు. అలాంటి వాడు మోసకారి అయి ఉంటాడు. స్వార్థంతో ఏదో ఎత్తు వేస్తున్నాడని భావించవచ్చు. లేదా అసమర్థుడైనా అయి ఉండాలి.

అదే స్త్రీ సున్నిత మనస్తత్వము కలిగి ఉంటుంది. చిన్న బాధకే, సమస్యకే తలక్రిందులవుతుంది. అలజడి చెందుతుంది. ఎంత ఆనందాన్నయినా బాధ అయినా చిరునవ్వుతో తెలియచేసి పదిలంగా గుండెల్లో దాచుకుంటుంది. ఆ సృష్టి ధర్మాన్ని వదిలేసి అతిగా నవ్వుతూ మాట్లాడు తుందంటే, సరయినది కాదని అర్థం. ఆడది మాటి మాటికి కారణం లేకుండా నవ్వుతూ వుంటే ఆ ఇంటి మగవాడి పరువు నవ్వుల పాలే.

ఈ మూడింటి దగ్గర మొహమాటం పనికిరాదు ......
ఏమిటా మూడు ?

మొదటిది ధనం.. ఇక్కడ మోహమాట పడితే ధనం పోయి తనతో పాటు తనని నమ్ముకున్న వార్నీ

ఇబ్బందులలో పడవేస్తుంది. రెండవది భోజనం.... ఇక్కడ మొహ మాటపడితే కాలేది తన కడుపే. మూడోది శృంగారం.. ఇక్కడ సిగ్గుపడితే శృంగార, సరసాల్లో అసలు ఆనందాన్ని కోల్పోతారు. కాన ఈ మూడింటి వద్ద అస్సలు మొహ మాట పడవద్దు.

తిరుమల శ్రీవారి గడ్డం క్రింద నిత్యం వెన్నెందుకు రాస్తారు ?

'భృగుమహర్షి' వల్ల శ్రీమహావిష్ణువుపై అలిగి లక్ష్మీదేవి కొల్హాపురాన్ని చేరుతుంది. ఆపై శ్రీమహావిష్ణువు నర అవతారాన్ని దాల్చి, వేంకటాద్రిపై తపస్సు చేస్తాడు. ఆయన చుట్టూ పుట్ట వెలుస్తుంది. గోమందలోని కామధేనువు స్వామి వారికి నైవేద్యంగా పుట్టలోకి పాలధారను కార్చి ఆ స్వామి ఆకలి తీర్చేది. దాన్ని గమనించిన గొల్లవాడు కోపంతో కర్రతో ఆవు తలపై కొడతాడు.

దానిని అడ్డుకుని నారాయణుడు ఆ దెబ్బని తాను భరిస్తాడు. ఆ దెబ్బ స్వామికి గడ్డం క్రింద తగిలింది. దానికి ప్రతిగానే స్వామివారికి నిత్యం గడ్డం క్రింద వెన్న పూస్తారు.

శ్రీకృష్ణుడు నెమలి పింఛాన్ని ఎందుకు ధరిస్తాడు ?

సృష్టిలో సంభోగం చెయ్యని ప్రాణి నెమలి మాత్రమే. శ్రీకృష్ణునికి పదహారు వేలమంది గోపికలు. అన్ని వేల మంది భామలతో శ్రీకృష్ణుడు సరససల్లాపాలు మాత్రమే చేశాడు.

అల్లరి చేసి ఆడాడు. అంతవరకే మెలిగాడు. ఆ విషయాన్ని తెలియచేయటమే శ్రీకృష్ణుడి పైనున్న నెమలిపింఛం భావం. శ్రీకృష్ణుడు కొంటెవాడు మాత్రమే.

అయితే శ్రీకృష్ణుడు భోగిగా కనిపించే యోగీ శ్వరుడు. వారందరితో పవిత్ర స్నేహ సన్నిహితంగా ఉన్నానని పదే పదే చెప్పటమే నెమలిని ధరించటము. నెమలి అంత పవిత్రమైనది కనుకే మన జాతీయ పక్షి అయింది.

ఎక్కడైనా బావ గాని వంగతోట దగ్గర కాదు ఎందుకని ?

మగవాళ్ళకి కీర్తి వ్యామోహాలూ, స్త్రీ వ్యామోహాలూ ఎక్కువ. ఈ రెంటికి ప్రధానంగా కావాల్సింది ధనము.

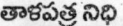

సంపాదించిన ధనాన్ని ఎలా అయినా ఎవ్వరిష్టం వచ్చి నట్టు వారు ఖర్చు చేసుకుంటారు. అదే వ్యాపారము దగ్గర, వ్యవహారం దగ్గర, అనగా ధనం దగ్గర మొహమాటం పనికి రాదు.

అలా మొహమాట పడితే అసలుకే మోసం రావచ్చు. ఎలాంటి వాళ్ళయినా వ్యాపార, వ్యవహారాల్లో ధన విషయాల్లో లొంగేది ఆడదాని దగ్గరే. అందువల్లే జాగ్రత్త అత్యవసరమని, ఎక్కడయినా బావ గాని వంగతోట దగ్గర బావ కాదు అని అంటారు.

ఇష్టమైతే, ప్రేమైతే బైట వంకాయల గంపైనా కొనిపెట్టవచ్చు. తోట దగ్గర అనగా వ్యాపారం దగ్గర పుచ్చు వంకాయ కూడా ఇవ్వకూడదని అర్థం.

ఏలాంటి దుస్తులు ధరించాలి?

★ పరిశుభ్రమైన నీటితో ఉతికిన బట్టలే ధరించాలి.

★ నూతి వద్ద ఉతికినవి శ్రేష్ఠం. నదుల వద్ద ఉతికినవి బహు శ్రేష్ఠము.

★ సరస్సుల వద్దా, కుంటల వద్దా ఉతికినవి అధమము.

★ ధరించే దుస్తులు తేలికగా ఉండాలి.

★ నూలు గుడ్డలతో నేసిన బట్టలు శ్రేష్ఠము.

★ ఉతకటానికి కుదరని వాటిని ధరించటము అనారోగ్యమే.

తిరుమలలో పూలబావి ప్రత్యేకత ఏమిటి ?

అద్దాల మంటపానికి ఉత్తరం వైపున ఉంది ఈ పూలబావి. స్వామివారికి సమర్పించిన తులసీ, పూలమాలలూ, పుష్పాలనూ ఎవ్వరికి ఇవ్వకుండా ఈ పూలబావిలోనే పడేస్తారు.

ఆపద సంభవించనప్పుడు తొండమానుడు ఈ పూలబావి రహస్య మార్గం ద్వారానే శ్రీనివాసుడ్ని శరణు వేడాడు. స్వామి వారు ఆ సమయంలో ఏకాంతంగా ఉన్నారు. తొండమానుడ్ని చూసి శ్రీమహాలక్ష్మి సిగ్గుతో శ్రీమహావిష్ణువు వక్షస్థలంలో చేరితే, భూదేవి తొండమానుడు కట్టించిన పూలబావిలోకి వెళ్ళి దాక్కుందని వరాహ పురాణం చెబుతోంది.

నాగుల చవితికి పుట్టలో పాలెందుకు పోస్తారు ?

అసలు విషయానికొస్తే పాములు పుట్టలు పెట్టవు. చెద పురుగులు పెడితే అందులో నివాసం ఉంటాయి.

పామంటే అందరికీ బయం. కనిపిస్తే కాటు వెయ్య కుండానే మరణించేంత భయం.

అసలన్నీ పాములు మనిషిని చంపలేవు. అలాగే పగ కూడా పట్టవు.

అలాంటి పాములు ఆకస్మికంగా కాన వస్తే, భయంతోనే గుండె ఆగి చనిపోతారని, పాములంటే భక్తి ఉంటే, భక్తితోనైనా పాముని చూడగానే దూరంగా జరిగి తద్వారా తమ ప్రాణాలూ, పాము ప్రాణాలు నిలపెడతారని ఈ నియమాన్ని పెట్టారు. పుట్టలో పాలు పోస్తే పాములు పాలు త్రాగవు.

పాములు అసలు పాలే త్రాగవు. పాము కాటే స్తుందని మనం భ్రమపడతాము. మనమేదన్నా చేస్తామని పాము భయపడుతుంది. దాని భయం సంగతి వదిలేస్తే, మన భయం కొద్దిగా తగ్గించే ప్రయత్నమే పుట్టలో పాలు పోయటము.

పుట్టలో పాములు సుఖంగా పౌర్ణమికి కలుస్తాయి. ఆ సమయంలో వాటి రజస్సు పుట్టలో పడి ఇంకిపోయే అవకాశం ఉంది.

మనం పోసే పాలు ఆ మట్టి మీద పడి, సూర్యుని కిరణాలు తగిలి, రజస్సు గాలిలో కలు స్తుంది. ఆ రజస్సు గాలి అత్యంత శుభం కూడా.

పంచకన్యా స్మరణ ఎందుకు చేస్తారు?

అహల్యా ద్రౌపదీ, సీతా, తారా, మండోదరీ తథా
పంచకన్యాః పఠేన్నిత్యము మహాపాతక నాశనం

ప్రతిరోజూ పంచకన్యా స్మరణ చేస్తే సకలపాపాలు పోతాయాని, నశిస్తాయాని శాస్త్రాలు చెబుతున్నాయి.

ఇలా వీరిని స్మరించటం ద్వారా స్త్రీ తన ధర్మము లను విస్మరించకుండా ఉంటుందని మరింత కృత నిశ్చయంతో తన స్త్రీ ధర్మాన్ని పాటిస్తుందని నిత్యమూ స్మరించమంటారు.

దిలీపుడి సూక్తి

సర్వేంద్రియములను విషయములనుండి మరల్పుము

ఏ రోజున ఏ దేవుడ్ని పూజించాలి ?

సోమవారం శివుడ్నీ, మంగళవారం సుబ్రహ్మణ్యేశ్వర స్వామినీ, ఆంజనేయ స్వామినీ, బుధవారం విష్ణువునూ, గురువారం నవగ్రహాలనూ, శుక్రవారం అమ్మవారినీ, శనివారం శ్రీవేంకటేశ్వర స్వామినీ, ఆదివారం సూర్య భగవానుడ్ని పూజించాలి.

ధర్మాన్ని కాపాడితే ఆ ధర్మమే రక్షిస్తుందని ఎవరు చెప్పారు ?

తండ్రి మాటపై అడవులకి వెళ్తున్న శ్రీరామునితో తల్లి కౌసల్యాదేవి "శ్రీరామచంద్రా! ధైర్యంతో నియమ నిష్టలతో ధర్మాన్ని ఆచరించి ధర్మాన్ని రక్షిస్తే ఆ ధర్మమే నిన్ను కాపాడుతుంది" అని చెప్పింది.

ఏ దేవతలకి ఏం ఇష్టం ?

వినాయకుడికి నివేదనా, శివునకు అభిషేకమూ, అమ్మవారికి స్తోత్రము, విష్ణువుకి అలంకారమూ, సూర్యునకు నమస్కరమూ, గురువునకు శుశ్రూష ప్రియం. స్త్రీకి చీరలూ, నగలూ, పురుషునికి ధనమూ, కీర్తి, పిల్లలకి ఆటలూ, పెద్దవారికి ఆధ్యాత్మిక చింతన ఇష్టం.

తిరుమల శ్రీ వేంకటేశ్వరుని పాదరక్షలు ఎందుకు అరుగుతున్నాయి ?

స్వామి వారి పాదరక్షలు చాలా పెద్దవిగా ఉంటాయి. అవి కాలంతో పాటు అరుగుతున్నాయి.

దానికి కారణం శ్రీ వేంకటేశ్వరునికి భార్యపై ప్రేమ. శ్రీవారు రాత్రి ఆలయాన్ని మూసిన తర్వాత ఈ పాదరక్షలు ధరించి, ఏడుకొండలు దిగి అలమేలు మంగాదేవి వద్దకెళ్ళి తిరిగి ఏడుకొండలు ఎక్కి తన స్థానానికి సుప్రభాత వేళకి చేరతాడు.

అందుకే అవి అరిగి పోతుంటాయని భక్తుల నమ్మకము.

భార్య, భర్తకు ఏ వైపుగా ఉండాలి ?

సమస్త కార్యాల్లోనూ ఎడమ పక్కనే ఉండాలన్న నియమాన్ని శాస్త్రం చెప్పటం లేదు.

పూజాదికాలు నిర్వహించేటప్పుడూ, దానాలూ, ధర్మాలూ చేసే సమయాన భార్య భర్త ఎడమవైపున ఉండాలి.

కన్యాదాన సమయాన, విగ్రహ ప్రతిష్ఠలప్పుడూ కుడివైపున ఉండాలి.

బ్రహ్మదేవుడు మగవాడ్ని కుడిభాగం నుంచీ, స్త్రీని ఎడమభాగం నుంచీ సృష్టించాడని శాస్త్రాలు చెబుతున్నాయి.

శ్రీమహావిష్ణువు తన భార్య శ్రీమహాలక్ష్మిని ఎడమ స్థానంలో పదిలంగా ఉంచుకున్నాడు.

నిద్రలో కూడా భర్త భార్యపై కుడిచేతిని వేసి ఆ సమయంలోనూ రక్షణగా చూసుకుంటాడు. భర్త చేతి స్పర్శతో భార్య అనంతమైన భద్రతని పొంది సుఖంగా నిద్రిస్తుంది.

దేహము కూడా పాపాలు చేస్తుందా?

మానవుడు తన బుద్ధితో కొన్ని పాపాలు చేస్తే దేహం కూడా తనేమన్నా తక్కువా అన్నట్టు తన మానాన తాను చేసుకుపోతుంది.

హత్యలూ, వ్యభిచారమూ, దొంగతనమూ, మద్యమూ, మాంసభోజనమూ ఇవన్నీ దేహం చేస్తుంది.

అలాగే నాలుక అబద్ధాల్ని, ఈర్ష్యతోనూ, అసూయతోనూ అనేక చాడీలు చెపుతుంది. పురుషుని మనస్సు పరస్త్రీ వైపుకూ, స్త్రీ మనస్సు పర పురుషుని వైపుకూ పోయి పాపాన్ని మనకు మూట గడుతుంది.

శరీరము కామం వైపూ, లోభము వైపూ, మదము వైపూ, హేయమైన అవినీతి పనుల వైపు లాక్కెళుతుంది. ఐహికమైన ఆ విషయాలను మనుజుడు తనకిచ్చిన బుద్ధితో మనస్సుని నిగ్రహించుకోవాలి. అలా చేసిన వాడే భగవంతునికి ప్రీతి పాత్రుడవుతాడు.

గురువారం తిరుమల శ్రీ వేంకటేశ్వరుడ్ని మూడు రూపాలతో చూడవచ్చా ?

గురువారం నాడు శ్రీవేంకటేశ్వరస్వామి భక్తులకు మూడు రూపాలతో దర్శనము ఇస్తాడు. గురువారం ఉదయం రెండవ అర్చన అయిన తర్వాత శ్రీవేంకటేశ్వరుడు ఆభరణాలూ, అలంకరణలూ లేకుండా దర్శనమిస్తాడు. నొసటన సన్నని నామము మాత్రం ఉంటుంది. ఆ సమయంలో స్వామి వారి నేత్రాలని దర్శించి తరించవచ్చు.

రాత్రి తోమాల సేవ అయిన తర్వాత పూలంగి సేవలో దర్శనమిస్తారు. అనగా గురువారం ఉదయం సకలాభరణముల తోనూ, రెండవ అర్చన తర్వాత అభరణాలు లేకుండా, రాత్రికి పుష్పాలంకరణతో దివ్య దర్శనాన్ని భక్తులకు అందిస్తారు శ్రీవేంకటేశ్వర స్వామి.

తులసిని ఆడవాళ్ళు కోయరాదా ?

కోయరాదనే శాస్త్రాలు చెబుతున్నాయి. శుక్ర వారం, ఆదివారం, ఏకాదశి, అమావాస్య, పౌర్ణమి

రోజులలో తులసినీ, ఉసిరి పత్రాన్నీ కోయరాదు. అలాగే తులసి మొక్కను నాటడం, తొలగించటం మగవారే చేయాలని, మగవారు కోసిన తులసితోనే పూజించాలని శాస్త్రం. తులసిని కోసేటప్పుడు స్తుతించి, నమస్కరించి పురుషులు కోయాలి.

తల్లికి పెట్టే నమస్కారం ఎంత పుణ్యము ?

ఆరుసార్లు భూప్రదక్షిణ చేసినంత, పదివేల సార్లు కాశీ వెళ్ళి వచ్చినంత, వందలాది సార్లు సముద్రస్నానం చేసినంత. ఇట్టి వాటికి పదిరెట్ల ఫలం మాతృవందనం ద్వారా కలుగుతుంది.

షడ్రుచులంటే ఏవి ?

ఈ పేరు వినటమే గాని ఆ రుచులేమిటో చాలా మందికి తెలీదు. కొంత మందికి రెండు మూడు చెప్పి ఆ తర్వాత తెలీదంటారు. మనం తినే భోజనంలో ఈ ఆరు రుచులు ఉండాలి.

షడ్రుచులు అనగా ఆరు రుచులు. ఒకటి మధురిమ, రెండు పులుపు, మూడు లవణము, నాలుగు కారం, అయిదు చేదు, ఆరు వగరు. ఈ ఆరు రుచులు అనేక అనారోగ్యాలను దూరం చేస్తాయి.

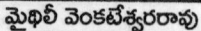

కార్తీకమాసంలో ఆహారంతో పాటు తీసుకోకూడనవి ఏవి ?

ఉల్లిపాయ, ఇంగువ, ముల్లంగి, ఆనపకాయ, మునగకాయ, వంకాయ, గుమ్మడికాయ, పుచ్చకాయ, వెలగపండు, చద్ది అన్నము, మినుములు, పెసలు, శెనగలు, ఉలవలు, కందులు ఇవన్నీ వాడరాదు. అష్టమి నాడు కొబ్బరీ, ఆదివారము ఉసిరీ తినరాదు.

కొత్త దంపతులు ఆషాఢమాసంలో దూరంగా ఎందుకుండాలి ?

ఆషాఢమాసం అనారోగ్యమాసం. ఆ మాసంలో విపరీత గాలుల వల్ల దుమ్మూ, ధూళీ లేచి పరిసరాలనూ, నదీ తీర ప్రాంతాలనూ కలుషితం చేస్తుంది. దానికి తోడు వ్యవసాయ పనులను ఈ నెలలోనే ప్రారంభిస్తారు. కొత్త పెళ్ళాంతో సుఖంగా ఇంట్లోనే ఉంటే ఆర్థిక పరిస్థితి దెబ్బ తింటుంది. అదే ఆడపిల్ల ఇంటికి అల్లు డొస్తే మర్యాదలతో పొలం పనులు కుంటుపడతాయి.

దానితో పాటు ఈ మాసంలో గర్భం ధరిస్తే ఆ బిడ్డ ఆరోగ్యంగా పుట్టడు.

ఆషాఢమాసంలో గర్భం ధరిస్తే నెలలు నిండే సమయానికి ఎండలు ముదురుతాయి. దానితో తల్లీ, కడుపులో బిడ్డా అవస్థలు పడతారని ఆషాఢమాసం ఇద్దర్నీ దూరంగా ఉంచుతారు.

కాన ఆషాఢమాసం భార్యకి దూరంగా ఉండటమే ఉత్తమం. అత్తాకోడళ్ళు ఓ గడప దాటకూడదనీ అంటారు.

అందుకని భార్యని ఎత్తుకొని గడప దాటించేవారు ఉన్నారు.

శాస్త్రం నియమం పెట్టింది ఆచరించమని అంతేగాని లొసుగులు వెతకమని కాదు.

పంచాంగము ఎప్పుడు పుట్టింది ?

సుమారు అయిదు వేల సంవత్సరాల నాటి క్రితం మహర్షులు సూర్యచంద్రుల గమనాన్ని ఆధారంగా చేసుకొని తిథీ, వారమూ, నక్షత్రమూ, యోగమూ, కరణమూ అను ఈ అయిదింటితో పంచాంగాన్ని వ్రాశారు.

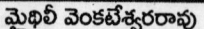

అమావాస్య మంచిరోజు కాదా?

చాలా మంది అమావాస్య మంచిది కాదంటారు. మహాభారత యుద్ధాన్ని పాండవులు అమావాస్య నాడే ప్రారంభించారు.

విజయాన్ని సాధించారు. అధర్మాన్ని ఓడించి, ధర్మాన్ని గెలిపించిన ముహూర్తమిది.

కొన్ని రాష్ట్రాల్లో అమావాస్య మంచిరోజు. ఆ రోజు కోసం వేచి ఉండి పనులు ప్రారంభిస్తారు. శుభకార్యాలు జరుపుకుంటారు.

స్త్రీ ధనాన్ని ఆశించరాదు... ఎందుకని ?

పరుల ధనాన్ని ఆశించటం మహాపాపం. స్త్రీ ధనాన్ని అపహరిస్తే ఆ పాపం మాములు పాపం కన్నా పదిరెట్లు అగును. స్త్రీలు మగవారివలే భోగులు కాదు. వారి ధనాన్ని సంతానం కోసమూ, కుటుంబం కోసమూ, దైవకార్యాల కోసమే ఖర్చు చేస్తారు. అట్టి ధనాన్ని అపహరించటమూ, ఋణం తీసుకొని తిరిగి ఇవ్వకపోవటం పాపాలన్నింటిలో కెల్లా మహాపాపము.

ఈ పావం కన్నా స్త్రీ శీలాన్ని ఆశించటము మహాఘోరాతి ఘోరమైన పాపము.

స్త్రీ తన శరీరాన్ని ధర్మబద్ధంగా తల్లీ, తండ్రీ దానమిచ్చినవాడికి అనగా తన అయిదోతనానికి చిహ్నామైన భర్తకే అర్పిస్తుంది. అలాంటి స్త్రీని ఏ విధంగా లోబరుచుకొని అనుభవించినా అది పాపమే.

గోత్రాలు ఎలా పుట్టాయి ?

పురాతన కాలంలో వారందరికీ గోవులే ధనం. ఓ చోట నుండి మరోచోటికి వలసలు కూడా వెళుతుండేవారు. అలాంటి సమయంలో గోరక్షణకి గాను గోత్రములు ఏర్పరిచారు. ఒకరి గోవులు, మరొకరి గోవుల్లో కలసి పోవటం వల్ల వచ్చే గొడవలని గోత్రపాలకులు తీర్చేవారు. అలా గో తగువులు తీర్చిన గోత్రపాలకులు తపోనిష్ఠతో ఉండేవారు. క్రమశిక్షణతో ధర్మ అర్థాలని బోధించేవారు.

అలాంటి గోత్రపాలకుల పేర్లే ఆపై వారివారి సంతానానికి గోత్రాలయ్యాయి. వారి వంశక్రమంలో జన్మించిన వారు వారి వారి మూల పురుషులను 'గోత్ర' నామంతో ఆరాధిస్తున్నారు. పూజల్లో, యజ్ఞాల్లో, వివాహ సంబంధమైన విషయాల్లో గోత్రం యొక్క పాత్ర ఎంతో ఉంటుంది.

గొబ్బిళ్ళూ, ముగ్గుల వల్ల ప్రయోజనమేమిటి ?

ముగ్గులూ, పండుగ దినాల్లో గొబ్బిళ్ళూ లక్ష్మీదేవికి ప్రీతికరము, మంగళకరములు. స్త్రీలకు అదొక నిత్య వ్యాయామము. ముగ్గులోని సున్నపుపొడి వల్ల పరిసరాల్లోని సూక్ష్మక్రిములు నశింపచేసి పిల్లాపాపలకు అనారోగ్యాలు చేస్తుంది.

పేడనీళ్ళు కళ్ళాపి చల్లి, రకరకాల ముగ్గులు పెట్టి, గొబ్బిళ్ళను అలంకరించి, రకరకాల రంగులు చల్లి ఆనందపడటం హృదయానికే కాదు కనులకూ మంచిది. దానితో పాటు శరీరంలోని అనేక రోగాలను పోగొట్టే శక్తి గోమయానికీ, ముగ్గుపొడికీ ఉంది.

అర్జునుడి సూక్తి

ఇతరులందున్న మంచిగుణములను
మాత్రమే గ్రహించుము

వడ్డీవ్యాపారము ధర్మ సమ్మతమేనా ?

కాదనే శాస్త్రాలు చెబుతున్నాయి. హింసల్లో గొప్ప హింసని ధర్మాలు ఘోషిస్తున్నాయి. శాస్త్ర ప్రకారం ధర్మ

సమ్మతమైన వడ్డీకి మించి పుచ్చుకోవటమంటే ధర్మ శాస్త్రాలతో దూషించుకున్నట్టే.

అధిక వడ్డీలు వసూలు చేయువారూ, అసలు కన్నా రెట్టింపు వడ్డీని అందుకున్న వారూ, కట్టిన వాడు అనుభవించిన హింసకంతటికీ వడ్డీ తీసుకున్నవాడు బాధ్యుడు.

వడ్డీ వ్యాపారము ద్వారా ధనాన్ని సంపాదించకుండా, ఆ ధనాన్ని వ్యాపారంలో పెట్టి పదిమందికి ఉద్యోగమిచ్చి తద్వారా ధనాన్ని సంపాదించాలి. ధర్మ శాస్త్రాలను, మహాపురుషులను దూషించేలా ప్రవర్తిస్తే పూర్వం ఇంద్రపదవే వదిలేయాల్సి వచ్చింది.

భీముడి సూక్తి

ఎన్నటికిని గర్వము నొందకుము

పరోపకారమంటే ?

అవసరమున్న వారికి సహాయపడటమూ, బావులను త్రవ్వించటమూ, దేవాలయాలు కట్టించటమూ, చలివేంద్రాలు ఏర్పాటు చేయటమూ, విద్యాదానమూ, వస్త్రదానమూ, అభయదానమూ, అన్నదానమూ ఇవన్నీ పరోపకారాలే.

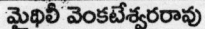

తల్లీ , తండ్రీ కన్నా ముందే భుజించరాదా ?

అవును. జన్మనిచ్చి, మలమూత్రాలను శుభ్రపరిచి పెంచి పెద్ద చేసిన తల్లీ, తండ్రీ పార్వతీ పరమేశ్వరుల వంటి వారు.

వారు భుజించిన తర్వాత చేసే భోజనం భగవంతునికి పెట్టిన నైవేద్యము వంటిది. ముందు భుజించిన రాక్షస ఆహారం అవుతుంది.

ఏకలవ్యుడి సూక్తి

ఎంత తెలిసియున్నను గురువునాశ్రయింపుము

'ఓం'కార పరమార్థము ఏమిటి ?

'ఓం' అను అక్షరము బీజాక్షరము. త్రిమూర్తులను తెలిపే 'ఓం' కారమే సర్వ వేదములకూ మూలము. సర్వమంత్రాలకూ ప్రథమం. త్రిగుణతత్త్వము గలది.

నలమహారాజు సూక్తి

కష్టముకలిగినప్పుడు నీకంటె కష్టపడువారిని జూచి సమాధానము నొందుము

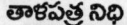

సంబంధాన్ని ఎలా కుదుర్చుకోవాలి ?

ఏడుతరాలు తండ్రి వంశస్థులతోనూ, ఆరుతరాలు తల్లి వంశస్థులతోనూ ఎలాంటి రక్త సంబంధంలేని స్త్రీ పురుషుల మధ్య వివాహం జరగాలి. అలాగే ఏక గోత్రీకులు కాకూడదు.

వివాహమంటే 'ఎత్తుకుపోవటం'. పురుషుడు స్త్రీతో సర్వ ధర్మాలనూ, సుఖాలనూ సమంగా కలిసి చేస్తానని చెప్పి తల్లీ, తండ్రీ అన్నదమ్ములూ, సోదరీమణులూ, బంధుమిత్రులకీ చెప్పి వారి ఇష్టంతో ఎత్తుకు పోవటమే పెళ్ళి.

కీచకుడి సూక్తి

గర్వము గలిగినపుడు నీకంటె నధికములను జూచి
గర్వమును విడువుము

కోపమే ప్రథమ శత్రువా?

తప్పులు అన్నీ అవతల వారే చేయచ్చు. సమస్యలన్నింటికి కారణము వారే కావచ్చు.

సర్వధర్మాలని కాదని ఇష్టమొచ్చినట్టు అయిన వారంతా ప్రవర్తించవచ్చు.

అయినా కోపం తెచ్చుకుంటే నష్ట పోయేది మీరే. ఒక స్టేజీ దాటిపోయిన తర్వాత అరిచినా ప్రయోజనం శూన్యం.

అన్నీ విషయాలనీ, అన్నీ కార్యాలనూ తొలి నుంచే క్రమ పద్ధతిలో ఉంచుకోవాలి. అప్పుడే కోపం అదుపులో ఉంటుంది.

వివాహంలో ఖచ్చితంగా చేయాల్సిన విధులు పదహారు... అవి ఏమిటి ?

వరాగమనమూ, రెండు స్నాతకము, మూడు మధుపర్కమూ, నాలుగు మంగళస్నానమూ, అయిదు గౌరీపూజా, ఆరు కన్యావరణమూ, ఏడు కన్యాదానమూ, ఎనిమిది సుముహూర్తమూ, తొమ్మిది మంగళ సూత్రధారణమూ, పది తలంబ్రాలూ, పదకొండు హోమమూ, పన్నెండు పాణిగ్రహణమూ, పదమూడు సప్తపదీ, పధ్నాలుగు అరుంధతీ నక్షత్ర దర్శనమూ, పదిహేను స్థాలీపాకమూ, పదహారు నాగవల్లీ...

ఈ విధులతో వివాహ మహోత్సవం సంపూర్ణమవుతుంది. పూర్వము పెళ్ళంటే పదిరోజులు పైనే చేసేవారు.

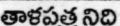

విజయదశమినాడు ఏ పని ప్రారంభించినా విజయమవ్వటానికి కారణము ఏమిటి ?

ఆ రోజు విజయదశమి. అనగా శ్రవణా నక్షత్రం, దశమీ తిథి సంధ్యా కాలము దాటిన తర్వాత సమయమే విజయకాలము.

సంధ్యాకాలం దాటిన తర్వాత 48 నిముషాల వరకూ పరాశక్తి అనన్యశక్తి మంతురాలవుతుంది. కాన ఆ సమయమున ఏది ప్రారంభించినా, విజయపథంలో దూసుకపోవచ్చు.

అందుకే విజయదశమిని విజయ, ముహూర్త అని కూడా సంబోధిస్తారు.

కలలు నిజమేనా ? అసలెందుకు వస్తాయి ?

విపరీతంగా కష్టించి అలసిసొలిసి నిద్రపోతే కలన్నదే రాదు. ధనమెక్కువయిన వారికీ, అశాంతి వున్న వారికీ, అనారోగ్యంతోనూ, మానసిక

సమస్యలతోనూ, ఒంటరితనంతోనూ బాధపడేవారికి కలలొస్తాయి. వారి భయాలకీ, తీరని కోర్కెలకీ వారి వారి ఆలోచనల ప్రతి రూపమే కలలు. సెక్స్ కోరికలు తీరని వారికి ఎక్కువగా కలలు వస్తుంటాయి.

జనకమహారాజు సూక్తి

సర్వదా నీ కర్తవ్యమును మఱువకుము

'అతిథి దేవో భవ' అని అనేదెందుకు ?

అతిథి భగవత్ స్వరూపుడు. తన పుణ్యాన్ని మనకివ్వటానికి అతిథిగా మన గృహానికి వస్తాడు. అట్టి అతిథికి అతిథి సత్కారాలు చేయనిచో అతని పాపాలన్నీ మనకు సంక్రమిస్తాయి. అతిథి పూజ వల్ల ఆయుష్షు పెరుగుతుంది. పురాణ, ఇతిహాసాల్లో అతిథి కెంత ప్రాముఖ్యతముందో విపులంగా ఉంది.

బ్రహ్మదేవునికి పూజెందుకు చెయ్యరు ?

త్రిమూర్తులు త్రిగుణాత్మకులు. సృష్టి, స్థితి, లయలకు అధిష్టాన దేవతలు. రక్షణ ఇచ్చే విష్ణువును

పూజించటం ద్వారా భద్రతనూ, శ్రీమహాలక్ష్మి ఇచ్చే ధనం ద్వారా సుఖాలనూ పొందటానికి లక్ష్మీదేవిని ప్రార్థిస్తాము.

మహాశివుడు లయ కారకుడు. మరణమంటే మానవునికి భయము. అందుకే అట్టి మరణ భయాన్ని పోగొట్టి అనంతమైన దూరంలో మృత్యువుని ఉంచమని ప్రార్థిస్తాము శివుడ్ని. బ్రహ్మ సృష్టించేవాడు. మనల్ని ఎప్పుడో పుట్టించేశాడు. మళ్ళీ ఆయన్ని అడగటానికి ఆయన దగ్గరేముంది. అందుకే.. బ్రహ్మను పూజించటానికి ఎవరూ ముందుకు రారు. కాని మోక్షమనే పరబ్రహ్మ దర్శనము సిద్ధించేది బ్రహ్మవరం వల్లనే.

ఋగ్వేదంలో ఏముంది ?

వ్యవసాయ, వ్యాపార విషయాలతో పాటు ఓడలూ, ఎగిరే వాహనమూ, పద్ధతులూ లాంటి శాస్త్ర జ్ఞానం ఉంది.

దేవాలయాల్లో తల నీలాలెందుకు సమర్పిస్తాము?

బ్రతుకు జీవన పోరాటంలో మనం చెప్పే అబద్ధాలకూ, చిన్న మోసాలకూ అంతే ఉండదు.

మానవుడు చేసే సర్వ కర్మల పాపఫలం వెంట్రుకలను చేరుతుంది.

అందుకే పాపాలకి నిలయమైన వెంట్రుకలను స్వామికి సమర్పించి, స్వామీ.. ఇంతవరకూ చేసిన పాపాలను వదిలేస్తున్నాను.

ఇకపై మంచిగా, ధర్మంగా, న్యాయంగా ఉంటానని చెప్పటమే తలనీలాలివ్వటము.

యజుర్వేదము

కృష్ణ యజుర్వేదం, శుక్ల యజుర్వేదం అని రెండు భాగాలున్నాయి. మొదటి దానిలో కర్మ సిద్ధాంతమూ, గణిత, ఆరోగ్య, అంతరిక్ష శాస్త్రాలున్నాయి. రెండో దానిలో సృష్టి గూర్చి, బ్రహ్మ విద్యల గూర్చి ఉన్నాయి.

కుచేలుడి సూక్తి

అత్యాసయే పరమదారిద్ర్యమని భావింపుము

అతి మంచితనము మంచిది కాదా?

ఓ గ్రామంలో కాలభైరవుడనే సర్పము ఉండేది. అది తన భీకర విషజ్వాలలతో ఆ ప్రాంతం ప్రజలను గడగడలాడించేది. ఆ దారినే వెళ్తున్న ఓ మునీశ్వరుడు ఆ సర్పంతో 'ఇంత భయభ్రాంతులను చేయటం ద్వారా

ఏం సాధిస్తావు. నెమ్మది తనమూ, జాలీ, కరుణా, ధర్మబద్ధమైన జీవితమే పరమేశ్వరుని కృపకు దగ్గర దారి' అని చెప్పాడు.

ఆపై ఆ పాము అలానే జీవించసాగింది. కొన్నాళ్ళ తర్వాత మళ్ళీ అటుగా వచ్చిన మునీశ్వరుడు చిక్కి శల్యమైన పామును చూసి ఏమిటిలా అయ్యావు అని అడిగాడు.

తమరు చెప్పిన ధర్మసుగుణాలకి ప్రజలిచ్చిన బహుమానం.

నన్ను చూస్తేనే ఆమడ దూరం పారిపోయే ప్రజలు రాళ్ళతోనూ, కర్రలతోనూ కొట్టి ఆనందిస్తున్నారు అని చెప్పింది.

దానికి ముని నవ్వి 'ఎవ్వరికీ అపకారం చెయ్యద్దొని చెప్పాను గాని... భగవంతుడు నీ రక్షణ కోసం ఇచ్చిన 'బుసనికొట్టద్దని చెప్పానా?' అన్నాడు. కాన మనలో మంచి తనము ఉండటం వేరు.

ఆ మంచి తనాన్ని చేతకాని తనంగా భావిస్తే 'బుసకొట్టడం' అనగా కనులెర్రజెయ్యటం లాంటివి చేస్తేనే కొంతమంది కంట్రోల్‌లో ఉంటారు.

హరిశ్చంద్రుడి సూక్తి

సత్యవస్తువునే ఆశ్రయింపుడు

సామవేదము

వెయ్యి శాఖలున్నాయని అంటారు. మనకు అందుబాటులో కొన్ని శాఖలు మాత్రమే ఉన్నాయి. ఈ సామవేదం గానం చేస్తూ చదవటానికి వీలుగా ఉంది గాన వేదం అని కూడా అంటారు.

అధర్వణవేదము

దైవప్రార్థనల గూర్చి, బ్రహ్మచర్యము గూర్చి, నియమాలు గూర్చి దైవాన్ని ఎలా పూజించి ప్రసన్నం చేసుకోవాలో ఉంది.

అలిగి అత్తవారింటికి, చెడి చెల్లెలింటికి వెళ్ళకూడదని ఎందుకంటారు ?

పూర్వకాలంలో కొడుకుని సరయినదారిలో పెట్టలేకపోతే, సంవత్సరం పాటు అత్తగారింటికి పంపేవారట. అంటే శిక్షతో సమానము.

మహాభారతంలో ధృతరాష్ట్రుడు తన బావమరిది శకునిని హస్తినలో ఉంచుకోవటం వల్ల ఎంత అనర్థం జరిగిందో తెలియనిది కాదు. తన వారి మీద అలిగి

అత్తింటికి వెళితే కోల్పోయేది ఆర్థిక స్వేచ్ఛ, సాంఘిక స్వేచ్ఛలతో పాటు మానసిక ఆనందం కూడా. అలాగే చెడి చెల్లెలింటికి వెళ్ళకూడదు. ఎందుకంటే ఆడపిల్ల పుట్టింటి నుంచి ప్రేమా, వాత్సల్యమూ, ధనమూ ఆశిస్తుంది.

అలాంటి చెల్లి ఇంటి కెళ్ళి ఆ మూడు ఆమె నుంచి ఆశించటం వల్ల చులకనవుతాడు. కాని వాస్తవానికి చులకనయ్యేది మనమే కాదు, అత్తింటి చెల్లి కూడా. అందుకే చెడి చెల్లెలింటికి వెళ్ళొద్దనేది.

ధ్యానం ఆయుష్షును పెంచుతుందా ?

ఖచ్చితంగా. ధ్యానం ద్వారానే కాదు, నడకా, వ్యాయామాల్లో దేని ద్వారానయినా ఆయుష్షుతో పాటు ఆరోగ్యము పెరుగుతుంది.

శ్వాస సంబంధిత వ్యాయామాల్లో ప్రేవులూ, ఉదరమూ, మెదడూ, హృదయమూ రిలాక్స్ అవుతాయి. శ్వాస సంబంధిత వ్యాయామాల ద్వారా శరీరంలోని భయంకర విషగాలి బైటికి వెడుతుంది.

అందుకనే ధ్యానం సాధ్యమైనంత వరకూ వక్కరే చెయ్యాలని చెప్పేది.

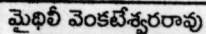

సులభ సూక్తి

స్వార్థమే పాపహేతువని యెఱుంగుము

భగవంతుని పుష్ప పూజను ఎలా చేయాలి ?

అయిదు వేళ్ళతో పూలు తీసుకొని స్వామిపై వేయరాదు. మధ్యవేలికీ, ఉంగరపు వేలికీ మధ్యలోకి పూవులను తీసుకొని వేసి భక్తితో వినయంగా స్వామికి నమస్కరించాలి.

ముందు రోజు ఉపయోగించిన పూలను స్వామి చెంతనుండి బొటన వేలితో, చూపుడు వేలితో తియ్యాలి.

విదురుడి సూక్తి

ధర్మమునే యాచరింపుము

వీటివల్ల ఏ ప్రయోజనమూ లేదు..... అవి ఏమిటి?

బొట్టుపెట్టని నుదురూ, మంచి పనులకు ఉపయోగించని ధనమూ, తగు శిష్యుడు లేని గురువూ, న్యాయం దొరకని దేశమూ, శక్తీ, యుక్తీ గల మంత్రి లేని రాజూ, భర్తను గౌరవించని భార్యా, వివేకంలేని

జ్ఞానమూ, మొద్దుబారిన కత్తీ, పాలు ఇవ్వని బర్రె... ఇవన్నీ ఉన్నా ఒకటే లేకపోయినా ఒక్కటే. ప్రయోజనము శూన్యము.

సంవర్తకుడి సూక్తి

పంచభూతాత్మికమైన శరీరమును జూచి
వ్యామోహము నొందకుము

శ్రీ మహాలక్ష్మీదేవి ఎక్కడ అస్సలుండదు ?

నిన్నటి బట్టలు ధరించిన వారి దగ్గరా, రెండు సంధ్యకాలాల్లో నిద్రపోయే ఇంట్లో లక్ష్మి ఉండదు. ధనానికీ, ధాన్యానికీ, పుస్తకానికీ, పెద్దలకీ కాళ్ళు తగిలితే శ్రీలక్ష్మీదేవికి కోపం వస్తుంది.

అన్నింటికీ మించి స్త్రీలు కన్నీరు పెట్టుకునే చోట ఆమె ఉండకపోవటమే కాదు, ఆ పరిసరాల్లో కూడా ఉండదు. స్త్రీ కంటి నుంచి కన్నీరు జారిందంటే లక్ష్మీదేవి అక్క జ్యేష్ఠాదేవికి పిలుపు నిచ్చినట్టే.

ధర్మరాజు సూక్తి

సత్యమునే వచింపుము

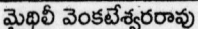

పండగ రోజుల్లో, పుణ్యరోజుల్లో ఉల్లిపాయను తినకూడదా ?

అలాంటి రోజులు ఎంతో పవిత్రమైనవి. ఆ రోజంతా నిర్మలంగా, ప్రశాంతంగా మనస్సూ, శరీరమూ భగవంతుని మీదే లగ్నం చేయాలి.

అలా ఉంచాలంటే ఉల్లిపాయను తినకూడదు. ఉల్లిపాయలో ఉత్తేజం చేసే శక్తి ఉంది. నిగ్రహాన్ని సడలించేలా చేస్తుంది. కాన వాటిని ఆ రోజుల్లో దూరంగా ఉంచాలి.

శాంతానందుడి సూక్తి

ఏకాకివై ప్రశాంతముగ బ్రహ్మచింతన చేయుము

యోగాలో శవాసనానికి ఎందుకంత ప్రాముఖ్యము ?

యోగ పద్ధతుల ద్వారా శరీరంలోని రక్తం వకే ప్రదేశానికి చేరుతుంది. అలా అంత రక్తం ఎక్కువగా ఓ అవయవం దగ్గర చేరడంతో, ఆ ప్రదేశంలోని మాలిన్యాలన్నీ తొలగిపోతాయి. ఉదాహరణకు వజ్రాసనం వేయటం ద్వారా కాలు, పిరుదుల్లోని రక్తం

పొట్టలోకి చేరుతుంది. కాన పొట్ట ప్రదేశం శుద్ధి అవుతుంది.

ఇలా అనేక రకాలుగా యోగా చెయ్యటం ద్వారా శరీరంలోని రక్తం పరుగులు పెడుతుంది. శవాసనం ద్వారా తిరిగి ఏ అవయవంలోకి ఎంత రక్తం అవసరమో అంత రక్తం చేరుతుంది. తద్వారా శరీరంలోని చాలా మాలిన్యం పోయి ఆరోగ్యవంతుడవుతారు.

శ్రీ శంకరాచార్యుల సూక్తి

నీ దీక్షను సర్వదా సాగించుము

పరస్త్రీ వ్యామోహం సర్వనాశనమేనా?

ఒకరి సంగతి అనవసరం. లంకేశ్వరుడు రావణ బ్రహ్మ మహాపండితుడు. వ్యాకరణ కోవిదుడు. రాజ నీతిజ్ఞుడు, ధర్మసూక్ష్మాలను ఎరిగిన వాడు. అర్థశాస్త్ర గణితాల్లోనూ, ఆయుర్వేదంలోనూ, శిల్ప, గాంధర్వ శాస్త్రాల్లో అతనికి అతనే సాటి.

సకల లోకాలన్నింటినీ నోటి మాట ద్వారా శాసించినవాడు. పరమేశ్వరుని వెండి కొండనే ఎత్తిన బలవంతుడు, భక్తి పరుడు.

అట్టి రావణుడు పరస్త్రీ, పరుని భార్యని ఆశించే సర్వమూ పోయి చివరికి తానే నశించిపోయాడు. ఇంతకన్నా వివరణ కావాలంటారా!

అక్షింతలు చల్లటంలో పరమార్ధము ఏమిటి?

బ్రహ్మ రాతను నుదుటిపై వ్రాస్తాడు. కర్మఫలాలన్నీ తలపైనే వ్రాసి ఉంటాయి. ధర్మాత్ములు, పెద్దవారూ అక్షితలు లేదా అక్షింతలను తలపై వేసి ఆశీర్వదించటం ద్వారా తలరాత కొంతయినా మారుతుందని విశ్వాసము. పెద్దలు వేసిన అక్షితలు నేల రాలితే వాటిని ఎవ్వరూ త్రొక్కకుండా, వాటిని ఏరి ఎవరూ నడవని ప్రదేశంలో వేయాలి.

అరవింద ఘోషు సూక్తి

క్షణకాలమైనా దుర్విషయములకు వినియోగింపకము

షష్టి పూర్తి వేడుకలు

ఇరవై సంవత్సరాల బాల్యమూ, మరో నలభై సంవత్సరాలు యవ్వనమూ, కౌమారాలతో అరవై నిండిపోతాయి. అప్పటికే ఎంతో అలసి పోతారు.

తప్పులూ, వొప్పులూ, కష్టాలూ, నష్టాలూ, అయిన వార్ని దూరం చేసుకోవటమూ వంటి వన్నీ అనుభవించి, అరవైకి చేరుకున్నాక వెనుతిరిగి చూసుకోవటమే షష్టిపూర్తి.

కోపావేశాలూ, పగలూ, ప్రతీకారాలూ, పట్టుదలలూ వదలి అందర్నీ ఆహ్వానించి, అన్ని తప్పులనూ క్షమించటమే కాకుండా, తనను క్షమించగలిగే వారికి క్షమాపణ చెప్పి అందర్నీ ఆహ్వానించి చేసుకునే పండుగే షష్టిపూర్తి. ఆ వయసు వచ్చేటప్పటికి అలా షష్టిపూర్తి చేసుకోవటం ద్వారా తను వదిలేసిన కర్మలేమున్నాయో తెలుస్తుంది. అందుకే ఆ సమయంలో తులాభారం తూగి ధనాన్ని పేదలకి పంచుతారు. అయిన వారికీ, ఆడపిల్లలకీ కావలిసనవన్నీ ఇస్తారు. ఎందుకంటే ఆ తర్వాత.....?

వివేకానందస్వామి సూక్తి

మరణకాలమందైనను మంచి లక్ష్యమును వీడకుము

దేవునికి హారతినిచ్చేటప్పుడు గంటెందుకు కొడతారు ?

దేవాలయాల్లో గంటను అనేకసార్లు అనగా నైవేద్యము పెట్టేటప్పుడూ, మేలుకొలుపు పాడేటప్పుడూ,

ఆలయం మూసేటప్పుడూ, హారతి నిచ్చేటప్పుడూ గంట కొడతారు. హారతినిచ్చేటప్పుడు కొట్టే గంటకు అర్థం, దేవతలందరినీ ఆహ్వానిస్తున్నామని, ఏ దేవునికి హారతినిస్తున్నామో, ఆ దేవుడు మహాదైవాంశతో విగ్రహంలో చేరాలని, ఆ మహోత్తరమైన అంశ విగ్రహంలో చేరేటప్పుడు ఈ రూపాన్ని భక్తులు కనులారా వీక్షించేలా, హారతి వెలుగులో స్వామిని చూపటమే పరమార్థము. కాన హారతి వేళ దైవాన్ని ప్రత్యక్షంగా చూసినట్టే.

గుడిలో ప్రదక్షిణల పద్ధతి ?

ధ్వజస్థంభం నుంచి మళ్ళీ ధ్వజస్థంభం వరకూ చేస్తే ఒక ప్రదక్షిణ అవుతుంది. అలాగే మందిరమయితే ముఖద్వారం వద్ద నుంచి ప్రారంభించి మళ్ళీ మందిర ముఖ ద్వారం వద్దకు వస్తే ఓ ప్రదక్షిణ పూర్తి అయినట్టు. హనుమంతునకు అయిదు ప్రదక్షిణలు ప్రీతి. ఏదైనా కోర్కె ఉంటే 11, 27, 54, 108 సంఖ్యలతో ప్రదక్షిణం చేస్తే ఫలితముంటుంది.

నవగ్రహాలకి మూడుసార్లూ, లేదా తొమ్మిదిసార్లూ చేయచ్చు. అలాగే పదకొండూ, ఇరవై వకటీ, ఇరవై ఏడూ ఇలా బేసి సంఖ్యలో చేయవచ్చు.

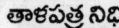

రామతీర్థుల సూక్తి

మోక్షసాధనమెక్కుటకు సజ్జనసాంగత్యమే
ప్రధమసోపానమని తలంపుము

వ్యసనముల వల్ల ఏం కోల్పోతాము ?

మొదట ఆరోగ్యాన్నీ, తర్వాత ధనాన్నీ, ఆపై ఆత్మ విశ్వాసాన్నీ పోగొట్టుకుంటాడు. అలా వ్యక్తిత్వాన్ని కోల్పోయిన మనిషి భార్యాబిడ్డల మీద అకారణ ద్వేషాన్నీ, కోపాన్నీ పెంచుకుంటాడు.

కుటుంబంలో కలహాలని తెచ్చుకొని వ్యధలకు లోనవుతాడు.

అవసరం కోసం, వ్యసనాల కోసం అబద్ధాలని చెప్పి తద్వారా నలుగురిలో చులకన అవుతాడు. సర్వ ఆనందాలకి సమానమైన స్త్రీ సౌఖ్యానికీ, సుఖాలకీ దూరమవుతాడు. భ్రష్టుడవుతాడు. నేరస్థుడు కూడా అవుతాడు.

తుదకు తన జీవితాన్ని నాశనం చేసు కుంటాడు. ఆపై తనని నమ్ముకున్న వారి జీవితాలని నట్టేట ముంచుతాడు.

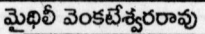

స్వామి రామకృష్ణదేవుల సూక్తి

ఇదివరలో చూచిన సత్పురుషులను మఱల మఱల నీ దృష్టిలో ఉంచుకొనుము

తిరుమలేశుని వైభవానికి వాస్తు కూడా తోడయ్యిందా ?

తిరుమలేశునికి తూర్పు ఎత్తు, ఆలయ ప్రాకారంలో రంగబావి, ప్రాకారానికి వెలుపల ఈశాన్యంలో నీరు ఇలాంటివన్నీ వైభోగానికి కారణమని వాస్తు పండితులు చెబుతారు. ఈ వాస్తు విషయాలు మానవుల వాస్తు ప్రకారం వ్యతిరేకం.

నిద్రలేవగానే చూడాల్సినవి

ఇష్టదైవమూ, సూర్యుడూ, బంగారమూ, సముద్రమూ, తన ప్రతిబింబమూ, వృద్ధులూ, పుణ్యస్త్రీలూ, దూడతో ఉన్న ఆవూ, మంగళతోరణ ములూ, పసుపు బట్టలూ, తులసి మొక్కలూ, ఇలాంటివి చూస్తే ఆ రోజంతా మంగళకరంగా ఉంటుంది.

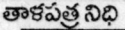

గురునానక్ సూక్తి

మలము విడిచిన పిమ్మట ధ్యానించుట కెంత యసహ్యపడుదువో నీ దుర్గుణములందంత యసహ్యత నుంచుము

మొదటి రాత్రి తెల్ల చీరలోనూ, భర్త పోయినప్పుడు తెల్ల చీర ధరించటంలో మర్మమూ, తేడాలేమిటి ?

చాలా మంది రెండు సందర్భాల్లోనూ ఒకే చీరనుకుంటారు. కానీ కాదు. చాలా తేడా వుంది. నవవధువు పాలతో భర్తను చేరటప్పుడు నిర్మలత్వానికి ప్రతీకైన తెల్లని చీరను ధరించి, భర్తను సమీపిస్తుంది. అలాంటి సందర్భంలో ఆమె ధరించే తెల్లచీరకు అంచుటుంటాయి. సరస్వతీ దేవి ధరించే తెల్లటి చీర వంటి ఆ చీరను వధువు ధరించటానికి ముందు శుభప్రదమయిన పసుపుతో అలంకరిస్తారు.

రెండో విషయానికొస్తే ఆ సమయంలో కట్టుకునే తెల్లచీరకు అంచులుండవు. పసుపు రాయరు.

'అన్నీ ఉన్నా అల్లుడి నోట్లో శని' అనే నానుడి వాడుకలోకి ఎలా వచ్చింది ?

కొత్త పెళ్ళికొడుకు కోటి ఆశలతో అత్తింటికి వచ్చాడంటా.. ఇంకేముంది కొత్తల్లుడు, ఇల్లూ, వంటిల్లూ హడావుడి రకరకాల పిండి వంటలు... ఘుమ ఘుమలు... పెళ్ళాం మురిపాలు, కబుర్లు... పండుగ వాతావరణం. చుట్టు ప్రక్కల వారి పరామర్శలు. ఇంతలో కొత్తపెళ్ళికొడుకి పెళ్ళాం ఇంట్లోకి రాకూడదు. అప్పుడన్న మాట పెద్దల పెదవి విరుపు పలుకులే వాడుకలోకి వచ్చింది. చల్లగా విషయాన్ని పెళ్ళికొడుకుకీ తెలియ చేశారు.

దానితో సదరు పెళ్ళి కొడుకు దిగులుగా కూల బడ్డాడు. 'అన్నీ ఉన్నా అల్లుడి నోట్ల శని ఉండుట మంటే ఇదే' అనుకున్నారంతా...

పొట్టి శ్రీరాములు సూక్తి

దేశసేవయే దేవుని సేవయని సదా ఆచరింపుము

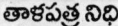

కుంకుడూ, మామిడీ, దానిమ్మ వంటిచెట్లను గృహాల్లో ఎందుకు పెంచకూడదు?

ఇలాంటి చెట్లు నీటి శాతాన్ని ఎక్కువగా పీలుస్తాయి. తద్వారా గృహావసరాలకి ఉపయోగపడే అనేక చెట్లు, నీరు సరిపోక పెరగవు. కొన్ని చెట్లు గృహయజమాని జాతకానికి సరిపోవు.

అందుకే సర్వసమ్మతమైనవీ, గృహావసరాలకి ఉపయోగపడే చెట్లనే పెంచుకుంటారు. పై చెట్లు పెంచాలనుకుంటే మీ మీ జాతకాల ప్రకారం సరి చూసుకుని పెంచుకోండి.

పరాశరుడు సూక్తి

మహాత్ములచే నాచరింపబడినదే ధర్మమని తలంపుము

పంచాంగ ఫలమంటే ?

బ్రహ్మ అయిదు ముఖాల నుంచి పుట్టినదే పంచాంగము. తూర్పు ముఖాన్నుంచి తిథి, దక్షిణ ముఖాన్నుంచి వారమూ, పశ్చిమ ముఖం నుంచి

నక్షత్రమూ, ఉత్తర ముఖం నుంచి యోగమూ, ఊర్ధ్వ ముఖం నుంచి కరణమూ.... ఈ అయిదింటి కలయికే పంచాంగము.

తిథి వల్ల ధనమూ, వారము వల్ల ఆయుష్షు పెరుగుతాయి. నక్షత్రం వల్ల పాపపరిహారమూ, యోగము వల్ల రోగాలు సమసిపోతాయి. కరణము వల్ల కార్యసిద్ధి కలుగుతుంది.

యముడు మానవుడ్ని హెచ్చరిస్తాడా?

యమధర్మరాజు మానవులకి అనేక విధాలుగా సంకేతాలిస్తాడు. ముందుగా తలవెంట్రుకలను రాలేలా చేస్తాడు. అదే మృత్యుదేవత కదలిక. ఆపై పళ్ళు వక్కొక్కటిగా ఊడిపొయ్యేలా చేస్తాడు. ఆ తర్వాత కనులకు దృష్టిని తగ్గిస్తాడు. తదుపరి కాళ్ళూ, చేతులూ వణికేలా చేస్తాడు.

అదే ఆయన చివరి హెచ్చరిక. జుట్టురాలటం ప్రారంభం కాగానే భగవంతున్ని ఆరాధించమని, పూర్తి కాలం నియమ నిష్టలతో ఉండి ఆయుష్షును పెంచుకోమని ఇహం నందు చెయ్యల్సిన సమస్త విధులూ

సుఖాలూ పొందమని యమధర్మరాజు తన సంకేతాల ద్వారా తెలియచెబుతాడు.

భర్త భార్యను ఎప్పుడు తాకాలి ?

వివాహాది మంత్రాల ప్రకారమూ, సామాజిక ధర్మం ప్రకారమూ, భార్యకు ముందు కడుపునిండా తిండి పెట్టాలి, కప్పుకోవటానికీ సిగ్గును దాచుకోవటానికీ బట్ట ఇవ్వాలి. అన్ని వైపుల నుంచి రక్షణ భద్రత ఇవ్వాలి. ఆ తర్వాతే స్త్రీని తాకాలి. అట్టివాడే స్త్రీకి అత్యంత దగ్గరిగా వెళ్ళటానికి అర్హుడు.

జమదగ్ని సూక్తి

మార్పుజెందునదే యసత్యము - మిథ్యయని భావింపుము

ఉత్తరాయణం ఎందుకు పుణ్యకాలము ?

ప్రకృతి పాత ఆకులను వదిలేసి చిగురులు వేసి, కొమ్మలు పెంచి మానవులకు మధుర ఫలాలనిచ్చే సమయం ఉత్తరాయణం. ఉత్తరాయణంలో ఎక్కువగా జననాలు జరుగుతుంటాయి.

ఆడపిల్లలు పుష్పవతులయ్యేది ఈ కాలంలోనే. స్త్రీ పురుషలలో శృంగార భావాలు రేకెత్తించే కాలమూ ఇదే.

లయకారుడు పరమేశ్వరుడు నిద్రలేచే సమయము ఉత్తరాయణ కాలం. అంతటి పవిత్రమైనది కాబట్టే భీష్ముడు అంపశయ్య మీదుండి కూడా ఉత్తరాయణం వచ్చాక భగవంతుడిలో లీనమయ్యాడు.

మంగళ, శుక్రవారాలు ధనాన్ని ఎందుకివ్వరు ?

సంపాదించేవాడు సంపాదిస్తుంటే ఖర్చు చేసే వాళ్ళు ఖర్చు చేస్తారు. కనీసం ఆ రెండు రోజులైనా ఆపాలన్న ప్రయత్నము.

అలాగే అమావాస్యనాడు కూడా అప్పు ఇవ్వరు. ధనాన్ని అదుపు చెయ్యటానికి మంచి పద్ధతే అయినా మనకి గానీ, ఇతరులకు గానీ కష్టసమయాల్లో ఈ నియమం పనికి రాదని శాస్త్రం చెబుతుంది. అలా చెయ్యటం వల్ల ధనం మరింత పోతుందని శాస్త్రం సెలవిస్తోంది.

పూసలని ఏ వ్రేలుతో మార్చాలి?

★ బొటన వ్రేలుతో పూసలను జరిపితే మోక్షప్రాప్తి

★ చూపుడు వ్రేలుతో పూసలని జరిపితే మీ శత్రువులు సర్వం నాశనమౌతారు.

★ఉంగరం వ్రేలును శాంతి కర్మలప్పుడు వాడాలి.

★ మధ్య వ్రేలుతో పూసలను జరిపితే లక్ష్మీప్రాప్తి.

★ చిటికెన వ్రేలును మరణంలో వాడాలి.

భార్గవ ఋషి సూక్తి

శమాదులు, సదాచారము పరస్పరము శోభించునని తలంపుము

ఉప్పునెందుకు దొంగలించకూడదు ?

ఉప్పును కాళ్ళతో త్రొక్కరాదు. అలాగే బదులు కూడా తీసుకోకూడదు. అలాగే ఉప్పును చేతితో ఎవ్వరికీ ఇవ్వరాదు.

ఉప్పు శనీశ్వరుని సంకేతము. పూర్వకాలంలో ఉప్పు దొరికేది కాదు. ఎంతో కష్టం మీద సంపాదించిన

ఉప్పును రక్షించుకోవటానికి ఉప్పును శనీశ్వరుని అంశ గానూ, యమధర్మరాజు సంకేతంగానూ చెప్పేవారు.

అలా చెప్పటం వల్ల ఉప్పును చేబదులు అడిగే వారు కాదు.

తస్కరించే వారు కాదు. ఓ వయసు వచ్చాక రక్తపోటు లేకపోయినా ఉప్పును మజ్జిగలో వాడక పోవటం ఉత్తమం.

గోళ్ళను ఇంట్లో ఎందుకు తీయకూడదు ?

మానవ శరీరంలోని చేతి, కాలి వేళ్ళకున్న గోళ్ళు విషపూరితమైనవి.

మనం భోజనం చేసేటప్పుడు పొరపాటున గోళ్ళ ముక్కలు అన్నం ద్వారా తీసుకుంటే, అవి జీర్ణం కావు. మన జీర్ణవ్యవస్థకి అంత శక్తి లేదు. విసర్జించేటప్పుడు ప్రేగులకి ఇత్యాది వాటికి తగిలితే ప్రమాదం. అందుకే గోళ్ళు ఇంట్లో తియ్యకపోవటమే కాదు. విధిగా వారానికోసారి కత్తిరించుకోవాలి.

భరద్వాజుడు సూక్తి

అహంకారత్యాగమే నిజమైన త్యాగమని భావింపుము

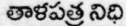

గంగానది పరమ పవిత్రము

గంగానది శ్రీమన్నారాయణుని పాదాల వద్ద జన్మించి, భగీరథుని వల్ల భూలోకానికి వచ్చి మనల్ని తరింప చేసింది.

గంగాదేవి విష్ణుపుత్రి, ఈశ్వర పత్ని. గంగకు మరో పేరు సురనది. గంగ మూడు లోకాల్లోనూ అనగా దేవలోకమూ, మానవలోకమూ, పాతళలోకము లోనూ ప్రవహిస్తుంది.

గంగాజలం దివ్య ఔషధుల సమ్మేళన భరితం. గంగవల్లే కాశీకి అంత దివ్య శక్తి వచ్చిందని ప్రతీతి. సజీవనది గంగామతల్లి.

ఏ దేవుని మాలలో ఏ దారాలు వాడాలి?

శ్రీమహావిష్ణువు మాలలో దారము పట్టుది గాని, నూలు దారం గాని వాడాలి.

అమ్మవారికి పట్టు దారం మాలనూ, మహాశివునకు ఊలు దారమూ, సకల జీవకోటికి అన్నప్రదాత సూర్యభగవనుడికి పట్టు దారము గాని నూలు దారం

గాని, అలాగే మహా గణపతికీ పట్టు దారమూ, నూలు దారమూ ఉపయోగించాలి.

ధరించే తను గాని లేదా తన ఇంటిపేరుతో ఉన్నవారు గాని చుట్టాలి.

తనకై తను చుట్టింది ధరించటం అత్యంత శక్తివంతమైని. వేరే ఏవరైనా చుట్టిన మాల ధరించే ముందు పంచగవ్యములతో శుద్ధి చేసి పూజించి ధరించాలి.

చనిపోయిన వార్ని ఊరేగించేటప్పుడు డబ్బులెందుకు చల్లుతారు ?

ఒరేయ్ పిచ్చోళ్ళారా..... నేనెంతో ధనం సంపాదించాను. వక్క పైసా కూడా తీసుకెళ్ళటం లేదు. రేపు మీ ధనమయినా ఇంతే.

కనుక ధర్మంగా, న్యాయంగా, జీవిస్తూ పదిమందికీ సాయం చేసి పోవటమే అసలు మానవ ధర్మం. కాన మీరయినా స్వార్ధ చింతనలకు దూరంగా ఉండి, పదిమందికి మేలు చెయ్యండి అని.

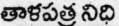

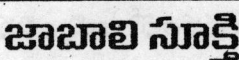

జాబాలి సూక్తి

త్రికాలబాధ్యమైనదే సత్యమని విశ్వసింపుము

ఇంటికి సున్నం వేయటంలో అంతరార్థం ఏమిటి?

సున్నం వేయటం వల్ల, చక్కగా వెలుతురు వస్తుంది. తెల్ల రంగు పదే పదే చూడటం వల్ల మనసు ఉత్తేజాన్ని పొందుతుంది. ఆవేశం తగ్గి ఆలోచన పెంచు తుంది. కళ్ళలో శక్తి క్షీణించకుండా ఉంటుంది. ఎండా కాలం ఎండనూ, శీతాకాలం చలిని రానివ్వదు. దాని వల్ల గృహంలోని వారికి ఆరోగ్యము. సున్నం వేసిన ఇంట్లో గడిపిన వారికి ఆయుర్దాయము ఎక్కువ.

ఇంటి ముందు తులసిని ఎందుకు పెంచి పూజిస్తారు ?

విష్ణువుకు ప్రియమైనది. ప్రీతికరమైనది. తులసి కోట ఉన్న ఇంట్లోకి భూత, ప్రేత పిశాచాలు రావు. తులసి గాలి సోకితే సూక్ష్మక్రిములు నశిస్తాయి. దేవ

దానవుల క్షీరమథనంలో జన్మించిన వాటిల్లో కొన్ని భూలోకానికి వరాలుగా ఇచ్చారు.

అలా భూలోకానికి వచ్చిన వాటిలో వేప, జమ్మిలతో పాటు తులసి కూడా ఉంది. తులసి ఉన్న చోట అమంగళం విన్పించదు.

సాలగ్రామములు మహాశక్తిమయములు

రేఖలు, రేఖలుండే రంధ్రాలు గల సాలగ్రామములు ఈ కలియుగంలో గండకీ తీరంలో దాపాదర గుండం వద్ద లభిస్తాయని శ్రీ దేవీ భాగవతం చెబుతోంది. సర్వశాస్త్రాలూ, ధర్మాలూ శెలవిచ్చిన ప్రకారం యజ్ఞయాగాదులు, మంత్ర పూజాలకన్నా మహోన్నతమైనది సాలగ్రామపూజ.

★ ఈ సాలగ్రామాలని కొనరాదు.

★ సాలగ్రామములకి మించిన దానం మరేదీ లేదు.

★ పూర్వం ఇంటికో సాలగ్రామము రక్షణగా పెట్టుకునేవారు.

★ సాలగ్రామములు లభించేది ఖచ్చితంగా గండకీనదీ తీరంలోని ముక్తినాథ్ క్షేత్రంలోనే.

★ తిరుమలలోనూ, శ్రీరంగంలోనూ, భద్రాది శ్రీరామునికి సాలగ్రామాలనే ధరింపచేసి పూజిస్తారు.

వ్యసనం ఏడు గడపలని తొక్కిస్తుందా?

చెయ్యి చాపి అడిగేవారు కొందరుంటారు. ఎట్టి స్థితిలోనూ అడగకూడనివారు కొందరుంటారు.

వ్యసనం ఎవరి ముందు చెయ్యి చాపకూడదో వారందరి వద్దా చెయ్యి చాపేలా చేస్తుంది. గురువూ, శత్రువూ, కూతురూ, వడ్డీ వ్యాపారీ, ముఖ పరిచయము ఉన్నవార్నీ, చెల్లెలూ, సేవకులనూ వీరందరి వద్దా ఆత్మాభిమానమూ, ధర్మమూ వదిలేసి హీనంగా అడిగేలా చేస్తుంది. అందుకే అంటారు వ్యసనం ఏడు గడపలనీ, ఏడు ఊళ్ళనీ కూడా దాటిస్తుందని.

మౌంజాయన మహర్షి సూక్తి

ఆత్మ సర్వహృదయగుహాంతర్గతుడని నమ్ముము

జపించేటప్పుడు చేయకూడనవి ఏవి?

★ అపరిశుభ్రంగా ఉండి జపించరాదు. అలా జపిస్తే దైవ దీవెనలకు బదులు కోపాన్ని రుచి చూడవల్సి వస్తుంది.

★ చేతులు మురికిగా ఉండటమూ, బట్టలు లేకుండా, ఉండటమూ, అనవసర విషయాలు మధ్యలో మాట్లాడటమూ, ఐహికమైన విషయాల గూర్చి ఆజ్ఞా పిస్తూ జపించే జపము జపము కాదు.

★ జప సమయంలో ఆవులింతా, మగతా, బద్ధకంగా ఏదో జపిస్తున్నామంటే జపిస్తున్నామంటూ చేస్తే జపం నిష్ప్రయోజనము.

★ తుమ్ము, దగ్గు వస్తే ఓంకారాన్ని పలికి ఆచమనం చేయాలి.

★ జంతువులను తాకితే స్నానం చేసి జపించాలి.

★ జప సమయంలో ఏమీ తీసుకోరాదు. ఏక వస్త్రంతోనూ, అనేక వస్త్రాలతోనూ జపించకూడదు.

అద్దం పగిలితే అరిష్టమా ?

దాని సంగతి తర్వాత పగిలిన అద్దంలో మొహాన్ని చూసుకోకూడదు. ఇంట్లో ఉంచకూడదు. మరకలు పడి లేదా మాసిపోయిన దాన్ని అసలు ఉంచకూడదు. అద్దానికీ, లక్ష్మీదేవికీ అవినాభావ సంబంధం ఉంది. అద్దం లక్ష్మి స్థానం.

అద్దంలో ఎప్పుడూ ఒకే బొమ్మ నిలిచి ఉండదు. లక్ష్మి అంతే. నిలకడగా ఉండదు. అద్దం పగిలితే ధన నష్టమని శాస్త్రం చెబుతోంది. గాజు వస్తువేదయినా చూసుకోండి.. పగలినప్పుడు ఎంత జాగ్రత్తగా ఏరినా, శుభ్రపరిచినా ఎక్కడోక్కడ వుండి చటుక్కున మాటు వేసిన తేలులా కాటు వేస్తుంది.

కాన ఎన్నో జాగ్రత్తలు తీసుకుని ఓపికగా వెతికి ఎవ్వరూ నడవని ప్రదేశాల్లో ముక్కలని పారెయ్యాలి.

సనత్సుజాతుడు సూక్తి

అసురీగుణములను పూర్తిగా విడువుము

ద్రౌపది ధర్మ విజేతేనా ?

రత్నరాశులతోనూ, పాడిపంటలతోనూ తులతూగే ఇంద్రప్రస్థ రాజ్యాన్నీ, సోదరులనూ, తననీ పందెం

కాసి, ఓడిపోయిన ధర్మరాజుకు ద్రౌపదిని పందెం కట్టే హక్కు లేదు.

పైగా ద్రౌపది అయిదుగురి సొత్తు. దానికి తోడు ధర్మరాజు ముందే ఓడిపోయాడు కావున, దుర్యోధనుడికి సేవకుడు.

యుద్ధానికీ, వినోదానికీ, విరోధానికీ, వియ్యానికీ సమ ఉజ్జీ ఉండాలి. సేవకుడితో రాజు, రాజుతో సేవకుడు జూదం ఆడటం ధర్మ, న్యాయ విరుద్ధం.

అయినా సర్వధర్మాలు తెలిసిన ధర్మరాజు ద్రౌపదిని పందెం కట్టాడంటే అర్థం.. జూదం, వ్యసనం దేన్నయినా జయిస్తుంది. ఎంత జ్ఞానమున్నా, ఆ వ్యసనం మనిషిని పక్కదారి పట్టిస్తుంది.

ప్రాణ సంకటములోనూ, అవమానభార పరిస్థితులోనూ, ఆపద సమయాల్లోనూ చేసే పని దోషం క్రింద రాదు. అందుకే ధర్మరాజుకు ఆ దోషం అంటలేదు.

తిరిగి ఆడదీ తిరక్క మగవాడూ ఎందుకు చెడతాడు ?

పూర్వకాలంలో ఇంత విజ్ఞానం గూర్చి తెలియచేసే సాధనాలు లేవు. కొడుకుని దేశసంచారం చేయించి లోకం పోకడా, మోసం, న్యాయం, ధర్మం, తెలివి,

లౌక్యము వంట పట్టించుకుని రమ్మనేవారు. అలా దేశ సంచారం చేసి వచ్చిన వారికి వివాహం జరిపించి బాధ్యతలను ధైర్యంగా అప్ప చెప్పేవారు.

అదే స్త్రీ తిరిగితే ప్రథమంగా జరిగేది గర్భవతి కావటం. లౌక్యం, విజ్ఞానం సంగతి అటుంచి అన్ని వైపుల నుంచి నవ్వుల పాలవుతుంది. అందుకే స్త్రీని ఎంత దగ్గరి వాళ్ళ ఇంటికైనా పంపరు. దాని వల్లే స్త్రీనీ, ధనాన్నీ భద్రంగా ఉంచాలి. రక్షణ కల్పించాలి. అలా చెయ్యలేదంటే ధనమయితే పోతుంది. స్త్రీ అయితే చెడుతుంది. అందుకే ఆడది తిరిగి చెడుతుంది.. మగవాడు తిరక్క చెడతాడు అని అంటారు. ధనాన్నీ, స్త్రీని ప్రక్కప్రక్కన పెడితే మొదట స్త్రీని ఆశించి పొంది ఆపై ధనాన్ని ఆశిస్తాడు మగవాడు. అందుకే ఇక్కడైనా, ఎక్కడైనా స్త్రీకి అన్ని రక్షణలు.

మాతృ, పితృ, ఆచార్య, దైవ, ఋషి రుణాలంటే ?

పశుపక్షాదుల్లా పుట్టగానే, కాళ్ళు రాగానే బైటికి తరిమెయ్యరు. తల్లీ, తండ్రీ ఇద్దరూ జీవితకాలం సంపాదించిన ధనాన్ని పోగు చేసి ఇచ్చి, పెళ్ళి కూడా చేసి ధర్మ, అర్థాలతో సుఖించే పరిస్థితులని సృష్టిస్తారు.

ప్రేమతో పెంచుతారు. తల్లీ, తండ్రీ రుణం, ఎంత సేవ చేసినా తీరదు. చేయాల్సిందల్లా ముసలితనంలో వార్ని బిడ్డల్లా చూసుకోవటమే.

మల మూత్రాలను కడిగి పెంచి పెద్ద చేసినందుకు ఆ సమయంలో అలా ఋణం తీర్చుకోవాలి. లోక జ్ఞానాన్నీ, విజ్ఞానాన్నీ నేర్పినందుకు గురు ఋణాన్నీ, మనకి బుద్ధినీ, కర్మనీ ఇస్తున్న దైవ ఋణాన్ని భక్తి ద్వారా ధర్మ మార్గం ద్వారా, సకల శాస్త్రాలనూ, ధర్మాలనూ గ్రంథాల ద్వారా మనకు అందచేసినందుకు ఋషి రుణాన్ని తీర్చుకోవాలి.

వివాహం ద్వారా అన్ని రుణాలని తీర్చి, తిరిగి తాను ఋణ పడటమే మానవ జన్మ.

దధీచి సూక్తి

భగవంతుని దర్శించు నేత్రములే నిజమైన
నేత్రములని యెఱుంగుము

దేవీ పూజలో ఏ రోజు ఏ నైవేద్యం పెట్టాలి?

ఆదివారము : పాయసము.

సోమవారము : పాలు.

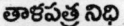

మంగళవారము : అరటి పళ్ళు.

బుధవారము :ఉదయాన్నే పెరుగును చిలికించి తీసిన వెన్న.

గురువారము : కండపంచదార.

శుక్రవారము : పంచదార.

శనివారము : ఆవుపాలుని నివేదించాలి.

గౌతమ మహర్షి సూక్తి

ఈ సర్వప్రపంచమును ఆత్మకంటె
భిన్నముగా జూడుము

బ్రహ్మముహూర్త సమయమంటే ?

కశ్యపబ్రహ్మకూ, వినతాదేవికి జన్మించిన వాడు అనూరుడు. అతడే సూర్యుడి సారథి. తల్లి వినతాదేవి పుత్రుడ్ని చూసుకోవాలనే కుతూహలంతో, అత్రుతతో పుట్టకముందే అండం పగలకొట్టడంతో సొగం శరీరంతో జన్మించాడు.

బ్రహ్మ అతడ్ని సూర్యుడికి సారథిగా నియమించి, నీవు భూలోకాన ఉన్న సమయమే బ్రహ్మ కాలమని, ఆ కాల సమయమున చెడు అన్నది ఏ నక్షత్రాలూ, గ్రహాలు చెయ్యలేవని వరమిచ్చి సూర్యుడి సప్తాశ్వరథానికి సారథిగా నియమించాడు.

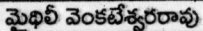

పులస్త్యుడు సూక్తి

ధ్యానకాలమున ఓంకారమును శాంతముగా నుచ్చరింపుము

ఉపవాస కాలము

ఉపవాసమంటే ఏమీ తీసుకోకపోవటము. ఆఖరికి ఉమ్మి కూడా మింగకపోవటము.

ఉపవాసమంటే, భగవంతుడ్ని సదా స్మరిస్తూ, ఆయన ధ్యాసలోనే ఉండాల్సిన సమయం.

ఉపవాసం వల్ల శరీరంలో మలినాలెన్నో పోతాయి. ఉపవాసమంటే భగవంతుడితో పాటు, మన శరీరాన్ని పూజించటము. పురాణశాస్త్రాల్లో పొరపాట్లు చేసిన వారు ఉపవాసాలు చెయ్యాలని ఉంది. అలాగే ఉపవాసాలు బంధువులూ, స్నేహితులూ వంటి వారు రాని రోజుల్లో చేయాలి.

ఈ సమస్త సృష్టి ఎలా అంతమవుతుంది?

సృష్టి స్త్రీ పురుషులతో ప్రారంభమై అనంతమై భూమిని అక్రమించింది. భూమి పగలటమో, నిప్పుల వాన పడటమో జరిగి మహాప్రళయం ఉద్భవించి

సర్వమూ నాశనమవ్వదు. దేశాలు దేశాలు తన్నుకోవటం ద్వారనో మానవజాతి తుడిచిపెట్టుకుపోదు. సృష్టి ప్రారంభం దగ్గరే భగవంతుడు వినాశనాన్ని పెట్టాడు. ఇద్దరు కలిస్తే ఇంత పెద్ద సృష్టి అయ్యింది.

అంటే మగవాడు లేకపోతే భవిష్యత్తులో మగజాతి అంతరించిపోతుంది. స్త్రీలే ఉంటారు. సంతానం కలగదు కనుక అలా... అలా... సృష్టి సమాప్తమవు తుంది.

ఏ రంగు ఏ ప్రభావాన్ని చూపిస్తుంది ?

ఎరుపు ఉత్తేజాన్నీ, చురుకుదనాన్నీ, పసుపు పచ్చ ఆధ్యాత్మిక జ్ఞానాన్నీ, నారింజ రంగు శక్తినీ కలుగచేస్తాయి. నీలిరంగు అశుభాన్ని కలిగిస్తుంది. కాన మరో రంగుతో కలిపి వాడాలి.

ఆకుపచ్చ ఉల్లాసాన్ని కలిగిస్తుంది. బూడిదరంగు జ్ఞానాన్నీ, ఆలోచననూ... గులాబీరంగు కోరికలనూ పెంచుతుంది. నలుపు బాధలనూ, శోకాన్నీ కలిగిస్తుంది. వంకాయ రంగు ఇష్టపడేవారంటే ధనంపై అత్యంత మమకారాన్ని కలిగి ఉన్నట్లే. తెలుపు స్వచ్ఛతను, ప్రశాంతతను ఇస్తుంది.

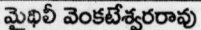

గాలవుడు సూక్తి

సర్వసిద్ధులకు జ్ఞానమే మూలకందము

ఇంద్రియ నిగ్రహం అంటే ?

దేవాసుర యుద్ధంలో దేవతలకి సహకరించి అర్జునుడు దేవతల మెప్పు పొందుతాడు. ఆ సమయాన దేవేంద్రుడు అర్జునుడికి అన్ని సముచిత మర్యాదలూ చేస్తాడు.

ఆ రాత్రి ఉద్యానవనంలో వున్న అర్జునుడి దగ్గరకి ఊర్వశి సర్వాంగ సుందరంగా అలంకరించుకుని వెళ్ళి కోర్కె తీర్చమని కోరుతుంది. పుత్రుడిని ప్రసాదించమంటుంది. దానికి అర్జునుడు తొమ్మిది నెలల దాకా ఎందుకు.. ఈ క్షణం నుంచి నేనే నీ పుత్రుడ్ని అంటాడు. దేవలోకసుందరి ఊర్వశి కోరి వచ్చినా, విచక్షణతో, ధర్మాధర్మాలు మననం చేసుకొని, అందాల సుందరిని దూరంగా ఉంచాడు. అదే ఇంద్రియ నిగ్రహమంటే.

మానవుని ప్రవర్తన ఎలా ఉండాలి?

కొండ చిలువ వలే లభించిన దానితో తృప్తి చెందాలి. సీతాకోక చిలుక వలే పరులను ఇబ్బందులు

పెట్టకుండా మకరందాన్ని ఆస్వాదించాలి. తేనేటీగ తేనెని కూడబెట్టినట్టు ధర్మాన్ని కూడా బెట్టాలి. లేడిలా ఆకర్షణకు లోనుకారాదు. అత్యాశతో చేపల వలే గాలానికి చిక్కరాదు.

పసిపాపలా ఆకలి తీరగానే సంతృప్తి చెందాలి. శిల్పి విగ్రహం మీద ఏకాగ్రత పెట్టినట్టు ధర్మంపై, భగవంతునిపై మనస్సు నిలపాలి. సమాజ సేవ పరంగానూ, శ్రేయస్సు కోరి ప్రవర్తించాలి.

ఉత్తమమైన గురు-శిష్యులెవ్వరు?

ఉత్తమమైన నడవడికతో, తాను ఏదైతే చెబుతున్నాడో అదే విధంగా ప్రవర్తిస్తున్నవాడూ, సమస్త విషయాల మీద పరిజ్ఞానమూ, అవగాహనా ఉన్నవాడూ, మంచీ, చెడూ దేశకాలమాన పరిస్థితులు, తెలిసిన వాడూ ఇంద్రియాల మీద పట్టు ఉన్నవాడూ, గాంభీర్యము ఉన్నవాడూ, లోభమంటే తెలియనివాడూ, తన విద్యను కులమత ప్రేమలకతీతంగా అందించేవాడు ఉత్తమ గురువు.

అట్టి ఉత్తమ గురువుని వెదకి ఆశ్రయించి సేవించేవాడు ఉత్తమ శిష్యుడవుతాడు. శిష్యునిలో శుభలక్షణాలూ, ఇంద్రియాల పట్ల పట్టు ఉన్నవాడూ, విద్య పట్ల అకుంఠిత ఆరాధన ఉన్నవాడూ, దీక్షా,

పట్టుదలా, కృతజ్ఞతా సమపాళ్ళలో ఉన్నవాడూ, బుద్ధి కుశలతా, మితంగా భుజించేవాడూ, పరనింద చేయనివాడూ, పెద్దలనూ, గురువునూ దైవంనూ గౌరవించి పూజించేవాడే ఉత్తమశిష్యుడు.

ఉమాదేవి సూక్తి

దైవీగుణంబులనే యలవఱచుకొనుము

పంచమాంగల్యాలు

నుదుటన కుంకుమా, మెడలో మాంగల్యమూ, తలలో పూలూ, చేతులకు మట్టి గాజులూ, కాలికి మెట్టెలూ ఇవే పంచమాంగల్యాలు. ఈ అయిదు వివాహమైన స్త్రీ సర్వవేళలా ధరించాలి. భర్తకి ఇవన్నీ ధరించే కనిపించాలి.

నల్లపూసలు కూడా ధరించేదెందుకు ?

మంగళసూత్రంతో పాటు నల్లపూసలు గొలుసుగా ధరించటం మన హిందూ సాంప్రదాయం. దుష్టశక్తులు తన మాంగల్యం మీద పడకుండా వుండటానికి ముఖ్యంగా ధరిస్తారు. అంతే కాకుండా నల్లపూసలు

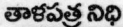

సంతాన సాఫల్యానికీ, ధనానికీ, సుఖానికీ చిహ్నాలు. నల్లపూసలు మంగళకరమైన, సౌభాగ్యమైన ఆభరణము.

గరుడ పురాణము ఇంట్లో ఉంచుకోవచ్చా ?

వ్యాసభగవానుడి పద్దెనిమిది పురాణాలో ఒకటి గరుడ పురాణము. నరకం గూర్చి పాపుల శిక్షల గూర్చి గరుత్మంతుడు అడిగిన ప్రశ్నలకు విష్ణువు చెప్పిన సమాధానాలు ఈ పురాణంలో ఉన్నాయి. దీనిలో ప్రేత కల్పము ఉండటం వల్ల ఇంట్లో ఉంచుకోవచ్చా అన్న సందేహం చాలా మందిలో ఉంది. ఈ పురాణం వ్యాస విరచితము. అన్ని పురాణాల్లా దీన్ని ఇంట్లో ఉంచుకోవచ్చు. ఎవ్వరికైనా ఈ పురాణం ఇవ్వాలంటే హంస ప్రతిమతో ఇవ్వాలి. వ్యాసుడు రాసిన పురాణాన్ని ఇంట్లో ఉంచుకోవచ్చా అని సందేహం కూడా తగదు.

పరశురాముడు సూక్తి

భగవదర్పితశరీరమే సార్థకమని తలంపుము

అష్ట గంధమంటే ?

కస్తూరీ, గోరోజనమూ, కుంకుమ పువ్వూ, దేవదారూ, పచ్చకర్పూరమూ, అగిలూ, శ్రీగంధమూ,

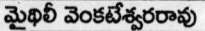

రక్తచందనమూ... ఈ ఎనిమిదింటితో చేసేదే అష్ట గంధము.

నోరు మంచిదయితే ఊరు మంచిదవుతుందని అంటారెందుకు ?

నాలుక కొసన లక్ష్మీదేవి ఉంటుంది. జిహ్వాగ్రము వల్లే మిత్రులూ, శత్రువులూ ఏర్పడతారు. జిహ్వాగ్రము వలనే అన్ని కార్యాలకు మూలమైన లక్ష్మీదేవి ధనరూపంలో వస్తుంది. అందుకనే నోరు మంచిదయితే ఊరు మంచిదవుతుందని, కోరినవన్నీ చెంతకు వస్తాయని అంటారు.

సుమతి సూక్తి

చలనము, వికారము గలిగినపుడు మౌనమును వహింపుము

ఎలాంటిది పరిపూర్ణ దానమవుతుంది ?

★తను చేసే కర్మ ద్వారా ఇతరులు బాధపడతారని భావిస్తే చెయ్యకుండా ఉండేది ఉత్తమమైన దానము.

★ ఇచ్చే దానం తీసుకునే వ్యక్తి అర్హుడా, కాడా అని ఆలోచించకుండా అపాత్రదానం చెయ్యరాదు.

★ దానమంటే కీర్తి కోసం కాంక్షించి ఇచ్చేది కాదు. అది దానం క్రింద రాదు.

★ అన్నీ దానాల్లోకెల్లా అన్నదానమే ఉత్త మోత్తమము.

★ రోగపీడితులకి ఆరోగ్యదానం చేస్తే వేలాది యాగాలు చేసిన ఫలం.

★ కృతయుగంలో తపస్సు, త్రేతాయుగంలో జ్ఞానం, ద్వాపరంలో యజ్ఞం... ఈ కలియుగంలో దానం. ఈ యుగాన దానం ద్వారా మూడు యుగాల్లో చేసిన తపస్సు, జ్ఞాన, యజ్ఞ ఫలాలన్నీ పొందగలము.

మంత్రాలూ, మూలికలకూ శాపముందా ?

అవును. మంత్రాలకూ, మూలికలకూ అగస్త్యుని శాపం ఉంది. అందుకే వీటిని గురుముఖతః నేర్చు కోవాలి.

నేర్పించే గురువు మంత్ర తపో సిద్ధి కలిగి వుంటాడు. గురు ముఖతః కాకుండా నేర్చుకుంటే బ్రహ్మాహత్యాపాతకం చుట్టుకుంటుంది.

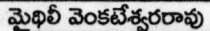

ఆంజనేయుడు సూక్తి

వివేకముచే యధార్థముముక్షత్వము కలుగగలదని యెంచుము

జీర్ణము, జీర్ణము వాతాపి జీర్ణము అని ఎందుకంటారు ?

దండకారణ్యంలోని ఇల్వలుడూ, వాతాపీ అనే రాక్షస సోదరులు, అరణ్యంలో వచ్చే పోయేవారిని మాయమాటలతో పిలుచుకు వచ్చి ఆరగిస్తుంటారు. అతిథి పూజకని భోక్తలను పిలుస్తాడు ఇల్వలుడు. వారు రాక ముందే వాతాపి మేకలా మారిపోతాడు.

ఇల్వలుడు మేకను కోసి వండి వడ్డిస్తాడు. భోక్తలు తినగానే 'వాతాపీ బైటికిరా' అని అంటాడు.

మేక రూపంలో భోక్తల కడుపులో ఉన్న వాతాపి భోక్తల కడుపు చీల్చుకుని బయటికి వస్తాడు.

ఆ తర్వాత ఎంచక్కా వార్ని ఇద్దరూ కలసి భుజిస్తారు.

అగస్త్యుడికి ఈ విషయం తెలిసి భోక్తలా వెళతాడు. ఎప్పటిలానే ఇల్వలుడు వాతాపిని వండి వార్చి వడ్డిస్తాడు. అగస్త్యుడు భుజించిన తర్వాత ఎప్పటివలె 'వాతాపీ బైటికిరా' అంటాడు. అప్పుడు అగస్త్యుడు 'ఇంకెక్కడి

వాతాపి... ఎప్పుడో జీర్ణమయిపోయాడు. 'జీర్ణము, జీర్ణము వాతాపి జీర్ణమంటూ' పొట్టను రుద్దుకుంటాడు.

అలా అగస్త్యుడు వాతాపిని జీర్ణము చేసుకొని ఇల్వలుడ్ని బూడిద చేస్తాడు. ఎంత చెడు ప్రభావం కలదైనా, అరగనిదయినా అలా అంటే కడుపులో కొండ ఉన్నా అరుగుతుందని తల్లి నమ్మకము. అందుకనే తల్లి పిల్లలకి భోజనం పెట్టి పూర్తయిన తర్వాత ఆ మాటంటుంది.

మాంధాత సూక్తి

సత్యవస్తువునాశ్రయించి సత్యత్వమునందుము

మైలా, అంటూ లేని వస్తువులు ఏవి?

పసుపు, కుంకుమ, పూలు, పళ్ళు, వక్క తమలపాకు, పాలు, పెరుగు, తేనె, తులసి, గంధం చెక్క, నేయి, కూరగాయలు.

దేవాలయాల్లో పేరంటాల్లో ఇచ్చిన పసుపును ఏ పరమార్థం కొరకు ఇచ్చారో దానికే ఉపయోగించాలి. పసుపును కూరల్లోనూ, కుంకుమను దైవపూజకి వాడరాదు.

గుడిలో ఎలా ఉండాలి ?

★ గట్టిగా అరవటమూ, నవ్వటమూ, ఐహిక విషయాల గూర్చి మాట్లాడటమూ చేయరాదు.

★ గుడి పరిసరాలన్నీ పరిశుభ్రంగా ఉంచాలి.

★ కొబ్బరి పెంకులూ, అరటి తొక్కలు ఆలయంలో చేసిన ఏర్పాట్లు ప్రకారం వాటిల్లోనే వేయాలి.

★ తోసుకుంటూ లేదా ముందువార్ని అధిగమిస్తూ దర్శనం చేసుకోరాదు.

★ భగవంతుడ్ని కనులారా వీక్షించి ఆపై కనులు మూసుకొని ధ్యానం చేయాలి.

★ దేవాలయంలో నిల్చుని తీర్థం పుచ్చుకోవాలి.

★ గృహంలో కూర్చుని తీర్థం పుచ్చుకోవాలి.

★ దీపారాధన శివునికి ఎడమవైపూ, శ్రీమహా విష్ణువుకు కుడి వైపూ చేయాలి. అమ్మవారికి నూనె దీపమయితే ఎడమపక్కగా, ఆవు నేతి దీపమైతే కుడి వైపు వెలిగించాలి.

కార్తికేయుడు సూక్తి

భగవన్నామము నుచ్చరించు మృదుభాషిణియగు వాక్కే సత్యవాక్కని భావింపుము

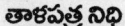

గర్భిణీ స్త్రీలు గ్రహణం చూడకూడదా ?

వాళ్ళే కాదు ఎవరూ చూడకూడదు. స్త్రీ గర్భంలోని శిశువు ఎంతో సున్నితంగా ఉంటాడు. ఏ చిన్న మార్పు అయినా ప్రభావం వెంటనే స్త్రీ శరీరం ద్వారా శిశువులోకి ప్రవేశిస్తుంది. (గ్రహణ సమయంలో రాహుకేతువులతో, సూర్యచంద్రుల కాంతులు మిళితమయి అనేక విషకిరణాలు ఉద్భవిస్తాయి.) అవి చాలా వరకూ మానవ శరీర నిర్మాణానికి ఇబ్బందులను కలిగించేవి. అందుకనే గ్రహణం అవ్వగానే స్నానం చెయ్యమనేది.

వాల్మీకి రామాయణంలో ఇవన్నీ ఉన్నాయా ?

లక్ష్మణుడు లక్ష్మణ రేఖ గీయటమూ, సీతా స్వయంవరానికి రావణుడు రావటమూ, ఊర్మిళ నిద్రా, అహల్యకు శ్రీరాముని పాదము తగిలి శాపవిమోచనం కలగటమూ, హనుమంతుడు శ్రీరాముడు వేసిన బాణాన్ని వాయుదేవుని సహాయంతో నాభిలో గుచ్చు కునేలా చెయ్యటమూ, జనకుడు సీతా స్వయంవరం ప్రకటించటమూ ఇత్యాదివన్నీ లేవు.

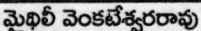

పురూరవ చక్రవర్తి సూక్తి

సత్యక్రియహితమగు వాక్కే వాచక
తపస్సని భావింపుము

భగవంతుడ్ని కోరుకున్న కోర్కె బైటికి చెబితే తీరదా?

దేవుడ్ని పూజించి కోరే కోర్కె ఖచ్చితంగా ఎంతో బలీయమైనదీ, బహు కష్టమైనదీ, మన వల్ల కానిదీ అయి ఉంటుంది. అలాంటి కోర్కె తీరిందంటే భగవంతు డిచ్చాడంటే ఖచ్చితంగా ఎంతో ఆనందించే విషయమే అవుతుంది.

అంత సుఖించే విషయం ధనమూ, సౌఖ్యమూ పదవీ చక్కని భర్త, లేదా భార్యా ఏదైనా కావచ్చు. కోర్కెని బైటికి చెబితే విన్నవారు పైకి నవ్వుతూ ఆనందంగా చెప్పినా లోలోన జరగకూడదని కోరుకోవచ్చు. అలాంటి కోర్కె జరగకుండా తీరకుండా మానవప్రయత్నం చేయచ్చు. పైకి కనిపించేదంతా నిజం కాదు. అందుకే చెప్పొద్దొంటారు.

అజమహారాజు సూక్తి

సుఖస్వరూపవస్తువునాశ్రయించి సుఖమునొందుము

ధర్మమంటే ఏమిటి ?

లోకములను ధరించేది ధర్మము. ధర్మానికి వేదమే మూలము. ధర్మము అభ్యుదయమునకూ, మానవ మనుగడకు మూలము.

ధర్మమే విశ్వప్రేమను పెంచుతుంది. కృత యుగమున తపస్సు ధర్మము. త్రేతాయుగమున జ్ఞానమే ధర్మము. ద్వాపర యుగాన యజ్ఞమే ధర్మము. కలియుగాన దానమే ధర్మము.

ధర్మమంటే

సత్యాన్నే పలకటము. సృష్టిలోని ఏ జీవినీ బాధ పెట్టకుండా ఉండటము. ఇతరుల సంపదపై ఈర్ష్య చెందకుండా ఉండటము.

ఆధ్యాత్మిక విద్యను సంపాదించటము. తెలుసు కోవటము... ఈ నాలుగే ధర్మానికి మూలము.

'పౌర్ణమి - అమావాస్యల్లో ప్రయాణించకూడదా ?

నవమీ, పాడ్యముల్లో తూర్పు వైపుకూ, విదియ దశముల్లో ఉత్తరం వైపుకూ, తదియ ఏకాదశుల్లో ఆగ్నేయానికీ, అలాగే చవితి ద్వాదశులందు నైఋతి

వైపుకీ, పూర్ణిమ సప్తములప్పుడు వాయువ్యానికీ, అమావాస్య అష్టమి రోజులలో ఈశాన్యానికీ ప్రయాణించకూడదని శాస్త్రం చెబుతుంది.

అలా వెళ్ళాల్సి వస్తే దైవపూజ చేసుకుని వెళ్ళమని శాస్త్రం చెబుతోంది.

ఎవరి పాపాలు ఎవరికంటుతాయి ?

ప్రజలు చేసిన పాపాలు రాజుకూ, రాజు చేసే పాపాలు పురోహితులకూ, భార్య చేసిన పాపాలు భర్తకూ, శిష్యుడు చేసిన పాపము గురువుకూ సంక్రమిస్తాయి. మగపిల్లాడు తప్పు చేస్తే తల్లీ, ఆడపిల్ల తప్పు చేస్తే తండ్రీ బాధ్యులు.

ధృతరాష్ట్రుడు సూక్తి

మనోమలత్యాగమే యథార్థస్నానమని యాచరింపుము

ధనమేరా అన్నిటికీ మూలం

ధనం సంపాదించకుంటే తల్లి నిందిస్తుంది. తండ్రి సంతోషించడు. అన్నదమ్ములు మాట్లాడరు. పనివాడు కోపిస్తాడు. భార్య రాత్రి పూట కూడా దూరంగా ఉంచుతుంది. మిత్రుడు ఎదురైనా పలకరించడు. కాన విధిగా మానవుడు ధనాన్ని సంపాదించాలి. కూడబెట్టాలి.

సుఖంగా ఉండటమంటే ?

ఎక్కువ ధనాన్ని కలిగి ఉండటము, ఆరోగ్యంగా జీవించటము, భార్య ప్రియంగా దగ్గరికి రావటము, మీ మాటలను జవదాటని పుత్రులు, ఆధ్యాత్మిక చింతన చెప్పే గురువులూ ఇవన్నీ ఉన్నవారు సుఖజీవులు.

నీరు విషమూ, అమృతమూ ?

ఆహారము జీర్ణం కానివారికి నీరు అమృతంలా పని చేస్తుంది. అలాగే భోజన మధ్యలో కొద్ది నీరు అమృతమే. కాని భోజనం చేసిన తర్వాత త్రాగే నీరు విషంతో సమానము. కనీసం రెండు గంటలైనా విరామం ఉండాలి. అలాగే తింటూ త్రాగుతూ, త్రాగుతూ తింటే కూడా ఆ నీరు విషమే. కాకపోతే నెమ్మదిగా పని చెయ్యటం ప్రారంభిస్తుంది.

ఎంత ఎక్కువ మర్దనము చేస్తే ఎంత సుఖము?

చెరుకునూ, నువ్వులనూ, పనివారనూ, అందమైన భార్యనూ, బంగారాన్నీ, భూమినీ, పెరుగునూ, చందనమునూ, తాంబూలాన్నీ ఎంత చేతనైతే అంత మర్దనము చేస్తే అంత గుణమూ, సుఖమూ వస్తాయి.

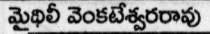

సహదేవుడు సూక్తి

మనశ్శాంతినందించు సత్కర్మనే
యెల్లప్పుడాచరింపుము

కుడివైపుకి తిరిగి నిద్రిస్తే పిశాచాలు అవహిస్తాయా?

కుడివైపుకి తిరిగి నిద్రిస్తే అనేక పీడకలలూ, కలత నిద్రావస్తాయని, శాస్త్రం వక్కాణిస్తోంది. కాన ఎడమ వైపు తిరిగి పడుకోవాలని చెబుతారు. పెద్దల మాటల్లో ఎంతో ఆరోగ్య సత్యం కూడా ఉంది.

మానవునకు ఎడమ పార్శ్వమున జఠరాగ్ని ఉంటుంది.

తిన్న ఆహారము సరిగ్గా జీర్ణంచటానికి ఎడమ వైపు తిరిగి పడుకోమని చెబితే వినరని చాదస్తంగా కొట్టి పారేస్తారాని కుడివైపు తిరిగి నిద్రిస్తే పిశాచాలు ఆవహిస్తాయని చెబుతారు.

అలాగే దాహమేసినప్పుడు తినకూడదు. ఆకలేసినప్పుడు నీరు త్రాగరాదు.

అట్లే నిద్రలేచినప్పుడు కుడివైపుకి తిరిగి లేవండి. తల భాగము శరీరభాగం కంటే దిగువులో ఉంచుకుని నిద్రించరాదు.

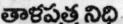

నవవిధ భక్తి సోపానాలు

శ్రవణము, కీర్తనము, స్మరణము, అర్చనము, వందనము, సఖ్యము, ఆత్మ నివేదము, పాద సేవనము, దాస్యము.

పై భక్తి మార్గాలను అనుసరించిన మహాను భావుల్లో కొందరు... వాల్మీకీ, నారదుడూ, హను మంతుడూ, ప్రహ్లాదుడూ, పరీక్షిత్తు మహారాజూ, అంబరీషుడూ, రామదాసూ, త్యాగరాజూ, అన్నమయ్యా, రామకృష్ణ పరమహంసా... మొదలైన వారు.

వేమనయోగి సూక్తి

మలినవాసనలను దూరము చేయుచు
పరిశుద్ధవాసనలనే సంపాదింపుము

ఈ ఏడుగురూ చిరంజీవులు

అశ్వత్థామా, బలి చక్రవర్తీ, వ్యాసుడూ, హనుమంతుడూ, విభీషణుడూ, కృపాచార్యులూ, పరశు రాముడూ ఈ ఏడుగురూ చిరంజీవులు. నిత్యం వీరిని స్మరించటం వల్ల ఆనందంగా వందేళ్ళు జీవిస్తారు. ఏనిమిదో వానిగా మార్కండేయుడ్ని స్మరించటం ద్వారా మృత్యుభయం వీడిపోతుంది.

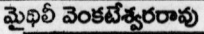

ప్రసూతి వైరాగ్యమంటే ?

స్త్రీ భర్త దగ్గరకి ప్రేమగా కోరికతో దరి చేరి గర్భం ధరిస్తుంది. గర్భం ధరించాక కొన్నాళ్ళకు నెలలు నిండుతాయి.

బిడ్డను కంటున్నప్పుడూ, నెలలు నిండిన సమయంలో వచ్చే నొప్పులూ, బాధలూ భరించలేక ఇక చచ్చినా మొగుడితో పడుకోకూడదని అనుకుంటుంది. బిడ్డను కని పచ్చి ఆరిన తర్వాత మళ్ళీ మామూలే.

అలాగే శవాన్ని చూసినప్పుడు ఒకింత విరక్తి వస్తుంది. ఎప్పటికైనా మనమూ ఇంతేగా దీని కోసమా, మనమిన్ని మోసాలు చేస్తున్నదని అనిపిస్తుంది. శవం దాటగానే స్నానం చెయ్యగానే మళ్ళీ మామూలే. దాన్నే ప్రసూతి వైరాగ్యమూ, శ్మశాన వైరాగ్యమంటారు.

స్వామిదయానంద సూక్తి

ఈ సర్వమును ఆత్మకంటె నభిన్నముగా జూడుము

నీరు లేకుండా చేసే స్నానాలు

మంత్రస్నానము : మంత్రాలతో ఆవహించేలా చేసుకుని చేయటము.

భౌమస్నానము : శరీరానికి విభూది రాసుకోవటము.

ఆగ్నేయస్నానము : మంత్రం ఉచ్ఛరిస్తూ భస్మాన్ని రాసుకోవటము.

వాయుస్నానము : ఆవు డెక్కల వల్ల ఏర్పడ్డ మట్టిని శరీరానికి రాసుకోవటం.

దివ్యస్నానము : ఉత్తరాయణ పుణ్యకాలమందు ఎండలో నిలవటము.

మానసిస్నానము : తడి బట్టతో వళ్ళంతా తుడుచుకోవటము.

ధ్యానస్నానము : తులసి చెట్టు పాదులోని జలాన్ని చల్లుకోవటము.

ఆదివారం ఉసిరికాయ తినరాదెందుకు ?

ఆదివారం రవివారమని కూడా అంటారు. జ్యోతిష్య రీత్యా రవి, శుక్రులక శత్రుత్వము. ఉసిరిలోని ఆమ్ల గుణం శుక్రునికి సంబంధించినది.

ఇరువురికీ పడదు కాబట్టి ఆ రోజు ఉసిరి తినరాదని చెబుతారు. అలాగే జలుబుగా ఉన్నా ఉసిరి పేరెత్తరాదు.

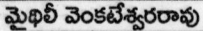

దుర్వాసుడు సూక్తి

కులగోత్రసంబంధములను దలంచుకొని గర్వపడకుము

'రామ' నామ శబ్ద విశిష్ఠత

'రామ' ర, ఆ, మ లు కలసిన శబ్దం. 'ర' అక్షరము రుద్రుడ్ని 'అ' అక్షరము బ్రహ్మనూ 'మ' అక్షరము విష్ణువును సంభోదిస్తోంది. 'రామ' అని వక్కసారి అనినంతనే త్రిమూర్తులను పూజించిన ఫలం కలుగుతుంది. 'రామ' అన్న శబ్దం జీవాత్మపరమాత్మ స్వరూపమే.

రామ నామములో 'రా' అని పలికినప్పుడు ఆ శబ్దంలోంచి ఎన్నో జన్మల పాపాలు బైటికి పోతాయి. 'రా' అని చూడండి మీ పెదవులు విడిపోతాయి. ఆ వెంటనే 'మ' అని ఉచ్ఛరించటంతో బైటి పాపాలు మనలోకి ప్రవేశింపలేవు. 'మ' అనగానే పెదవులు కలిసిపోతాయి.

పిలుపులు

- ★ ఘంటానాదము దేవతలకి పిలుపు
- ★ శంఖారావము విజయానికి పిలుపు

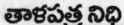

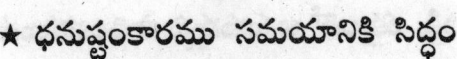

★ ధనుష్టంకారము సమయానికి సిద్ధం

★ బిందెలు మ్రోగిస్తే భూతప్రేతాలకి ఆహ్వానము

అష్టభోగాలూ, అష్టమదములనగా?

అన్నమూ, వస్త్రమూ, గంధమూ, పుష్పమూ, పానుపూ, తాంబూలమూ, మగువ, సంగీతమూ అష్టభోగాలు.

ఇక అష్టమదములు.... అర్థమదము, స్త్రీ మదము, విద్యా మదము, కుల మదము, సౌందర్య మదము, ఉద్యోగ మదము, యవ్వన మదము, అన్న మదము.

సాలగ్రామములు - శక్తులు

సాలగ్రామ శిల దగ్గరలో రామాయణ, భారత, భాగవతము చదవటం వల్ల మీ పిల్లలు వారి పిల్లలకి ధనంతోపాటు కీర్తీ లభిస్తుంది.

సాలగ్రామ శిలపై శిలాత్యకమైనటువంటి కుంకుమను గాని చందనముగాని నిత్యం పెట్టుకునే వారు ధన్యజీవులు. మోక్షమునకు అర్హులు. సాలగ్రామ శిలా పూజ తర్వాత అదే ప్రదేశంలో భాగవతము చదివిన

భక్తి, ముక్తి, శక్తులతో అనుకున్నది సాధించగలుగుతారు. సాలగ్రామ శిలపూజ ఫలితం బదరీనాథ్ దర్శించినంత పుణ్యఫలము.

గత జన్మ పాపల నుంచి విముక్తి... ఈ కలియుగ మున భగవంతుడు ఆ శ్రీమహావిష్ణువు మన కిచ్చిన వరం సాలగ్రామము.

గృహ సంబంధిత దేవతార్చనలో సాలగ్రామ పూజ చేయుట వల్ల అనేక గృహ వాస్తు దోషాలు పోతాయి. తెలిసీ తెలియక చేసిన తప్పులూ, దోషాలూ పోతాయి.

శాకల్యమహర్షి సూక్తి

ఎవరినిగాని నీ మాటలచేతను, చేతల చేతను
కష్టపఱుపక ధర్మబద్ధుడవై యుండుము

ఆత్మహత్యకు ఆ లోకంలో ఈ లోకంలో శిక్ష ఏమిటి ?

★ జీవుడు ఆత్మహత్య చేసుకొన్నచో చీమూ, నెత్తురూ నిండిన అంధకామిస్రమను మహానరకంలో అరవై ఏండ్లు ఉండాలి.

★ ఆత్మహత్య చేసుకున్న వారి వారికి అశౌచన ముండదు.

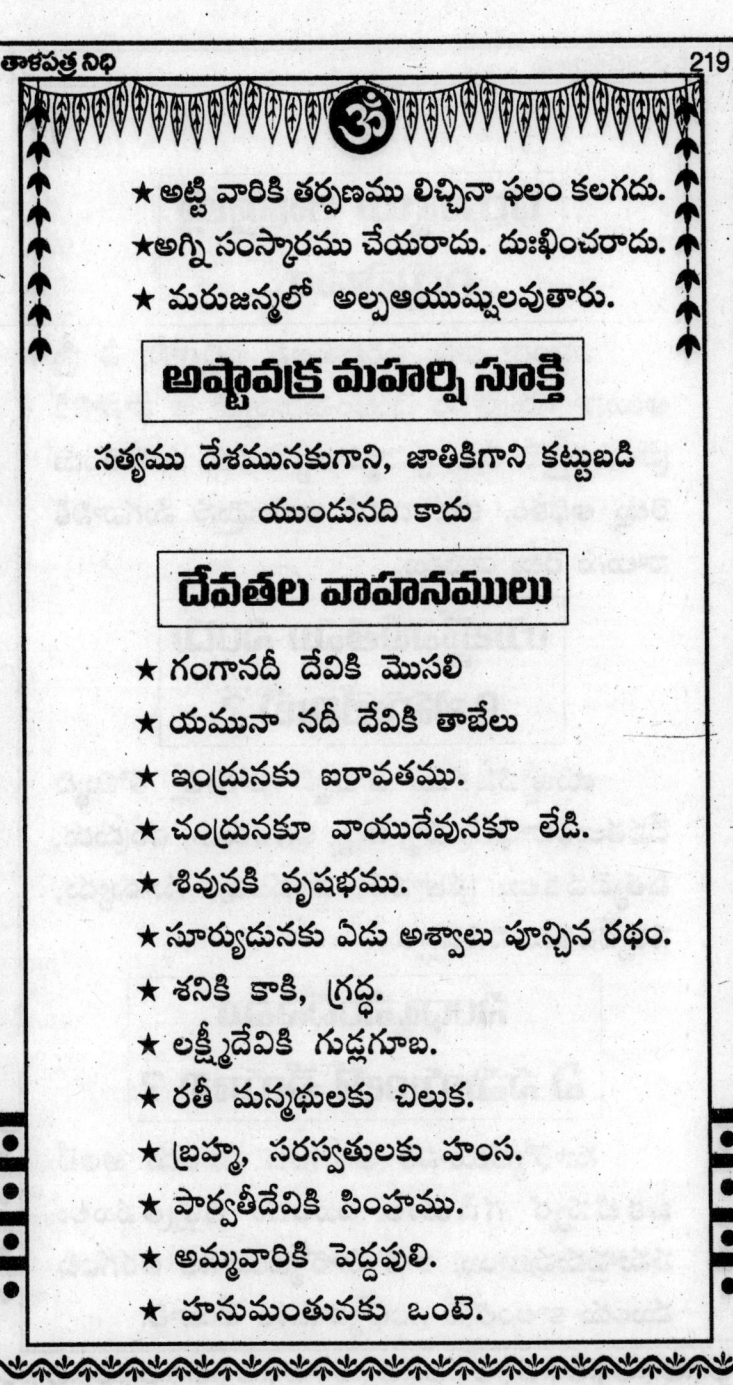

★ అట్టి వారికి తర్పణము లిచ్చినా ఫలం కలగదు.

★అగ్ని సంస్కారము చేయరాదు. దుఃఖించరాదు.

★ మరుజన్మలో అల్పఆయుష్షులవుతారు.

అష్టావక్ర మహర్షి సూక్తి

సత్యము దేశమునకుగాని, జాతికిగాని కట్టుబడి యుండునది కాదు

దేవతల వాహనములు

★ గంగానదీ దేవికి మొసలి

★ యమునా నదీ దేవికి తాబేలు

★ ఇంద్రునకు ఐరావతము.

★ చంద్రునకూ వాయుదేవునకూ లేడి.

★ శివునకి వృషభము.

★ సూర్యుదునకు ఏడు అశ్వాలు పూన్చిన రథం.

★ శనికి కాకి, గ్రద్ధ.

★ లక్ష్మీదేవికి గుడ్లగూబ.

★ రతీ మన్మథులకు చిలుక.

★ బ్రహ్మ, సరస్వతులకు హంస.

★ పార్వతీదేవికి సింహము.

★ అమ్మవారికి పెద్దపులి.

★ హనుమంతునకు ఒంటె.

ధర్మన్యాయ శాస్త్రాల్లో గర్భస్రావం....

ఇష్టంగా కానీ, పరిస్థితులని బట్టిగానీ, ఏ స్త్రీ అయినా గర్భస్రావం చేయించుకున్నచో ఆ పాపానికి ప్రాయశ్చిత్తమే లేదు. బ్రహ్మహత్యా పాతకం కంటే రెండు రెట్లు అధికం. కాన దానికి కారణమైన మగవానికి నాలుగు రెట్లు పాపము.

యజ్ఞోపవీతము నందు 9 పోగులేమిటి ?

యజ్ఞోపవీతము తొమ్మిది పోగుల్లో తొమ్మిది దేవతలుంటారు. బ్రహ్మ, అగ్ని, అనంతుడు, చంద్రుడు, పితృదేవతలు, ప్రజాపతి, వాయువు, సూర్యుడు, సర్వదేవతలు నివశిస్తారు.

సంధ్యావందనము ఏ సమయంలో చేయాలి ?

సూర్యోదయానికి అరగంట ముందు అంటే ఒకటిన్నర గడియల ముందు నక్షత్రములు సమాప్తమవుతాయి. కాన సూర్యోదయానికి అరగంట ముందు కాలంలోనే సంధ్యోపాసనం చేయాలి.

తిరుపతి లడ్డుకు అంత మధురం ఎలా వస్తుంది?

ఎంతమంది చేసినా, ఎక్కడ చేసినా, లడ్డు రుచి చూసి ఇది తిరుపతి లడ్డు ప్రసాదంకాదనీ, అదే ప్రసాదమయితే ఇది స్వామి దివ్యమధుర ప్రసాదమని చెప్పగలము. ఆ రుచి రావటానికి కారణం స్వామికి నైవేద్యం పెట్టడం ప్రథమ కారణమయితే ఆలయంలో నున్న బంగారు బావి నీటితో లడ్డూ, మిగతా నైవేద్యాలను తయారు చేస్తారు. తిరుపతిలో ఎన్నో అద్భుత వనమూలికలున్నాయి. బంగారు బావి నీటితో చెయ్యటం వల్ల ఆ రుచి వస్తుందంటారు.

తిరుమల శ్రీ వేంకటేశ్వర స్వామి అభయహస్తానికి అర్థం ఏమిటి ?

తిరుమల శ్రీవేంకటేశ్వరస్వామి అభయహస్తంతో మనకి సాక్షాత్కరిస్తాడు. స్వామి అయిదు వేళ్ళు కలిపి మనకి చూపటంలో అర్థం, మన శరీరంలో వ్యాన, సమాన, ఉదాన, ప్రాణ, అపానములను వాయువు లుంటాయి. ఆ అయిదు వాయువులు నిలిచిన మనస్సు నిలకడగా ఉంటుంది. కాన ఆ అయిదు వాయువులను వక్కటిగా చేసి ప్రార్థించు అని భావము.

తిరుమల శ్రీ వేంకటేశ్వర స్వామిని దర్శించాలంటే ఏడు ద్వారములు దాటాలి.. దానిలో అర్థం, పరమార్థమేమి ?

శ్రీస్వామి విగ్రహాన్ని దర్శించాలంటే ఆరు ద్వారములు దాటి ఆపై వచ్చే ఏడవ ద్వారం అవతల గర్భగుడిలోని శ్రీవేంకటేశ్వరుని దర్శిస్తున్నాము. దాని పరమార్థం మనలో ఉన్న బ్రహ్మనాడిలో ఏడు కేంద్రములున్నాయి. జీవుడు ఆత్మను చేరాలంటే ఏడవస్థానానికి చేరాలి.

అందుకే స్వామి నేను ఏడవగదిలో ఉన్నాను. నన్ను చేరాలంటే మీలో ఉన్న ఏడు ద్వారములు దాటండి. అప్పుడు నా రూపాన్నీ, ఆంతర్యాన్నీ చూడగలరు అనేది స్వామి దర్శనంలో పరమార్థం.

పసిపిల్లల తలపై ఎందుకు కొట్టరాదు ?

సరదాగానూ, ప్రేమగానూ పసిపిల్లల తలపై కొట్టరాదు. పుర్రె దగ్గర ఎముకలు మెత్తగా ఉంటాయి. కొంతమంది పిల్లలకి ఆరు సంవత్సరాలు వచ్చినా,

బలంగా తయారవ్వవు. కాన తలపై కొట్టడం వల్ల ప్రమాదమూ లేదా మానసికి స్థితిలో తేడా రావచ్చు. పిల్లల్లో వయసుతో పాటు మెదడు పెరగకపోవచ్చు.

శివాలయంలో నంది కొమ్ముల మధ్య నుంచి దేవుడ్ని ఎందుకు చూస్తాము ?

నంది వేద ధర్మ స్వరూపము. నంది మనలోని పశుతత్త్వానికి నిదర్శనము. కొమ్ములు పట్టుకొని, వెనుక తోకవైపు చేయి పెట్టి కొమ్ముల మధ్య నుంచి స్వామిని చూస్తూ, 'స్వామి... నేను నా పశుతత్త్వాన్ని అదుపులో పెట్టుకుంటాను. అందరికీ మంచి చేస్తాను. న్యాయంగా ఉంటాను" అని విన్నవించి ఆపై చూడటమే పరమార్థం.

స్త్రీలు అట్లతద్దినాడు గోరింటాకు ఎందుకు పెట్టుకుంటారు ?

అరచేతులకీ, కాళ్ళకూ అన్ని శుభకార్యాల్లోనూ ఆడవాళ్ళు సంబరంగా గోరింటాకును పెట్టుకుంటారు. దానికి మంగళకరమైన కారణమే కాకుండా, మరో కారణం కూడా ఉంది. స్త్రీలు రోజులో ఎక్కువ భాగం నీటిలోనే పని చేయాల్సిరావటం వల్ల కాళ్ళూ, చేతులూ

పాచి పడతాయి. ఆ పాచీ, పగుళ్ళూ అనేక వ్యాధులకి కారణమవుతాయి. గోరింటాకు పెట్టుకోవటం వల్ల వ్యాధులను అరికట్టడటమే కాకుండా శరీరంలోని వేడిని కూడా లాగేస్తుంది. ఇంకా ఎంత ఎర్రగా పండితే అంత చక్కని మొగుడొస్తాడని ఆడపిల్లల నమ్మకం కూడా.

మంచమ్మీద కూర్చొని కాళ్ళెందుకు ఊపకూడదు ?

అలా చెయ్యటం అరిష్టము. తెలియకుండానే అనారోగ్యం వస్తుంది. నరాల్లో బలహీనత వచ్చి వీర్య స్కలనము కూడా ఒక్కోసారి జరుగుతుంది. వాత వ్యాధులు కూడా రావచ్చు. రేతస్సు బలహీనపడి సుఖసంసారం గాడి తప్పుతుంది. పది నుంచి పదిహేను రోజులైనా ఆ విషయం గూర్చి ఆలోచనే రాదు. ఎప్పుడైతే శృంగారం పట్ల ఉత్సాహమూ, కోరికా పోతాయో శరీరంలో శక్తి తగ్గుతుంది. ఆలోచనలు వేదాంతపరమైన విషయాలపైకి వెళ్ళి అక్కడా ఇమడ లేక ఒకలాంటి నిరాశ వంటిది ఆవహిస్తుంది. తద్వార అనేక అపజయాలు ఎదురవుతాయి.

సాందీపుడు సూక్తి

ఇతరులకు కీడు గలిగించుటే అధర్మమని నమ్ముము

మడి బట్టలతో పూజ వంటెందుకు చేస్తారు ?

భగవంతునికి శుచీ, శుభ్రతా అంటే ఎంతో ఇష్టం. నీ ఇష్టాన్ని గౌరవించి, నిన్ను పూజిస్తున్నాము అని భావన. మడి మీద పూజ చేస్తూ 'స్వామీ.. అన్యులెవ్వరినీ తాకకుండా నీ కోసమే భక్తితో ఈ మడి ధరించాను. వస్త్రం ఆరే వరకూ నీ సేవే, మడి వస్త్రంతో చేసే పూజ పరమార్థం అదే.

అలాగే వంట గదిలో మాసిన బట్టలతోనూ, రాత్రి ధరించిన బట్టలతోనూ వంట చేయడం ద్వారా అనేక క్రిములు వంటలోకి వెళ్ళవచ్చు. భక్తీ, శుభ్రతతో పాటు మడిబట్ట ధరించటంవల్ల శరీరంలోని వేడి బైటికి పోదు.

నేలమీద ఏమి లేకుండా ఎందుకు కూర్చోకూడదంటారు ?

కనీసం చిన్న గుడ్డముక్కయినా వేసుకుని కూర్చోవాలి. ఋషులు తపస్సు సమయంలోనూ, హోమాదిసమయాల్లోనూ నేలపై ఆశీనులవ్వరు. మానవుని శరీరంలో విద్యుత్ ఉంటుంది. అదే మనల్ని నడిపిస్తుంది. భూమికి ఆకర్షణ శక్తి ఎక్కువ.

దానితో శరీరంలోని విద్యుత్‌ను లాక్కుంటుంది. దానితో శరీరంలో శక్తీ, యుక్తీ సన్నగిల్లుతాయి. అందుకనే కటిక నేల మీద కూర్చొని భోజనం గానీ, నిద్రగానీ, పూజగానీ ఏదీ చేయరాదు.

పంచామృతం ఎలా తయారు చేసుకోవాలి ...?

పాలూ, పెరుగూ, నెయ్యీ, తేనే, పంచదారలని అరటిపండుతో జతచేర్చి కొబ్బరి నీరు కావాల్సినంత కలిపి చేసేదే పంచామృతము.

పాలూ, పెరుగూ, నెయ్యి, ఈ మూడు ఒక్కటిగానే లెక్కించుకోవాలి.

చెవులెందుకు కుట్టిస్తారు ?

ఆడపిల్లలకు చెవులూ, ముక్కూ కుట్టించి చక్కని ఆభరణాలు ధరింపచేసి లక్ష్మీదేవిలా తలచుకొని మురిసిపోయే ఆ కార్యక్రమంలో మరో ఆరోగ్య రహస్యం కూడా ఉంది.

చెవులు కుట్టించుకుంటే కంటి చూపు శక్తి పెరుగుతుంది. ఆక్యుపంక్చర్ వైద్య విధానం చెవి కుట్టించుకుంటే శరీరం మొత్తానికి మంచిదని చెబుతోంది.

అమావాస్య, పౌర్ణమి రోజుల్లో రోగం తిరగబెడుతుందా ?

రోగాలే కాదు పిచ్చి కూడా ముదురుతుంది అంటారు. చంద్రుడు జలకారకుడు. పౌర్ణమి నాడు సూర్యచంద్రులు భూమికి రెండు వైపులా వకేస్థాయి ఆకర్షణ కలిగి ఉంటారు. ఆలాగే అధిక శక్తి, బలహీనం చంద్రునిలో ఆ రెండు రోజులు ఉంటాయి. మన శరీరంలో కూడా నీరు ఉంటుంది. చంద్రుడు నీటి కారకుడు కాన విపరీతంగా ఆకర్షిస్తాడు. అందువల్ల వ్యాధిగ్రస్తులు ఒకింత ఎక్కువ వేదనకు గురి అవుతారు.

భగవద్గీతను చదవాలా ? వినాలా ?

గీత అనగా 'గీ' అంటే త్యాగం, 'త' అంటే తత్వజ్ఞానము. ఈ రెంటిని బోధించేది గీత. ఉపనిషత్తుల సమస్త సారాంశము. భగవద్గీతను అర్జునుడికి శ్రీకృష్ణుడు మార్గశిర శుద్ధ ఏకాదశి నాడు చెప్పాడు. 'గ' ఆకారంలో కలిగిన వాటిలో గీతను చదవాలి. వినటం మధ్యమం. గీతను చదవటం, గంగా స్నానం, గాయత్రీ జపం, గోవింద నామస్మరణ... ఈ నాలుగింటిలో గీత గంగ కన్నా ఉత్తమమైనది. గాయత్రీ మంత్రం కన్నా గొప్పది.

గీత మహత్యాన్ని శివుడు పార్వతీదేవికి, విష్ణువు లక్ష్మీదేవికి చెప్పారు.

భగవద్గీతను పారాయణం చేయుట వల్ల ఏఏ పుణ్యఫలాలు వస్తాయి?

అర్జున విషాద యోగ పారాయణ ద్వారా పాపాలు తొలుగుతాయి. పూర్వజన్మ స్మృతి కలుగుతుంది. సాంఖ్యయోగం ద్వారా ఆత్మ స్వరూప మును తెలుసు కొనగలుగుతారు. కర్మయోగం ద్వారా మీ చుట్టూ ఉన్న ప్రేతాత్మలు తొలిగిపోతాయి. జ్ఞాన యోగ పారాయణం ద్వారా పశు, వృక్ష, పక్షు పాపాలు కూడా నశించి ఉత్తమమైన లోకాలని చేరుతాయి. తద్వార మీకు పుణ్యప్రాప్తి.

ఆత్మసంయమ యోగం ద్వారా అనేక దానములు చేసిన పుణ్య ఫలం లభిస్తుంది. విజ్ఞాన యోగం ద్వారా జన్మరాహిత్యమూ, అక్షర పరబ్రహ్మయోగం ద్వారా సమస్త దుర్గుణాలూ, నశిస్తాయి. రాజ విద్యా రాజ గుహ్యయోగం ద్వారా పరుల సొత్తును అపహరించిన పాపములు పోతాయి. విభూతి యోగం ద్వారా సకల పాప విముక్తి కలుగుతుంది. భక్తి యోగం ద్వారా ఇష్టదేవతా దీవెనలూ లభిస్తాయి.

ॐ

క్షేత్ర క్షేత్రజ్ఞవిభాగయోగం ద్వారా సకల దోషాలూ, చెడూ తొలిగిపోతాయి. గుణత్రయ విభాగయోగం పారాయణం ద్వారా అనేక స్త్రీలతో పోయిన పాపములు, స్త్రీ దోషాలూ పోతాయి. పురుషోత్తమ ప్రాప్తి యోగం ద్వారా సర్వపాపాలూ పోయి ఉత్తమ మోక్షాలు సంక్రమిస్తాయి. భోజనానికి ముందు చదివితే మరింత మంచిది. దైవాసుర సంపద్విభాగయోగం ద్వారా అమితశక్తి వంతులవుతారు. శ్రద్ధాత్రయ విభాగయోగం పారాయణ ద్వారా అనేక దీర్ఘరోగములు నశించి క్షీణిస్తాయి. మోక్షసన్యాసయోగం పారాయణ ద్వారా అనేక యజ్ఞములు చేసిన ఫలములు కలుగును.

రుద్రాభిషేకం చేయించేటప్పుడు తిథిలు చూసుకోవాలా?

దీర్ఘవ్యాధులువారు తమ వ్యాధులు పోవాలనీ, మిగతావారు కోరికలతోనూ, భక్తితోనూ శివునికి రుద్రాభిషేకం చేయిస్తారు. ఇలా చెయ్యటం వల్ల మరణభయం పోతుందని పురాణ ఆధారము. రుద్రాభిషేకం చేయించేవారు ఓ ముఖ్య విషయం గుర్తుపెట్టుకొని ఆపై అభిషేకం చేయించాలి. రుద్రాభిషేకమును శివసంచారము తెలుసుకొని చేయించుకోవాలి. మహాశివుడు శుభ స్థానములో

నున్నప్పుడే లెక్కించుకొని అభిషేకం చేయించుకోవాలి. శివపూజ చేసే తిథిని 10 తో హెచ్చవేస్తే అనగా '0' చేర్చి ఏడుతో భాగిస్తే '1' వస్తే కైలాసమున, '2' వస్తే పార్వతీదేవి వద్దా, '3' వస్తే వాహనుడై ఉన్నట్టు, '4' వస్తే కొలువు తీరినట్లు, '5' నైవేద్యము స్వీకరిస్తున్నట్టు, '6' వస్తే ఆనంద నాట్యము చేస్తున్న సమయముగా, '7' వస్తే స్మశానమున ఉన్నట్టు తెలుసుకోవాలి. 7-14 తిథులలో పూజ తగదు. వివరంగా తెలుసుకొని అభిషేకం చేయించుకోవాలి.

పిల్లలు కలగకపోవటానికి శాపాలే కారణమా ?

సంతానము కలుగకపోవటానికి తెలిసికాని తెలియకకాని చేసిన శాపములే అని జ్యోతిష్య శాస్త్రం చెబుతోంది. సర్పశాపము, పితృశాపము, మాతృ శాపము, భ్రాతృశాపము, ప్రేత శాపము, బ్రాహ్మణ శాపము, మిత్రశాపము. కాన ఆయా శాంతులు చేయించి భగవంతుని సేవించటం ద్వారా స్వామి చల్లని దీవెనలతో సంతానము కలగవచ్చు. అలాగే సముద్ర స్నానము. అది కూడా రామేశ్వరం వద్ద స్నానం చేస్తే మరింత ఫలం కలుగుతుంది. సముద్రస్నానం ఎక్కడైనా ఒక్కటే కదా అని ఆలోచించకండి. గోవాలో సముద్ర

స్నానం చేసి ఆ ఎండలో ఉంటే అనేక చర్మవ్యాధులు నయమవుతాయి. అందుకే దేశ విదేశాల నుంచి గోవా వచ్చి అనేక చర్మవ్యాధిగ్రస్తులు నెలలు తరబడి ఉంటుంటారు. అలాగే ఒక్కో ప్రదేశంలో ఒక్కో శక్తి ఉంటుంది. ఇంట్లో పూజామందిరంలో ఉండే దేవునికీ గుడిలో ఉండే దేవునికి ఎంతో తేడా ఉంది.

భోజనము చేసేటప్పుడు మాట్లాడకూడదెందుకు?

తూర్పు ముఖం కూర్చొని భోజనం చెయ్యటం శాస్త్రం. ఆ వైపు ప్రాణశక్తి ఎక్కువగా ఉంటుంది. అలాగే పితురులుండే దక్షిణ దిక్కు వైపు నుంచయినా భుజించవచ్చు. భోజనాన్ని ఎత్తైన దాని మీద కూర్చొని నోటికి ఎదురుగా విస్తరి పెట్టుకుని భోజనం చేస్తే అనేక వ్యాధులు వచ్చే అవకాశం ఉంది. పీటా లేదా చాప ఇలాంటి వాటిపై కూర్చొని భుజించటం వల్ల కడుపుకి ఎంత కావాలో తెలుస్తుంది. అంతే తినగలుగుతారు. భోజనం చేస్తూ మాట్లాడుతుంటే నోటిలో లాలాజలం ఊరదు. దానితో ఆహారం జీర్ణమవ్వక అనేక రోగ సంబంధిత సమస్యలు వస్తాయి. అమావాస్య పౌర్ణమిలలో తక్కువ భోజనం చెయ్యటం ఆరోగ్యకరం.

ఎవరికి ఎంత నిద్రా సమయం కావాలి ?

ఎవ్వరికైనా ఎనిమిది గంటలు నిద్ర తప్పని సరి. పసి పిల్లలుకు పన్నెండు నుంచి పధ్నాలుగు గంటలు. వృద్ధులకు పదిగంటలు. గర్భిణీ స్త్రీలకూ, పాలిచ్చే తల్లులకూ వీలయినంత ఎక్కువ నిద్ర అవసరం. నిద్ర ఆయుష్షునీ, శక్తినీ పెంచుతుంది. పగటి నిద్ర కేవలం ఎండాకాలంలోనే చేయాలి. రాత్రి తగ్గిన నిద్రలో సొగభాగమే పగలు నిద్రపోవాలి. యాభై దాటినవారు మధ్యాహ్నం నిద్ర ఓ అరగంట చేస్తే చాలా మంచిది.

దేవాలయాల్లో శృంగార బొమ్మలెందుకు ?

దేవాలయ వ్యవస్థ యందు సకల శాస్త్ర పరిజ్ఞానం వాడతారు. శృంగారం 64 కళల్లో ఒకటి. దృష్టి, దోష, నివృత్తి కొరకు దేవాలయ దక్షిణ భాగంలో శృంగార భంగిమలను ఉంచుతారు.

ఏవేవి వేటితో పోతాయి ?

★ విశాఖ కార్తెతో మేఘాలు పోతాయి.

★ బిడ్డలు పుట్టడంతో స్త్రీకి యవ్వనం క్షీణిస్తుంది.

★ మనిషి మరణిస్తే శత్రుత్వము పోతుంది.

★ గౌరవము యాచనతో పోతుంది. చెడు అలవాట్లతో విలువలు పోతాయి.

★ అధర్మ ఆలోచనలతో మానవత్వం పోతుంది.

★ పక్కవాడ్ని పాడు చెయ్యాలనుకుంటే మన ధనం పోతుంది.

తిరుపతిలో శ్రీ వేంకటేశ్వరస్వామికి అమ్మవారు కుడిపక్కనెందుకుంటుంది ?

శేషాద్రి అయిన తిరమలపై శ్రీమహావిష్ణువు మనుష్యరూపము దాల్చుటము, ఆపై ఆకాశరాజు కుమార్తె పద్మావతిని వివాహం చేసుకోవటం తెలిసిందే. శ్రీ వేంకటేశ్వరుడూ, పద్మావతీ దేవిల వివాహం గూర్చి సరిగ్గా సమయానికి లక్ష్మీదేవికి నారదుడు చెడుతాడు. దానితో శ్రీమహాలక్ష్మీదేవి పద్మావతితోనూ, శ్రీనివాసుని తోనూ గొడవకు దిగుతుంది. ఆసమయాన శ్రీనివాసుడు పద్మావతి పూర్వగాథ శ్రీ మహాలక్ష్మికి చెప్పి, కుడి వక్షస్థలముపై పద్మావతి అమ్మవారినీ, లక్ష్మీదేవిని ఎడమ వక్షస్థలంపై ఉండమని కోరాడు. భర్త ఆదేశానుసారంగా ఇద్దరు అమ్మవార్లు స్వామికి ఇరువైపులా ఉంటారు.

సహపంక్తి భోజనాలందు అందరూ వకేసారి లెగవాలని ఎందుకు చెబుతారు ?

సహపంక్తి భోజనానికి కూర్చున్న అందరివీ ఒకే జీవన ప్రమాణములు అయి ఉండవు. మంచీ, చెడు అలవాట్లతో రకరకాల వాళ్ళు ఉంటారు. వారి వారి శరీరాల్లో విద్యుత్ వారి వారి శరీరపు శక్తి ప్రకారం పని చేస్తుంది. సహపంక్తిలో కూర్చున్నప్పుడు దాదాపు శరీరపు భాగాల విద్యుత్ నియంత్రణ వకే రకంగా ఉంటుంది. శక్తిహీనుడయిన వ్యక్తి ముందుగా లేచాడను కుందాం. అతడు శక్తి హీనుడయితే మిగతా వారి శక్తి ఎంతో కొంత లాగేసుకుంటాడు. బలవంతుడయితే వాని శక్తి మిగతా వారు లాగేసుకుంటారు. అయినా ఆహారమూ, నిద్రా, సంభోగము మూడింటికి అడ్డు అవసరం.

'అతి సర్వత్ర వర్జయేత్ ' అనగా ?

★ అద్భుత సౌందర్యము ఉండటం వల్ల సీతాదేవిని రావణుడు అపహరించాడు.

★అతి గర్వం వల్ల శ్రీరాముడి చేతిలో రావణుడు మరణించాడు.

★ అతి దానం వల్ల బలి నష్టపోయాడు.

★ అతిగా తింటే ముందే పోతాడు.

★ అతిగా వాగితే చులకనవుతాడు.

★ అతిగా ఆశపడితే వచ్చేది అనర్థము.

★ అందుకనే దేనికైనా అతి పనికి రాదని అంటారు.

వివాహానికి వధూవరుల జాతకాలు కలిసాయని ఏ విధంగా చూసి చెబుతారు?

పెళ్ళి కుదుర్చుకునే ముందు జాతకాలు చూడటం మన సాంప్రదాయము. పైగా నమ్మకం కూడా. వధూవరుల జాతక భాగమును సప్తమ, అష్టమ స్థానాలను చూస్తారు. సప్తమ, అష్టమ స్థానములు మిత్రరాసులూ, మిత్ర గ్రహములు అయితే వివాహాన్ని నిర్ణయించుకుంటారు.

శ్రాద్ధమందు భోజనం చేసే భోక్తలెందుకు మాట్లాడరు?

ఆ సమయమున అనగా భోక్తలకి భోజనం వడ్డించి ఆపై వారు తీసుకుంటున్నప్పుడు భోజనము

బాగుందా? అని అడిగినా భోక్తలు మాట్లాడరు. భోజనం వేడిగా ఉన్నంత వరకూ, భోక్తలు మౌనంగా భుజించి నంత వరకూ పితృదేవతలు భుజిస్తారు.

మౌనభంగమయిన స్వీకరించరు. భోక్తలు దక్షిణ ముఖంగా కూర్చొని భుజిస్తే ఆ భోజనాన్ని రాక్షసులు స్వీకరిస్తారు. కాన వడ్డించేటప్పుడు ఈ విషయాన్ని గుర్తుంచుకోండి.

వాలఖిల్యుడు సూక్తి

ఏకాంతవాసము నభిలషింపుము

నిద్రిస్తున్నప్పుడు దుప్పటిని పూర్తిగా ఎందుకు కప్పుకోకూడదు ?

మనం ప్రాణవాయువుని పీల్చి బ్రతుకుతున్నాము. దుప్పటి పూర్తిగా కప్పుకునే అలవాటు ఎక్కువగా పిల్లల్లోనే ఉంటుంది.

దాని వల్ల ఎక్కువసార్లు ప్రాణవాయువు అందక అనారోగ్యాలు, వక్కోసారి ఘోర ప్రమాదం సంభవించ వచ్చు. అందుకే అలా పడుకోకూడదు. చిన్నపిల్లలు అలా పడుకుంటే వెంటనే సరి చేయటం కాకుండా పిల్లలకి అర్థం అయ్యేలా వివరించండి.

శాస్త్ర ప్రకారము దధ్యోదనము ఎలా చేయాలి ?

సన్న బియ్యంతో ముందుగా అన్నాన్ని సిద్ధం చేసుకోవాలి. దానిలో బాగా కాచిన పాలు (కేజీ బియ్యానికి శేరు పాలు, శేరు పెరుగు) , పెరుగు, నేయి కలిపి, తిరగమోత పెట్టుకోవాలి. తిరగమోతకు నెయ్యి మాత్రమే వాడాలి.

ఎండుమిరపకాయలూ, ఆవాలూ, మినుములూ, సెనగపప్పు, కరివేపాకుతో తిరగమోతను పెట్టి కలపాలి. ఆపై మిరియాల పొడీ, అల్లం తురుమ వేయాలి. నీళ్ళలో ఇంగువ కలిపి పెరుగు అన్నంపై చల్లి బాగా కలపాలి. నోరూరించే దధ్యోదనము సిద్ధం. కఫమూ, పైత్యాన్ని నివారించి, బలముతోపాటు, వీర్యబలమూ ఈ దధ్యోదనము ద్వారా కలుగుతాయి.

బియ్యం తింటే పాండురోగమొస్తుందా ?

చిన్నపిల్లలు బియ్యం తినటం పరిపాటి. చిరుతిళ్ళు దొరకనప్పుడు కాకతాళీయంగా బియ్యం తినే పిల్లలు తర్వాత దాన్ని అలవాటుగా చేసుకుంటారు.

తర్వాతెప్పుడో గుర్తించిన తల్లి, 'బియ్యం తింటే పాండు రోగం వస్తుందని" చెప్పి ఆ అలవాటును మాన్పిస్తుంది. ఇలా బియ్యం తినటం వల్ల అజీర్తి చేస్తుంది. తద్వార అనేక రోగాలు రావటం ఖాయం. కొన్ని ప్రాంతాల్లో బియ్యం తింటే మీ అమ్మకి జ్వరమొస్తుందని కూడా పిల్లలను భయపెట్టి ఈ అలవాటును మాన్పుతారు.

బెజవాడ కనకదుర్గమ్మ ముక్కు పుడకను కృష్ణమ్మ అందుకుంటే కలియుగాంతమేనా?

పోతులూరి వీరబ్రహ్మం గారు కాలజ్ఞానంలో ఎన్నో చెప్పారు. పొగబండ్లు నడుస్తాయని, ముఖానికి రంగేసుకున్న వారు నాయకులవుతారనీ, భర్తలేని స్త్రీ రాజ్యమేలుతుందనీ, నీళ్ళు కొనుక్కుంటారనీ.. అన్నీ జరిగాయి. పై విషయాలన్నీ చెప్పారు.

కనకదుర్గమ్మ ముక్కు పుడకను కృష్ణమ్మ అందుకంటే కలియుగం అంతమయిపోయినట్టే. అంత ఎత్తున కృష్ణమ్మ ఎగిస్తే ఇక భూమి మీద ఏం మిగులు తుంది ?

భోజనానికి ముందూ, తర్వాత ఆచమనముగావించేదేందుకు?

భోజనానికి ముందు నీటిని విస్తరి చుట్టూ విడుస్తూ, ఆపై 'అమృతమస్తు' అని కొంత నీటిని సేవిస్తారు. ఆపై యమధర్మరాజునూ, చిత్రగుప్తుడ్నీ, సర్వదేవతలనూ స్మరిస్తూ కుడి ప్రక్క అన్నాన్ని బలిగా కొంతవేస్తారు. ఆపై భోజనము ముగించి ఆచమింప చేస్తారు. ఈ పద్ధతిలో ఎంతో దైవభక్తితో పాటు ఆరోగ్య రహస్యం కూడా ఉంది.

విస్తరీ లేదా కంచము చుట్టూ నీళ్ళు తిప్పేది, కంటికి కనిపించని అనేకానేక సూక్ష్మజీవులు తినే ఆహారంలో కలవకూడదని, అలా నీటితో ఆహారము చుట్టూ తిప్పగానే ఓ రక్షణ కవచము ఏర్పడి సమస్త సూక్ష్మ క్రిములు స్థంభించిపోతాయి.

తిరిగి భోజనాంతరం చేసే ఆచమనము ద్వారా ఆ రక్షణ కవచము తొలిగి సూక్ష్మ క్రిములు వాటి ద్రోవన అవి ప్రయాణిస్తాయని.

ఏడువారాల నగలు

పేరు వినటమే కాని అసలవి ఏమిటో చాలా మందికి తెలీదు.

★ ఆదివారము : సూర్యునికిష్టమైన ఈ రోజున కెంపుల కమ్మలూ, హారాలు ధరించాలి.

★ సోమవారము : చంద్రునికిష్టమైన ఈ రోజున ముత్యాలహారాలూ, గాజులు పెట్టుకోవాలి.

★ మంగళవారము : కుజునికిష్టమైన ఈ రోజున పగడాలదండలూ, ఉంగరాలు అలంకరించుకోవాలి.

★ బుధవారము : బుధునికిష్టమైన ఈ రోజన పచ్చల పతకాలూ, గాజులు వేసుకోవాలి.

★ గురువారము: బృహస్పతికిష్టమైన ఈ రోజున పుష్పరాగపు కమ్మలూ, ఉంగరము చేయించుకోవాలి.

★ శుక్రవారమ : శుక్రునికిష్టమైన ఈ రోజున వజ్రాల హారములూ, ముక్కు పుడక ధరించి లక్ష్మీదేవిలా మీ వాళ్ళకి దర్శనమివ్వాలి.

★ శనివారము : శనికిష్టమైన ఈ రోజున నీలమణితో చేయించుకున్న కమ్మలూ, హారాలూ, ముక్కుపుడకా ధరించాలి.

ఇవీ ఏడు వారాల నగలు. ఆయా రోజుల్లో ఆయా నవరత్నములతో పాపిడి బిళ్ళ, వంకీలూ ఇలా ఎన్నయినా చేయించుకోవచ్చు. ఆ రోజు ఆ రత్నం సంబంధించినవి బంగారంతో చేయించి పెట్టుకోవట మంటే అంతకుమించిన వైభోగము ఇంకేమీ ఉండదు. కాన మహిళలు... ఏడు వారాల నగలంటే ఇవే.

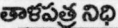

ॐ

సాలగ్రామం ఖరీదుకు దొరికేవస్తువా?

సాలగ్రామం అందరూ అనుకుంటున్నట్లుగా ఖరీదుకు లభ్యమయ్యే ఏదో సాధారణ వస్తువు కాదు. సాక్షాత్ భగవత్ స్వరూపం. చాలా చిత్రంగా కొందరికి మాత్రమే... భక్తిభావం గలవారినే చేరుతుంది. ఉత్తరాది ప్రాంతాల్ని సందర్శించినపుడు – నర్మదానదీ తీరాన గాని లేదా సాధువుల వద్దనో దీన్ని పొందవచ్చుననుకుంటారు చాలామంది. కానీ అదిసరి కాదు.

అది వారి అజ్ఞానమే అవుతుంది. ఈ విష్ణు స్వరూపం ఎవరివద్దకు వెళ్ళి చేరాలనుకుంటే, వారినే అలరిస్తుంది. దీనిక్కారణం సాలగ్రామం ఉన్న ఇంట మడీ–తడీ; నియమం–నిష్ఠ; సదాచార పరాయణతా– శుచి శుభ్రతలుండాలి.

నిత్యపూజ జరగాలి. పర్వదినాలలో విశేషపూజ ఉండాలి. అది అందరికీ సాధ్యమా? అటువంటి శక్తి గలవారినే, సాలగ్రామం చేరుతుంది.

ఒకప్పుడు ఇది సిద్ధుల/యోగుల వల్ల యోగ్యులైన వారికి చేరేది. నేటి వ్యాపార ప్రపంచంలో అక్కడక్కడ ఖరీదుకు దొరుకుతున్నట్లుగా కనిపించినా వాటిలో స్థూలదృష్టికి అందని సూక్ష్మలోపాలుంటాయి. అవి

కేవలం సిద్ధపురుషులే గ్రహించగలరు. తెలిసీ-తెలియక లోపభూయిష్టమైన సాలగ్రామ పూజ చేస్తే, అది కర్తకే చెరుపు చేస్తుంది. కనుక తగినంత పరిజ్ఞానం లేకుండా ఎవరు ఏది చెప్పి ఇస్తే దాన్నే సాలగ్రామంగా నిర్ధారించు కొని పూజ చేయకండి.

ఆడవాళ్ళు వేదవిద్యనెందుకు అభ్యసించకూడదు?

వేదవిద్యను ఆడవాళ్లు అభ్యసించటానికి వారి శరీర నిర్మాణం సహకరించదు. వేదాన్ని గట్టిగా బైటికి ఉచ్ఛరిస్తూ చదువుతూ నేర్చుకోవాలి. దీర్ఘంగానూ, నెమ్మదిగానూ, క్రమంగానూ శ్వాసను వదులుతూ, పీలుస్తూ నేర్చుకోవాలి. ఇలా నేర్చుకోవటం వల్ల గర్భాశయముపై విరుద్ధంగా ప్రభావం చూపిస్తుంది.

స్త్రీకి మాతృత్వమే పెన్నిధి. మరొకరిని భూమ్మీదకు తెచ్చే అపూర్వమైన వరం స్త్రీకి గర్భాశయం ద్వారా జరుగుతుంది. వేద విద్య ద్వారా గర్భాశయనానికి ప్రమాదం. కాన స్త్రీలు వేదవిద్యను నేర్చుకోవద్దని చెబుతారు. మనసులో జపించుకోవటమూ, పూజలో స్తోత్రాలు పఠించటం వల్ల ఇబ్బంది ఏమీ రాదు. పూజలో పూజిస్తూ పఠించే మంత్రాలకీ, వేద విద్యకూ చాలా తేడా ఉంది.

భిక్షాటన పవిత్రమైనదా?

పూర్వము ఇప్పటిలా పుస్తకాలూ, ప్రసార మాధ్యమాలు లేవు. తాళపత్రాలలోనే ఏ విషయమైనా ఉండేది. కావ్యాలూ, రచనలూ చేయని కాలంలో మునివాసం చేసిన విద్యార్థులు వారు నేర్చుకున్న కళను అందరికీ పంచటానికి రాగయుక్తంగా పాడుతూ, విన్పిస్తూ పల్లెల్లో, నగరాల్లో తిరిగేవారు. వారు వారు నేర్చుకున్న విద్యను పదిమందికి తెలియచెప్పి ప్రజలిచ్చిన కాయా, పండును తీసుకుని ముందుకు కదిలేవారు. అది యాచన కాదు. బోధించటము. అలానే లవకుశులు రామగాథను గానం చేస్తూ పర్యటిస్తూ అయోధ్య చేరి శ్రీరాముని గాథను శ్రీరామునికే విన్పించారు.

నచికేతుడు సూక్తి

నీకు మంచిదికానిది యితరులకు జేయకుము

పెళ్ళయిన తర్వాత అరుంధతి నక్షత్రాన్ని ఎందుకు చూపిస్తారు ?

అరుంధతి వశిష్ఠ మహర్షి ధర్మపత్ని, మహా పతివ్రత అని ఆకాశం వంక పెళ్ళి సమయంలో చూపించి చెబుతారు బ్రాహ్మణులు. అలా చేస్తే మీ

సంసారిక జీవనం నల్లేరు మీద నడకలా సాగుతుందని పండితులు వధూవరులకు చెబుతారు. మాఘ మాసాది పంచ మాసాల కాలమందు తప్ప ఈ నక్షత్రం సాయంత్రవేళ కానరాదు.

రాత్రి పూట చంద్రుడ్ని, నక్షత్రాలను చూడటం వల్ల కంటి శక్తి పెరుగుతుంది. అరుంధతి నక్షత్రం నుంచి వచ్చే కిరణాలవల్ల కంటి శక్తి మరింత పెరుగుతుంది. అరుంధతి నక్షత్రం సప్తర్షిమండలంలో వుండే చిన్న నక్షత్రం. శిశిర, వసంత, గ్రీష్మఋతువులందు సాయంకాల సమయాన, మిగిలిన కాలాల్లో అర్ధరాత్రి లేదా దాటిన తర్వాత తెల్లవారు జామున కనిపిస్తుంది.

అరుంధతి నక్షత్రాన్ని చూడాలనుకుంటే జాగ్రత్తగా ఆకాశం వంక చూడండి. '?' మార్కు ఆకారంలో నక్షత్రాలు ఉంటాయి. ఖచ్చితంగా కాకపోయినా దాదాపుగా ఆ ఆకారంలో ఉంటుంది. చిన్నపిల్లాడిని ? మార్కు గీయమంటే ఎలా గీస్తాడో అలా ఉండే సప్తర్షి మండలంలో పక్కపక్కనే ఉండే నక్షత్రాలే అరుంధతి, వశిష్ఠులవారివి. అరుంధతి నక్షత్రం చిన్నగా ఉంటుంది.

ఊర్ధ్వలోకాలు

భూమిపైన నరకలోకము, ఆ నరక లోకము పైన భువర్లోకము, భువర్లోకము పైన స్వర్గలోకము,

స్వర్గలోకముపైన మహాజనలోకాలు, మహా జన లోకాలపైన తపోలోకము, తపోలోకము పైన సత్యలోకము.

భర్త అసమర్థుడైనా భార్య పతివ్రతగా ఉండాలా?

వివాహమంటే సంతానోత్పాదన. స్త్రీ సంతానం ద్వారా పునీతురాలవుతుంది. ఏ కారణం వల్లనయినా భర్త పనికి రానప్పుడు, సంతాన సామర్థ్య శక్తి లేనప్పుడు స్త్రీ తన మాతృత్వ హక్కును నిర్భయంగా వాడుకోవచ్చు. ప్రేమాభిమానాలను నిర్లక్ష్యం చేయకుండా సంతానం కోసం మాత్రమే, కొన్ని ధర్మాలను ఆచరిస్తూ వరుసైన వారితో సంతానం పొందవచ్చు. మను స్మృతిలో చెప్పిన ప్రకారము మాతృత్వాన్ని పొందిన స్త్రీ తిరిగి మళ్ళీ ఆ ప్రయత్నాన్ని కొనసాగించకూడదు. అలా చేస్తే ఆ సంబంధము అక్రమ సంబంధము క్రింద పరిగణించ వచ్చు.

భక్తి చిహ్నాల అర్థపరమార్థాలేమిటి?

★ ఓంకారము సమస్త విశ్వానికి ప్రతిరూపము. అందుకే అక్షరాభ్యాసంలో తొలుతగా 'ఓం' ని వ్రాయిస్తారు.

★లక్ష్మీపాదాలను ఇంటి గోడలపై వేస్తారు. సకల శుభాలకి గుర్తు. సీమంతం చేసిన స్త్రీ కాలిని కుంకుమపై అద్దించి, ఆ పాదముద్రను ఇంటిలో పడేలా నడిపిస్తారు.

★ స్వస్తిక్ గుర్తు కూడా సకల శుభాలకోసమే. సూర్య దేవునికి ప్రతిరూపమే స్వస్తిక్ గుర్తు. వ్యాపార పుస్తకాల మీద ఇంటి గోడలపై అనేక వాటి మీద వ్రాసుకుంటారు.

★ కమలము హిందువుల పవిత్ర చిహ్నం. కమలం బురదలోనూ, ధూళిలోనూ ఉంటుంది. దాని అర్థం సమాజంలోని చెడూ, కుట్రలూ, కుతంత్రాలు మధ్య నివశిస్తున్నా వాటికి అతీతంగా స్వచ్ఛందంగా కమలంలా విరాజిల్లుమని.

★ పూర్ణకుంభము క్షీరసారగ మథనంలో ఉద్భవించిన అమృతకలశంతో సమానము. సంపూర్ణ సుఖ జీవితాన్ని ఇవ్వమని వేడుకోవటమే పూర్ణకుంభం పూజ.

ధనత్రయోదశి రోజు బంగారం కొంటే లక్ష్మికి ఆహ్వానమా ?

'ధన్‌తేరస్' అనే పేరుతో ఉత్తరాదిన బాగా ప్రాచుర్యం పొందిన ఈ పండుగ రోజు బంగారాన్ని కొనటం శుభమని, ఈ రోజుకొంటే ఏడాది పొడుగునా

బంగారం కొనే ఆర్థిక స్థితి శ్రీమహాలక్ష్మి ఇస్తుందని నమ్మకం. పురాణ ఆధారాలు కూడా ఉన్నాయి. ఈ పండుగ నాడు మహిళలు బంగారం కొంటానికి ఉత్సాహం చూపిస్తుంటారు. మహిళలకి ముఖ్యంగా కావల్సింది మూడు.. ఒకటి చీరలు, రెండు నగలు... తర్వాత మొగడు.

ఏది ఏమయినా ఈ రోజున ఎవరికున్నంతలో వారు బంగారం కొనుక్కుంటారు. అది చాలు. ఎవ్వరికైనా ఇంటి ఇల్లాలు కళకళలాడుతూ సంతోషంగా ఉండటమేగా కావాల్సింది.

అష్టైశ్వర్యాల పండగ అక్షయతృతీయ. ఈ రోజే శ్రీమహాలక్ష్మి పాలకడలి నుంచి ఉద్భవించింది. పాండవులు అక్షయపాత్రను పొందిన రోజు. శ్రీకృష్ణుడు కుచేలునికి బంగారు పట్టణాన్ని ఇచ్చిన రోజు.

ఇటుకతో గోడలు కట్టగానే సున్నపు బొట్లు పెట్టి 'శ్రీరామ' అని ఎందుకు రాస్తారు ?

కొత్త గోడలు లేపగానే సున్నంతో పెద్ద పెద్ద బొట్లు పెట్టి పెద్దగా శ్రీరామ అని వ్రాస్తారు. దానికి కారణం కొత్త గోడల్లో పురుగూ, పుట్రా ఉంటే ఆ సున్నపు ఘాటుకి

అవి నశించి భవిష్యత్తులో గోడకు ఎలాంటి బీటలూ, పగుళ్ళూ లేకుండా పటిష్టంగా ఉంటాయని.

రంగులూ, వారాలకి ఎంతో సంబంధముంది ?

ఎరుపు ఉత్తేజకారిణి, నారింజ దేహంలోని శక్తిని కదల్చగలదు. పసుపు ఆధ్యాత్మిక జ్యోతి. ఇక ఆకుపచ్చ ఆందోళననూ, నీలిరంగు భౌతిక సౌఖ్యాన్నీ, గులాబి రంగు ప్రేమనూ, ఆప్యాయతనూ, బూడిదరంగు సంతృప్తినీ, వంకాయ రంగు కామాన్నీ వృద్ధి చేస్తుంది. అలాగే ఏ వారం ఏ రంగు తగినదంటే... ఆదివారం నారింజా, సోమవారం తెలుపూ, మంగళవారము ఎరుపూ, బుధవారము ఆకుపచ్చా, గురువారం పసుపూ, శుక్రవారం బూడిదా లేదా వంకాయ రంగూ, శనివారం నలుపూ అంటే ఆయా గ్రహాలకు ప్రీతి.

మ్రొక్కుబడులు చెల్లించకుంటే దేవుడికి కోపం వస్తుందా?

తల్లికి బిడ్డల మీద కోపం వస్తుందా? ఇదీ అంతే. భగవంతుడు ఆశించేది ధర్మ, న్యాయాలతో జీవితాన్ని గడపమని. మ్రొక్కులు తీసుకొని మన పాపాలని ఆయన

స్వీకరించదు. మ్రొక్కుబడులివ్వలేదని కష్టాలు పెట్టదు. ఎవరు చేసిన కర్మలను బట్టి వారు వారి వారి పాపపుణ్యాలను అనుభవించక తప్పదు. కష్టమొస్తే భగవంతుడికి మ్రొక్కుకొని, తీరిన తర్వాత మర్చిపోయిన వారికి, మళ్ళీ కష్టంలో ఆ మ్రొక్కు గుర్తుకు వచ్చి కుటుంబసమేతంగా ఆ మ్రొక్కు తీర్చుకుంటారు. భగవంతుడెప్పుడూ మాట మీద, సత్యం మీద నిలిచి ఉండమంటాడు. దాన్ని మీరితే అది మీ సమస్య, ఆయన సమస్య కాదు.

శుభకార్యాల్లో ఆడవాళ్ళ గొంతుకి గంధం రాసేదెందుకు ?

స్త్రీ భర్తఇంటిలోని వారితో పాటు చుట్టాలూ, స్నేహితులూ.. ఇలా ఎందరినో అభిమానంతో పలకరించాలి. భర్తా, అత్తా, మామా వంటి వారితో ఎంతో అభిమానంగా మాట్లాడాల్సి వచ్చినపుడు సరళంగా, సౌమ్యంగా మాట్లాడాలి. గంధం మెడకి వ్రాయటం ద్వారా గొంతు సరళంగా వస్తుంది. సున్నితంగా సరళంగా తీయగా మాట్లాడటం వల్ల ఆమెపై గౌరవాభిమానాలు పెరుగుతాయి. ఒక్కోసారి చెప్పే విషయం వినయంగా వినమ్రతగా ఉన్నా మాట

గట్టిగా కఠినంగా ఉంటే తమను ఎదిరించేలా మాట్లాడు తుందని అనుకునే ప్రమాదం ఉంది. స్త్రీ రూపానికి తగ్గట్టు స్వరమూ ఉండాలని రాస్తారు. గంధం శుభానికి సూచన కూడా.

పూజలో కొబ్బరి కాయ కుళ్ళితే మంచిదా ?

పూజలో కొట్టిన కాయ కుళ్ళితే దోషమేమి కాదు. తెలిసి చేసిన పని కాదు. దేవాలయాల్లో కొట్టే కాయ కుళ్ళితే వెంటనే నీళ్ళతో శుభ్రం చేసి మళ్ళీ మంత్రోచ్ఛాటన చేసి మళ్ళీ స్వామిని అలంకరిస్తారు. అనగా కుళ్ళిన కాయ దోషమేకాని ఇచ్చిన వ్యక్తికి సంబంధించినది కాదు.

ఇంట్లో పూజ చేసేటప్పుడు కుళ్ళితే తీసేసి కాళ్ళూ, చేతులూ, ముఖమూ, పూజా మందిరాన్ని శుభ్రం చేసి, మళ్ళీ పూజ చేయటం మంచిది.

అదే వాహనాలకి కొట్టే కాయ కుళ్ళితే, అంత దిష్టి పోయినట్టే. అయినా మళ్ళీ వాహనం కడిగి.. మళ్ళీ కాయ కొట్టాల్సిందే.

మనసులో అనుమానం ఉంచుకునేకంటే, మళ్ళీ చెయ్యటం మంచిది.

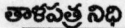
పిల్లలు గెంతుతూ ఆడుతుంటే భూదేవికి కోపం వస్తుందని ఎందుకు అంటారు ?

పిల్లలు అలా నిరంతరం గెంతుతూ ఆడుతుంటే, మగపిల్లలకి వరిబీజము లాంటివి వస్తాయి. ఆడపిల్లలకి స్త్రీ సంబంధిత అనేక సమస్యలు ఉంటాయి. అవి వెనుకా, ముందూ రాకుండా సరయిన సమయంలోనే రావటానికి పెద్దలు పిల్లలని గెంతుతూ ఆడుకుంటే భూదేవికి కోపమొస్తుందని చెప్పి మాన్పిస్తారు.

రుద్రాక్ష

★ ఏకముఖి రుద్రాక్ష పరమశివుడికి ప్రతీక

★ ద్విముఖి రుద్రాక్ష 'ఓం నమః' అని జపించి ధరించవలెను. దేవతా స్వరూపము.

★ త్రిముఖి రుద్రాక్ష అగ్నిదేవుడి స్వరూపము.

★ చతుర్ముఖి రుద్రాక్ష బ్రహ్మదేవుడి ప్రతీక.

★ పంచముఖి రుద్రాక్ష మహామృత్యుజ్వాల అనగా కాలాగ్ని స్వరూపిణి.

★ షణ్ముఖి రుద్రాక్ష కార్తికేయుని ప్రతీక.

★ సప్తముఖి రుద్రాక్ష సప్తస్వరాలు.

★ అష్టముఖి రుద్రాక్ష మహాగణపతి.

★ నవముఖి రుద్రాక్ష కనకదుర్గ.

★ దశముఖి రుద్రాక్ష శ్రీమహావిష్ణువు స్వరూపము.

★ ఏకాదశముఖి రుద్రాక్ష మహేంద్రుడి ప్రతిరూపము.

★ ద్వాదశ ముఖి రుద్రాక్ష ఇంద్రునికి ప్రతీక.

★ చతుర్దశ ముఖి రుద్రాక్ష చిరంజీవి హనుమకి ప్రతిరూపము.

ఇరవై రెండు ముఖాల రుద్రాక్షలు దొరుకుతాయని అంటారు. ఏ రుద్రాక్ష ధరించినా, గంగా జలముతో శుద్ధి చేసి సంబంధిత మంత్ర జపము చేసి, సోమవారం ప్రాతఃకాలంలో ధరించండి.

అంబరీషుడు సూక్తి

ఆద్యంతములయుందు భగవంతుడున్నాడని
గ్రహింపుము

శంఖములో పోస్తేనే తీర్థమా?

శంఖాల్లో దక్షిణావర్త శంఖము శ్రేష్ఠమైనది. శంఖము లక్ష్మీ స్వరూపము.

శంఖము కాల్షియంకు సంబంధించినది, దాని ద్వారా తీర్థమును పుచ్చుకుంటే అనేక వ్యాధులు

మటుమాయం అవుతాయి. అలాగే భగవంతునికి తీర్థ పూజ చేయుటకూ,అభిషేకించుటకు లక్ష్మికే అధికారం. కాన శంఖం ద్వారానే తీర్థమూ, అభిషేకమూ చేస్తారు.

అవసానదశలో తులసి తీర్థమెందుకు పోస్తారు ?

తులసి మహోన్నతమైన పవిత్రతతోపాటు అనేక వందల అనారోగ్యాలను మటుమాయం చేస్తుంది. తులసికి దోషం లేదు. ఈ తులసిని అమావాస్య, అష్టమి, ద్వాదశి, మంగళ, శుక్రవారములందు కోయరాదు. తలపై ధరించరాదు.

విష్ణుపాదాల చెంత ఉండాల్సిన ఈ తులసిలో ఎంతో శక్తి ఉంది కాన అవసాన దశలో తులసి తీర్థం పోస్తారు. తద్వారా జీవి శరీరంలో వేడి రగిల్చి, శరీరం చల్లబడకుండా చేసి మరింత కాలం బ్రతికే అవకాశం ఎక్కువగా ఉంది. అందుకే తులసి తీర్థం పోస్తారు.

తీర్థాన్ని మూడుసార్లు తీసుకుంటారెందుకు ?

తొలి తీర్థము శరీర శుద్ధి, శుచికీ... రెండవ తీర్థం ధర్మ,న్యాయ ప్రవర్తనకూ... మూడవ తీర్థము పవిత్రమైన పరమేశ్వరుని పరమ పదము కొరకు.

తీర్థ మంత్రము :

అకాల మృత్యుహరణం సర్వవ్యాధి నివారణమ్ ।
సమస్త పాప శమనం విష్ణుపాదోదకం శుభమ్ ॥

తిరుమల పాపనాశనమందు స్నానం చేస్తే?

తెలిసి చేసిన, తెలియక చేసిన సమస్త పాపములు పశ్చత్తాపముతో మూడు రోజులు స్నానమాచరించిన సమస్త దోషాలూ పాపాలూ పోతాయని శ్రీవేంకటేశ్వర మహత్మ్యంలో ఉంది.

చిత్తా నక్షత్రాన చైత్ర పౌర్ణమి ఉదయం ఆకాశ గంగలో స్నానమాచరించిన, నీటితో కడిగిన మురికిలా పాపాలు పోతాయి.

ఏ ఏ సమయాల్లో ఏ దేవుడ్ని పూజించాలి ?

సూర్యభగవానుని 4.30 నుంచి ఆరులోగా పూజించాలి. ఈ సమయంలో పూజ శ్రీరామునికీ, శ్రీవేంకటేశ్వరునికి కూడా ప్రీతి.

ఆరు నుంచి ఏడున్నర వరకూ మహాశివుడ్నీ, దుర్గనూ పూజించిన మంచి ఫలము కలుగును.

మధ్యాహ్నము పన్నెండు గంటలప్పుడు శ్రీ ఆంజనేయస్వామిని పూజించిన హనుమ కృపకు మరింత పాత్రులగుదురు.

రాహువునకు సాయంత్రము మూడు గంటలకు పూజించిన మంచి ఫలితము కలుగుతుంది. సాయంత్రం ఆరుగుంటల సమయాన అనగా సూర్యాస్తమయ సమయం శివపూజకు దివ్యమైన వేళ. రాత్రి ఆరునుంచి తొమ్మిది వరకూ లక్ష్మీదేవిని పూజించిన ఆమె కరుణా కటాక్షములు ఎక్కువగా ఉంటాయి.

తెల్లవారుజామున మూడు గంటలకు శ్రీమహావిష్ణువును పూజిస్తే వైకుంఠవాసుడి దయ అపారంగా ప్రసరిస్తుంది.

అగ్ని హోత్రమంటే ఎలా చేయాలి ?

సూర్యోదయ సూర్యాస్తమయాల సమయంలో రాగిపాత్రలో ఆవు పేడ పిడకలూ, జిల్లేడూ, మోదుగా, చంద్ర, దర్భ, గరిక లాంటి వృక్షాల కట్టెలను వేసి అగ్ని వెలిగించి మంత్ర జపాన్ని చేయాలి. ఆవునెయ్యి, గోధుమరంగు గల అన్నమును హవిస్సుగా అగ్నిదేవునికి అర్పించాలి. మంత్ర శబ్దములు, రాగిపాత్రనుంచి వచ్చే హోమధూమము వల్ల చుట్టూ వాతావరణము పవిత్రంగా మారిపోతుంది.

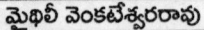

శివాలయాల్లో ఎందుకు ప్రదక్షిణం చేయరాదు ?

మహేశ్వరుడు దేవాధిదేవుడు. అట్టి పరమేశ్వరునికి తలపై నుంచి గంగ జాలువారుతుంది. మహాశివుడ్ని అభిషేకించిన జలం ఆయన పీఠంపై జారి, ఏర్పరిచిన దారి నుంచి బయటికి ప్రవహిస్తుంది. ప్రదక్షిణం చేస్తే గంగను దాటినట్టే అవుతుంది. కాన శివాలయంలో ప్రదక్షిణ సరికాదని శాస్త్రాలు తెలుపుతున్నాయి.

గోవు సర్వదేవతామయమా?

గోక్షీరమూ, దధి, ఘృత, మల మూత్రములు ఆవు నుంచి వచ్చే ఇవి పంచగవ్యములు. గో మూత్ర మందు వరుణదేవుడూ, గోమయమందు అగ్నిదేవుడూ, గో ఘృత మందు సూర్యభగవానుడూ, గో దధి యందు వాయుదేవుడూ, గో క్షీరమందు చంద్రుడూ ఉంటారు. అందుకే గోవు పూజింపదగ్గది. పవిత్రమైనది. సర్వదేవతాస్థానము.

పతంజలి సూక్తి

జనవాక్యము భగద్వాక్యమేనని తలంపుము

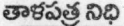

ఆయుష్షును హరించే ఆరు దుష్టగుణాలు ఏమిటి ?

అహంకారము... నలుగురితో గొడవలు... వివాదాలు... పిల్లికి బిచ్చం పెట్టకపోవటము, కోప మనస్తత్వము, నమ్మిన తన వాడ్నే మోసం చేసి తన పబ్బం గడుపుకునే మిత్రద్రోహి తత్వము. వీటి వల్ల మనిషి దీర్ఘాయువు తెలియకుండానే తగ్గిపోతుంది.

ఎడమ చేతి వేలుకే ఉంగరాన్ని ఎందుకు పెట్టుకోవాలి ?

ఎడమ చేతివేలికి మెదడులోని రక్తనాళాలకు అవినాభావ సంబంధము ఉంది. ఎడమ వేలికి ధరించటం వల్ల మెదడు చైతన్యవంతమై ఉత్సాహంగా మనల్ని నడిపిస్తుంది. నవరత్నాలు గల ఉంగరాన్ని ధరించటం ద్వారా సూర్యునిలో శక్తి గ్రహించి శరీరాన్ని ఉత్తేజం చేస్తుంది.

ఓం శాంతి శాంతి శాంతిః అనగా...

మొదటిసారి శాంతి అనగానే.. మనకీ మన వారికీ, దుఃఖ బాధలు తొలగాలనీ, రెండవసారి శాంతి అనగానే మన చుట్టూ ఉన్న సమస్త ప్రాణికోటి సుఖంగా

ఉండాలనీ, మూడవసారి శాంతిః అనగానే ప్రకృతి పరంగా, గ్రహాల పరంగా ఏ ఉపద్రవాలూ భూమండలాన్ని తాక వద్దని కోరుకోవటము.

మొగలి పువ్వు ఏ పూజకైనా ఎందుకని నిషిద్ధము?

బ్రహ్మదేవుడి కోసం అబద్ధాన్ని చెప్పింది మొగలి పువ్వు. దానితో మహాశివుడు పూజకు పనికిరావని శాపమిచ్చాడు. అది పురాణ గాథ. దానితో పాటు మొగలి పువ్వు అన్ని పూలవలే అహ్లాదాన్ని అనుకూలమైన శక్తిని ఇవ్వదు. పూలకున్న సహజ తత్వానికి విరుద్ధంగా వ్యతిరేక శక్తిని వెదజల్లుతుంది. దానివల్ల పరిసరాల్లో పూజా సంబంధిత ప్రభావాన్ని హరిస్తుంది. కాన మొగలిపువ్వును పూజలో వాడరాదు.

కారమూ, ఉప్పు ఎంత శత్రువులు?

ఈ రెంటిని మితానికి మించి తీసుకోవటం వల్ల తమో గుణము పెరుగుతుంది. దానితో బ్రహ్మచర్యము భంగమవుతుంది.

కారము వల్ల రజోగుణం అధికమవుతుంది. నిర్మలత్వానికీ, ప్రశాంత చిత్తానికీ అవరోధం కలుగుతుంది. మిరియాలు వాడటం వల్ల రుచితో పాటు రజో,

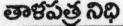

తమో గుణములు తగు మోతాదులో ఉండి సరయిన దారిలో ప్రయాణించేలా చేస్తాయి.

రోజుకి రెండుసార్లే భోజనం ఎందుకు చేయాలి?

చిన్నతనంలోనూ, వయసులోనూ ఇంకోసారి భోజనం చేయచ్చు. ముప్ఫయి దాటిన తర్వాత మూడు పూటలా ఆహారము వల్ల అన్ని విధాలుగా అనర్థమే. ఒక్క పూట మాత్రమే తింటే మలబద్ధకము వస్తుంది. సంసారబంధం లేనివారు వక్కపూటే తినాలి. రెండు పూటల తినరాదు. మరోపూట పళ్ళనే తీసుకోవాలి. సంసారి మాత్రమే రోజూ రెండు పూటల భోజనం చేయాలి.

మనిషిని రాక్షసునిగా చేసేవి ఏవి ?

ధర్మ, అర్థాలతో జీవితాన్ని సాగిస్తున్న వ్యక్తి జూదము, మద్యము, మగువ వంటి వ్యసనాల పాలవుతే అతనిలో ధర్మ, సత్య గుణం నశించి ఎన్ని అబద్ధాలైనా, మరెన్ని నీచకార్యాలయినా చేయటానికి ఎట్టి స్థితిలోనూ సందేహించదు.

కాన వ్యసనములు ఎంతటి మహాత్ముడినయినా అధర్మ పద్ధతిలోకి తీసుకెళతాయి.

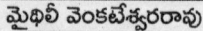

రావణుడి పదితలలు దేనికి ప్రతీకలు ?

కామము, క్రోధము, లోభం, మోహం, అహంకారము, ఈర్ష్య అసూయా, ద్వేషం, సోమరితనం, నిర్లక్ష్యం, అతినిద్ర.

దేవతలంటే ఎవరు ?

దేహ, ఆత్మ రూపంలో అహింసకులు, మర్యాదామన్ననా గల పురుషోత్తములు, పదహారు కళల సంపూర్ణులు, సర్వగుణ సంపన్నులు, ఎట్టి వికారము లేని వారు.

ఈ అయిదు లక్షణాలు గలవారు దేవతలు.

అసత్యదోషమెంతో తెలుసా ?

సత్యం నూరు అశ్వమేధాలంత గొప్పది. అసత్య దోషానికి ఋషులు, మహర్షులు కూడా భయకంపితులవుతారు.

పురాణాల్లో మహాపతివ్రతలు సహితం భర్త మాటనైనా జవదాటుతారు గానీ, అసత్యం పలకలేదు. సత్య ధర్మాన్ని పాటించిన వారే పుణ్యలోకప్రాప్తికి అర్హులు.

సోదర సమానురాలి వద్ద కూడా ఏకాంతంగా ఉండరాదు ?

ఇంద్రియాలు బహుశక్తి వంతమైనవి. వావి వరుసలను కూడా మరచిపోయేలా చేస్తాయి. వదిన, మరదలు, సోదర సమానుల సహచర్యమూ, ఇట్టివారి స్పర్శ వలన కూడా ఇంద్రియాలు సడలుతాయి.

కావున ఓ వయసు వచ్చిన తర్వాత ఎవ్వరైనా, ఎవరితోనైనా ఎంతలో ఉండాలో అంతదూరంలోనే ఉండాలి. నీచ తలంపుకి కూడా నరకము ప్రాప్తిస్తుంది.

చిరిగిన ఆకులో భోజనము చేయవచ్చా ?

బంతిలో ఆకులు వేసేటప్పుడు కొన్ని చీలినవి వస్తాయి. అట్టి ఆకులో భోజనం చెయ్యటం వల్ల ఆకు క్రింద మలినం అన్నంలో కలిసి అనారోగ్యము ఏర్పడుతుంది.

అలాగే అనేక చోట్ల తిరిగి తిరిగి వచ్చి ఆ వస్త్రాల తోనే భోజనం చేయరాదు.

ముఖమూ, చేతులూ కడుక్కొని ప్రశాంతంగా, మౌనంగా భోజనం చేయలి.

గోళ్ళెందుకు కొరకకూడదు ?

అట్టి చర్యలు రాక్షసగుణాన్ని ప్రేరేపిస్తాయి. దానికి తోడు గోళ్ళలోని మట్టీ, క్రిములూ హాయిగా మనలో ప్రవేశించి మనలో అశాంతిని కలిగిస్తాయి. ధర్మశాస్త్రాలు గోళ్ళుకొరుక్కోవటం అనే అలవాటు మిక్కిలి దరిద్రహేతు వని శెలవిస్తున్నాయి.

ఎట్టి గ్రంథాలు చదవరాదు ?

కామాన్నీ, క్రోధాన్నీ, మోహాన్నీ పెంచే పుస్తకాలు చదవటం వల్ల సమస్త అనర్థాలను తెచ్చుకున్నట్టే. శృంగార కావ్యాలు చదవటం వల్ల మర్యాదా, సిగ్గు వదిలి స్త్రీ సాంగత్యము కోసం చెయ్యరాని పనులు చేయాల్సి వస్తుంది.

అలాంటి ప్రవర్తన ద్వారా వచ్చేది అవమానమూ, తలవంపులే. దానితో మనిషి ప్రవర్తన మారి నేరస్థు డవుతాడు.

క్రోథ, మదాల సాహిత్యం చదవటం వల్ల మిత్రులు శత్రులవుతారు. అయిన వారు దూరమవుతారు.

మంచి విషయాలు మాట్లాడుకుంటే మనసు మంచిగా ఉంటుంది. మంచిగా ఆలోచిస్తుంది. మంచే జరుగుతుంది.

తొలి ఏకాదశికి ఎందుకు అంత ప్రశస్తి?

ఆషాఢ శుక్ల ఏకాదశిని తొలి ఏకాదశి అని అంటారు. ఈ తొలి ఏకాదశినాడే శ్రీమహావిష్ణువు యోగ నిద్రకు ఉపక్రమిస్తాడు.

కార్తీక శుక్ల ఏకాదశి వరకూ యోగనిద్రలో ఉంటాడు శ్రీమహావిష్ణువు.

పిల్లలకి పేరెలా నిర్ణయించాలి?

బిడ్డపుట్టిన పదకొండవ రోజు లేదా మరే మంచి రోజైన శుభముహూర్తం చూసుకొని జాతక కర్మ చేయాలి.

వారివారి కులాచారము ప్రకారం అర్థం వచ్చేలా పేరు పెట్టుట వల్ల వారి ఆచారాలనూ, సంప్రదాయా లనూ గౌరవించే దిశగా ఎదుగుతారు బిడ్డలు. ఉదా: బ్రాహ్మణ బిడ్డకు శుభవాచక నామధేయమూ, వీరపుత్రు నికి బలమైన వాచక నామమూ, వైశ్యునికి ధనవాచక నామధేయమూ పెట్టాలి.

అప్పుడే మీ పూర్వవంశీకులు హర్షిస్తారు. బిడ్డ పుట్టిన మూడు నెలలకి సూర్యదర్శనము చేయించాలి. ఆరో నెలలో అన్నప్రాశన చేయాలి.

దర్భలకెందుకంత పవిత్రత ?

గరుత్మంతుడు తల్లి దాసీతనాన్ని తొలగించటానికి దేవలోకం నుంచి అమృత కలశం తెచ్చి, దర్భ మీద పెట్టి కద్రువ పుత్రులకి చూపించి, తన తల్లి దాసీ తనం నుంచి విముక్తి చేయండి అని చెబుతాడు. అలా అమృతభాండ స్పర్శ వల్ల దర్భలు పవిత్రమయ్యాయి.

అందువల్లే సమస్త మానవ దేవహోమాల్లో దర్భలు అంతటి ప్రాముఖ్యతనూ, అర్హతనూ పొందాయి.

అష్టదిక్పాలకులు ఎవరు ?

ఇంద్రో వహ్నిః పితృ పతిః నైర్‌ృతో వరుణో మరుత్,
కుబేర ఈశః పతయః పూర్వాదీనాం దిశాంక్రమాత్

ఇంద్రుడు (తూర్పు), అగ్ని (ఆగ్నేయం), యముడు (దక్షిణం), నిర్‌ృతి (నైఋతి), వరుణుడు (పశ్చిమం), వాయువు (వాయవ్యం), కుబేరుడు (ఉత్తరం), ఈశానుడు (ఈశాన్యం) మొదలైన దిక్కులను పాలించే వారే అష్టదిక్పాలకులు.

జపాన్ని ఎలా చేయాలి ?

జపమాలలో 108 పూసలుంటాయి. మాలలో లావు పూస 'మేరువు'. ఈ లావు పూస జపసంఖ్యని

కొలవటానికి సంకేతకంగా పెట్టుకుంటారు. మాలను బొటన వ్రేలికి నడుమ వ్రేలికి మధ్య నిలిపి వక్కో పూసనూ ఒక్కొక్క జపానికి దాటవేస్తూ జపించాలి. చూపుడు వ్రేలును వాడరాదు. చూపుడు వ్రేలు ఆకర్షణ శక్తి గలది. అందుకే జపాలల్లో ఉపయోగించరు.

బ్రహ్మహత్యాపాతకము ఎంతటి పాపము ?

బ్రాహ్మణుడు అనగా బ్రహ్మజ్ఞానాన్ని పొందిన వాడు. అట్టి వాడిని చంపటమంటే అంతకన్నా ఘోరం ఇంకొకటి లేదు. అట్టి కార్యం చేసిన వాడు పన్నెండు సంవత్సరాలు ఏకాంతంగా తపస్సు చేసినా పాపం పూర్తిగా పోదు. తనకున్న యావదాస్తినీ పేదలకు ఇవ్వటమూ, అశ్వమేథయాగమూ, గోసవనమూ లాంటివి చేయటం ద్వారా బ్రహ్మహత్యా పాతకం వీడుతుంది. బ్రాహ్మణుడ్నే కాదు. ఎవర్ని చంపినా పాపం పాపమే... ఆ పాపానికి శిక్ష నరకంలో రెండు లక్షల సార్లు నరికించుకోవాలి హత్య చేసినవాడు.

సగరుడు సూక్తి

సత్ప్రవర్తన గలవానినే భగవంతుడు ప్రేమించునని భావింపుము

భగవద్గీతను 12వ అధ్యాయము నుంచి ఎందుకు చదవమంటారు దేనికి ?

భగవద్గీతలో తొలి అధ్యాయము దుఃఖానికి సంబంధించిన అనేక విషయాలతో ఉంటుంది. అదే పన్నెండవ అధ్యాయంతో ప్రారంభించడం ద్వారా ఆ అధ్యాయంలో అమృతమైన వాక్కులను ఆకళింపు చేసుకుని, ఆపై ఎలాంటి దుఃఖహేతు సంబంధితమైనవి చదివినా మనోవికారము కలగదని అలా చదవ మంటారు.

అష్టపాశములంటే ఏవి ?

అష్టపాశములు మానవుడ్ని బంధించి సంసార సాగరాన ఈదిస్తున్నాయి. దయ, శంక, భయం, లజ్జ, జుగుప్స, కులం, శీలం, జాతి.

పంచమహాపాతకములు ఏవి ?

బంగారాన్ని దొంగలించటము, మద్యం సేవించటము, బ్రహ్మహత్య, గురుపత్నితో సరసము, ఈ నాలుగు పాపాలను చేసేవారితో స్నేహం. ఇవి పంచ మహాపాతకములు.

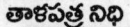

సూర్యుడ్ని ఏఏ సమయాల్లో చూడకూడదు?

ఉదయించే సమయమూ, అస్తమించే సమయమూ, మిట్టమధ్యాహ్నసమయమున సూర్యుడ్ని సూటిగా చూడరాదు.

అట్లే గ్రహణ సమయాల్లోనూ వీక్షించకూడదు. అయా సమయాల్లో సూర్యుని నుంచి వెలువడే కిరణాలు మానవ శరీర నిర్మాణానికి హాని చేస్తాయి. దానితోపాటు మేఘాలు తమ ధర్మాన్ని నిర్వర్తిస్తున్నప్పుడు పరుగులు పెట్టకూడదు. అలా చేయవద్దనటానికి కారణం, పరిగెత్తే వారి మీద పిడుగులు పడే అవకాశం ఉంది.

మానవునికి ఎన్ని జన్మలు ఉన్నాయి ?

సకలప్రాణికోటి అనగా 84లక్షల జీవరాసులున్నాయి. అందులో చివరి జన్మ మానవజన్మ. అట్టి దుర్లభమైన మానవ జన్మను బుద్ధితో ధర్మ, అర్థ, మోక్ష, కామాలను తగు విధంగా ఆచరిస్తే ఆపై జన్మలు ఉండవు.

ఆపై మోక్షమే... లేదంటే మళ్ళీ అన్నీ జన్మలూ ఎత్తుకుంటూ తిరిగి మానవ జన్మ ఎత్తి ఆత్మజ్ఞానం పొందగలిగితే సరి... లేదంటే మళ్ళీ....

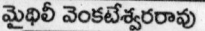

శ్రీరామకోటి - కోటికన్నా తక్కువ వ్రాయవచ్చా ?

శ్రీరామకోటి వ్రాయటం ద్వారా మనసు ప్రశాంత మవుతుంది.

ఏకాగ్రతను పొందుతుంది. మంచిపని ఎంత చేస్తే అంత ఫలితం ఉన్నట్టే.

ఎంత శ్రీరామకోటిని రాస్తే అంత ఫలము. భగవత్ప్రాప్తికి రామకోటి సులభదారి.

ఏ నక్షత్రాన పుష్పవతి అయితే ఏ ప్రభావము ఉంటుంది ?

ఆడపిల్ల పుష్పవతి అవ్వగానే నక్షత్రం చూసు కుంటారు. ఆ నక్షత్రాలను బట్టి భవిష్యత్తులో జరగబోయే మంచీ, చెడూ జ్యోతిష్యశాస్త్రాల ద్వారా తెలుసుకోవచ్చు.

నక్షత్రం మంచిది కాకపోయినా, అశుభమైనా చింతించాల్సిన పనిలేదు. తగు విధంగా పూజలు, కర్మలు చేయిస్తే గ్రహణం విడిచినట్టు దోషం పోతుంది.

అశ్విని నక్షత్రం   అపారమైన దుఃఖాలు

భరణి నక్షత్రం   సంతానమంతా ఆడపిల్లలే

కృత్తిక నక్షత్రం   మహాదరిద్రము

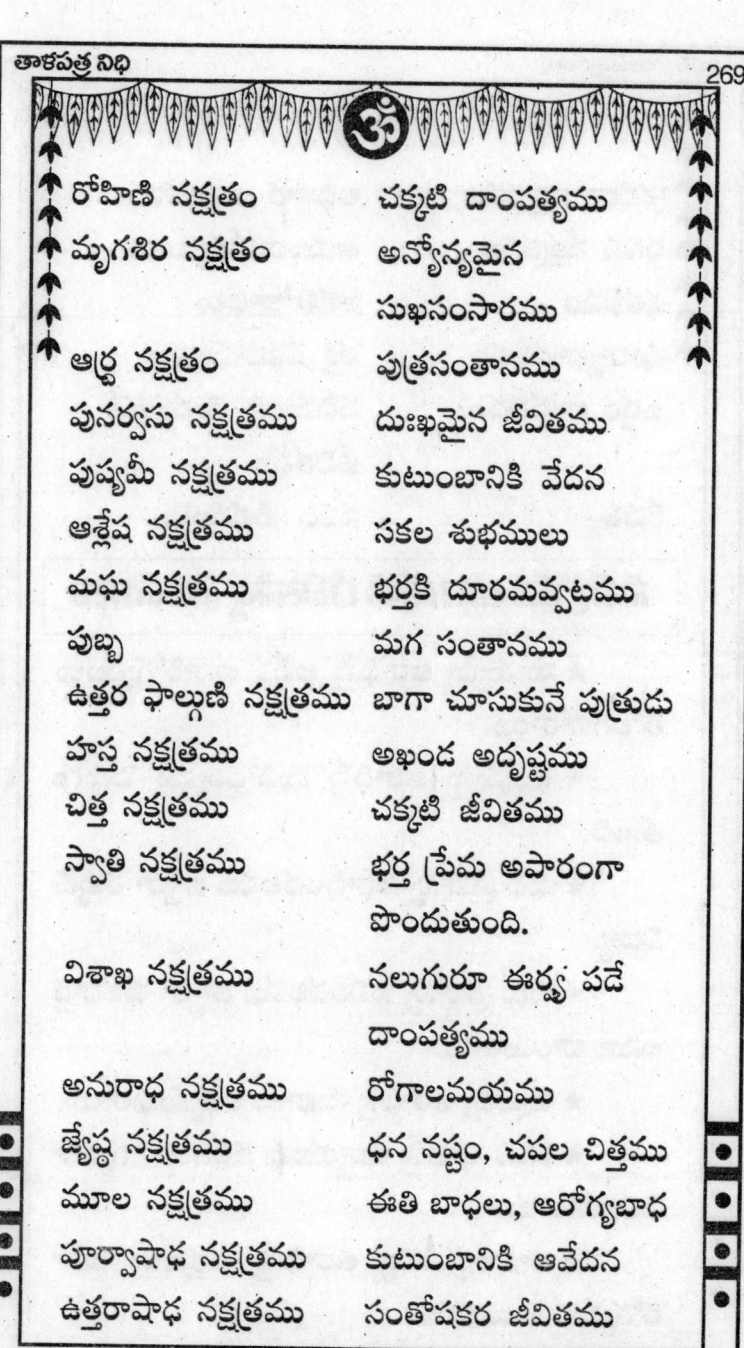

రోహిణి నక్షత్రం	చక్కటి దాంపత్యము
మృగశిర నక్షత్రం	అన్యోన్యమైన సుఖసంసారము
ఆర్ద్ర నక్షత్రం	పుత్రసంతానము
పునర్వసు నక్షత్రము	దుఃఖమైన జీవితము
పుష్యమీ నక్షత్రము	కుటుంబానికి వేదన
ఆశ్లేష నక్షత్రము	సకల శుభములు
మఘ నక్షత్రము	భర్తకి దూరమవ్వటము
పుబ్బ	మగ సంతానము
ఉత్తర ఫాల్గుణి నక్షత్రము	బాగా చూసుకునే పుత్రుడు
హస్త నక్షత్రము	అఖండ అదృష్టము
చిత్త నక్షత్రము	చక్కటి జీవితము
స్వాతి నక్షత్రము	భర్త ప్రేమ అపారంగా పొందుతుంది.
విశాఖ నక్షత్రము	నలుగురూ ఈర్ష్య పడే దాంపత్యము
అనురాధ నక్షత్రము	రోగాలమయము
జ్యేష్ఠ నక్షత్రము	ధన నష్టం, చపల చిత్తము
మూల నక్షత్రము	ఈతి బాధలు, ఆరోగ్యబాధ
పూర్వాషాఢ నక్షత్రము	కుటుంబానికి ఆవేదన
ఉత్తరాషాఢ నక్షత్రము	సంతోషకర జీవితము

శ్రవణా నక్షత్రము	అధికార ఆనందము
ధనిష్ఠ నక్షత్రము	ఆయురారోగ్యములు
శతభిషం	ఆకలి బాధలు
పూర్వాభాద్రపదం	శక్తి లేకపోవటము
ఉత్తర భాద్రపదం	పదిమంది మెచ్చుకునే జీవితము
రేవతి	సకల శుభములు.

నవగ్రహ ఆరాధన రహస్యా ఫలములు

★ సూర్యుడ్ని ఆరాధిస్తే అనేక అనారోగ్యములు తొలగిపోతాయి.

★ చంద్రుడ్ని ఆరాధిస్తే మనోధైర్యము పెరుగుతుంది.

★ బుధ గ్రహాన్ని ఆరాధించటము ద్వారా చక్కటి విద్యా.

★ గురు గ్రహాన్ని సేవించటము ద్వారా శుభవార్తలనూ పొందుతారు.

★ శుక్రుడ్ని ఆరాధిస్తే సుఖాలు లభ్యమవుతాయి.

★ శనిని పూజిస్తే దీర్ఘాయువు కలిగి ఆరోగ్యంగా వెలిగిపోతాడు.

★ రాహుగ్రహాన్ని ఆరాధిస్తే తక్షణమే అనారోగ్యము తొలుగును.

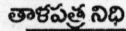

★ కేతువుని సేవిస్తే సంపదలూ, సౌఖ్యాలూ లభిస్తాయి.

నవగ్రహాలు వక్రదృష్టితోనూ శుభ దృష్టితోనూ చూస్తే కలిగే లాభలూ, నష్టాలూ...

రవి

సర్వగ్రహాలకీ అధిపతి. ప్రాణశక్తికి మూల కారకుడు. సహస్రకిరణుడు. రోగనిరోధక శక్తిని పెంచుతాడు. కుటుంబంలోని సభ్యుల మధ్య అవగాహ నను కలుగచేస్తాడు. స్త్రీలకు ఆభరణాలనూ పురుషులకు కీర్తినీ ఇస్తాడు. తూర్పు దిక్కుకి అధిపతి అయిన రవి వక్రదృష్టితో చూస్తే అయినవారి మధ్య గొడవలూ, నమ్మినవారే మోసం చెయ్యటమూ, వ్యాపార, ఆరోగ్య, ఆర్థిక సమస్యలనూ తెచ్చి పెడతాడు.

రవి శనితో కలిస్తే కొత్త రోగాన్ని కలిగిస్తాడు. చంద్రునితో కలిస్తే మానసికంగా కృంగతీస్తాడు.

చంద్రుడు

ఔషదీనాధుడని పేరు. పితృదేవతలకిదే స్థానము. నీటి కారకుడైన చంద్రుడు మానవుడ్ని విశేషంగా

ఆకర్షిస్తాడు. తెల్లని వస్తువులను ఇష్టపడే చంద్రుడు మనసుకు మనశ్శాంతిని ప్రసాదిస్తాడు. శత్రువుని కూడా మిత్రుడ్ని చేస్తాడు. కోపాన్నీ, అహాన్నీ నియంత్రించి అనేక అవరోధములు రాకుండా చేస్తాడు. అలాగే ఇంట్లో అనారోగ్యాలను సృష్టిస్తాడు. ధననష్టమూ, వ్యాపారనష్టమూ కలగచేస్తాడు. అయినవార్ని, ప్రేమించిన వార్ని విడదీస్తాడు.

కుజుడు

భూమికి పుత్రుడు కుజుడు. ఈ గ్రహ ప్రభావం చాలా తీక్షణంగా ఉంటుంది. గొడవలకి ప్రేరేపిస్తాడు. అలాగే శరీరంలోని మలినాలనూ, విషాలనూ తొలగింపచేస్తాడు. కుజగ్రహ ప్రభావం మహిళలపై ఎక్కువగా ఉంటుంది. ఆవేశ పూరిత నిర్ణయాలని నిర్ణయించేలా ప్రభావం చూపుతాడు. కామాన్నీ, వ్యసనాలనీ ప్రేరేపిస్తాడు. అదే రాహువుతో కలిస్తే ఇక చెప్పనవసరంలేదు. రవితో కలిస్తే సమాజం కోసం సర్వశక్తులూ వొడ్డి పోరాటం జరుపుతాడు. రక్తసంబంధిత వ్యాధులొస్తాయి. కుజుడు బలంగా ఉంటే మంచి ఉద్యోగము వస్తుంది. కుజునకు అధిష్టాన దేవత సుబ్రహ్మణ్యేశ్వరస్వామి. ఈ స్వామిని పూజిస్తే చక్కటి ఫలితాలు కలుగుతాయి.

బుధుడు

తారా చంద్రుల పుత్రుడు బుధుడు. వ్యాపారంపై, అన్నదమ్ముల సఖ్యతపై, కుటుంబ ఆరోగ్యాలపై తన ప్రభావాన్ని చూపుతాడు. శుక్రునితో కలిస్తే తెలివి తేటలను పెంచుతాడు. మనిషిని ఉన్నతుడిగా చేసినా, అవివేకిగా చేసినా ఈ గ్రహమే కారణము. రచయితలకూ, కవులకూ, కళాకారులకూ ఈ బుధ గ్రహం అపార కీర్తినిస్తుంది. అదే వ్యతిరేకిస్తే బుద్ధిమందగిస్తుంది. రాతా, గీతా రెండూ గాడి తప్పుతాయి. అదే శనితో కలిస్తే అన్ని విషయాల్లోనూ అవరోధాలే. శనిరాహువులు కలిస్తే తలకు సంబంధిత సమస్యలొస్తాయి. బుధునకు అధిదేవత శ్రీమహావిష్ణువు. ఆయన్ని పూజించి ఈ గ్రహాన్ని ప్రసన్నం చేసుకోవాలి.

గురు గ్రహము

ఇంట్లో ఏ శుభకార్యము జరగాలన్నా, సంపూర్ణ శుభప్రదం కావాలన్నా ఈ గ్రహం చల్లగా చూడాల్సిందే. గురుబలం లేకపోతే ఎంతటి శక్తి సామర్థ్యాలున్నా వెనుక పడిపోవాల్సిందే. ఈ గురు గ్రహమే ధర్మ నడవడికకు అవకాశం కల్పిస్తుంది. ఈ గురు గ్రహానికి అధిదేవత బ్రహ్మ. అధిష్టానదేవత మహాశివుడు.

శుక్రుడు

భృగుమహర్షి పుత్రుడు. ధనానికీ, సుఖాలకీ కీర్తికి ఇతనే కారకుడు. కామాన్ని శాసించేవాడు. వీర్యమును వృద్ధి చేసేవాడు.

శుక్రగ్రహ ఆశీస్సులు లేనిదే సుఖమన్నది తెలీదు. సంతోషమన్నది అనుభవించలేరు. స్త్రీలకు సౌభాగ్యాన్నీ సంతోషాన్నీ, ఆభరణాలనూ ఇచ్చేది శుక్రుడు. యంత్ర, మంత్ర, తంత్ర, సంగీత సాహిత్యాలూ ఈ గ్రహ ప్రభావంతోనే వన్నెకొస్తాయి. పేరు తెచ్చి పెడతాయి. వ్యసనాలకూ, భోగాలకూ, ఇతనే కారకుడు.

శుక్రుడు అనుకూలించకపోతే అన్నీ బాధలే. స్త్రీలకు అనేక సమస్యలు. నిద్రపట్టనీయడు. అపకీర్తి, భార్యా భర్తల మధ్య గొడవలూ.... చేయాల్సినవన్నీ చేస్తాడు. శుక్రునకు అధిష్టానదేవత శ్రీరాజరాజేశ్వరీ దేవి.

శని గ్రహము

ఈ గ్రహం పేరు ఎత్తితేనే అరికాలి నుంచి వణుకు ప్రారంభమవుతుంది. శని సూర్యుని పుత్రుడు. బహు తీక్షణ స్వభావం కలవాడు. కాలాన్నీ, ధనాన్నీ, ఆరోగ్యాన్నీ హరిస్తాడు. అనేక నీచపనులు చేయించి భ్రష్టుపట్టిస్తాడు. గరీబును నవాబుగా, నవాబును

గరీబుగా చేయగల సర్వసమర్థుడు. ఏలిననాటి శని, అష్టమశని, అర్ధాష్టమశని అని మానవులను బెంబే లెత్తిస్తాడు. రాహువూ ఈ గ్రహానికి అనుకూలంగా పనిచేస్తాడు. మానవుని అహంకారాన్ని అణిచి, ధర్మశీల గుణాలనూ కలిగిస్తాడు. సోమరితనాన్ని పెంచుతాడు. శనికి అధిదేవత యముడు. అధిష్టాన దేవత కలియుగ దైవం తిరుమల తిరుపతి శ్రీవేంకటేశ్వరస్వామి.

రాహువు

ఈ గ్రహం ఛాయాగ్రహము. అయినా రవినీ, చంద్రుడ్నీ ఆపగల శక్తివంతుడు రాహువు. ఈ రాహు గ్రహ దశ బాగోలేకపోతే పడే కష్టాలు అన్నీ ఇన్నీ కావు. అలాగే రాహువు కొత్తను తీసుకొస్తాడు. కొత్త మిత్రులూ, కొత్త అలవాట్లూ వాటితో పాటు ప్రయాణాలను చేయిస్తాడు.

రాహువు అనుకూలిస్తే అధికారము అంది వస్తుంది. కన్నెర్ర చేస్తే ఉన్న కొద్దిపాటి అధికారమూ గల్లంతే. అనేక అవలక్షణాలను కలిగించి నష్టాల్ని సమకూర్చిపెడతాడు. భయాల్ని కలగచేస్తాడు. చెడు సలహాలను వినేలా ప్రేరేపిస్తాడు. రాహువు ఎన్ని ప్రయోజనాలు కలిగించినా ఎంతో కొంత నష్టాన్నీ కలగ చేస్తాడు. రాహువు అధిష్టాన దేవత దుర్గాదేవి.

కేతు గ్రహము

బ్రహ్మమానస పుత్రిక మృత్యువు సంతానమే కేతువు. ఈ గ్రహం పెట్టే బాధలు భయంకరము. కేతువు బుధునితో కలిస్తే సర్వశక్తులకూ విఘాతము కలిగిస్తాడు. చేయని తప్పులకు శిక్ష అనుభవించేలా చేస్తాడు. తెలివి తేటలున్నా పైకి రాలేరు. ఈ కేతు గ్రహ ప్రభావం తగ్గాలంటే ఈ గ్రహ అధిష్టాన దేవత వినాయకుడిని పూజించాలి. గణపతిని పూజించి ఈ గ్రహాన్ని ప్రసన్నం చేసుకోవాలి.

పిల్లలు పుట్టని వార్ని రావిచెట్టుకు ఎందుకు ప్రదక్షిణలు చెయ్యమంటారు ?

పిల్లలు కలగనివారిని రావిచెట్టుకు ప్రదక్షిణాలూ, తీర్థయాత్రలూ చెయ్యమంటారు. తీర్థయాత్రలు చెయ్యటం ద్వారా అలసిపోతారు. దానికి తోడు ప్రశాంతత వస్తుంది. మానవ సహజమైన ఆర్థిక బాధలూ, వ్యాపార వ్యవహారాల గూర్చి పెద్దగా పట్టించుకోకపోవటం వల్ల మనసు తేలిక పడుతుంది. తర్వాత ఇద్దరూ ఎక్కువసార్లు ఏకమవ్వటం వల్ల

సంతానం కలిగే అవకాశం ఎక్కువ. అలాగే రావిచెట్టుకు ప్రదక్షిణం చేయటం ద్వారా సంతానం కలగకపోవ టానికి కారణమైన దోషాలని రావిచెట్టు గాలి తొలగి స్తుంది.

పెళ్ళిలో పెళ్ళికూతురుని గంపలో ఉంచి ఎందుకు తెస్తారు ?

వివాహసమయంలో నవవధువులు లక్ష్మీ నారాయణులు. లక్ష్మి ఎప్పుడూ తామర పువ్వులో ఉంటుంది. అందుకే లక్ష్మీదేవిలా పెళ్ళి కూతురుని అలంకరించి తామరపువ్వులో (గంపలో) తెచ్చి శ్రీమహావిష్ణువు వంటి అల్లునికిచ్చి వివాహం చేస్తున్నామని పరమార్ధం.

మహారుద్రునికి ఏ అభిషేకాలు ఇష్టం ? ఏ ఫలం ఇస్తాడు ?

ఆవుపాలతో అభిషేకిస్తే సౌఖ్యమూ, ఆవు పెరుగుతో ఆరోగ్యమూ... ఆవునెయ్యితో ఐశ్వర్యమూ, తేనెతో తేజోవృద్ధీ ప్రసాదిస్తాడు. గంధోదకముతో పుత్రుడ్నీ, పుష్పోదకముతో భూమినీ అందిస్తాడు.

అలాగే సువర్ణ పూలతో దరిద్రనాశనమూ, నువ్వులనూనెతో మృత్యుభయమూ లేకుండా చేస్తాడు. ద్రాక్షరస అభిషేకంతో కార్యసిద్ధి, పసుపునీళ్ళతో మంగళప్రదమైన శుభములను వినేలా చేస్తాడు.

అదృష్టవంతుడ్ని చెడగొట్టలేమా ? దురదృష్టవంతుడ్ని బాగుచెయ్యలేమా ?

శ్రీ మహాలక్ష్మి, ఆమె పెద్దక్క జ్యేష్ఠదేవి ఓసారి పందెం వేసుకున్నారు.

అదృష్టవంతుడ్ని చెడగొట్టగలనని, దరిద్రుడ్ని కూడా బాగు చెయ్యగలనని పెద్దక్క అంది. అయితే చూద్దామని ఓ దరిద్రుడు వెళ్ళే దారిలో ధనరాసుల మూట పడేసి, ఇద్దరూ అతన్నే చూశారు.

ఆ దరిద్రుడు తను రోజు వెళ్ళే దారిలో వెళుతూ...'ఆఁ... రోజు ఇదే దారేనా... విసుగుపుడు తుంది...' అని పక్క సందులోంచి వెళ్ళాడట.

ఈసారి పెద్దక్క అదృష్టవంతుడ్ని చెడగొడదామని, అతని భవంతి పక్కనే ఉన్న ఓ పెద్ద చెట్టును వాడి భవంతిపై విరుచుకుపడమని ఆజ్ఞాపించింది. ఆ వృక్షం పెళపెళమంటూ ఒరిగి భవంతిపై పడింది.

భవంతిపై వృక్షం పడటంతో ఆ ప్రాంతమంతా వక్కలైంది. అదృష్టవంతుడనే అతను లబోదిబోమంటూ భవంతిని చూసి గుండెలు బాదుకున్నాడు. పెద్దక్క లక్ష్మీదేవి వైపు చూసింది. చూశావా? నీ కృప ఉన్న అదృష్టవంతుడిని ఎలా చేశానో అంది. శ్రీమహాలక్ష్మి నవ్వి 'నువ్వే చూడు' అంది. లక్ష్మి చూపిన వైపు చూస్తూనే పెద్దక్క అవాక్కయిపోయింది.

కారణం కూలిన భవంతి గోడ నుంచి వారి పెద్దలు పెట్టిన నిధి బైటపడింది. ఆ నిధిని చూసి అంతా నివ్వెరపోయారు.

తమ పూర్వీకులు దాచిన ధనాన్ని ఆనందంగా తీసుకున్నాడు అదృష్టవంతుడు. దరిద్రదేవత లక్ష్మితో అంది... అదృష్టవంతుడ్ని చెడగొట్టలేము... దురదృష్ట వంతుడ్ని బాగుచెయ్యలేమూ-

కుంతీదేవి సూక్తి

ఎంతకష్టము వచ్చినను పరులకు కీడు చేయకుండుటే ధర్మమని తలంపుము

పుణ్యం పోగొట్టేవి ఏవి ?

గొర్రెలమందల మధ్యలో వెళ్ళటమూ, భార్యాభర్తల మధ్యా, గురుశిష్యుల మధ్యా, ఇద్దరు బ్రాహ్మణుల మధ్యా,

మహర్షుల మధ్యా, శివాలయంలో నంది, పరమేశ్వరుల మధ్యా వెళితే పుణ్యం సంగతి సరే సరి... పాపంతో పాటు చేసిన పుణ్యమూ కరిగిపోతుంది.

కోరిన కోరికలు తీరాలంటే ఏ మాసంలో ఏ అభిషేకం పరమేశ్వరునికి చేయాలి ?

చైత్రమాసము చెరుకురసంతో, వైశాఖ మాసము గంధంతో, జ్యేష్ట మాసము ఫలములతో, ఆషాఢ మాసము క్షీరముతో, శ్రావణమాసము పంచదారతో, భాద్రపద మాసము ఆవుపాలతో, ఆశ్వయుజ మాసము అన్నముతో, కార్తీక మాసము దీపాలతో (అలంకరణ), మార్గశిర మాసము నెయ్యితో, పుష్యమాసం తేనెతో, మాఘమాసము నీటితో, ఫాల్గుణ మాసము పెరుగుతో అభిషేకిస్తే స్వామి సంతృప్తుడై కోరిన కోర్కెలు తీరుస్తాడు.

ఆయుష్షును పెంచేవి ఏవి ?

సాయంత్రపు ఎండ, హోమం నుంచి వచ్చే ధూపమూ, తక్కువ వయస్సు గల స్త్రీతో కలయిక, నిర్మదోదకము త్రాగటం వల్లనూ క్షీరాన్నము వల్లనూ ఆయుష్షు పెరుగును.

ముగ్గుని ఎలా వేసుకోవాలి ?

ఉదయం పూట వీధిలో నుంచి మీ ఇంటిలోకి, సాయంత్రం పూట ఇంట్లో నుంచి వీధిలోకి ముగ్గు లెయ్యాలి. కళ్ళాపి చల్లి ముగ్గు వెయ్యటం లక్ష్మీప్రదం.

శుభశకునములు

నెరజాణా, శవమూ, చేపలూ, అగ్నీ, సూద్రుడూ, మాంసమూ, నలుగురు వైశ్యులూ, ఇద్దరు మత్తైదువులూ, ఈ శకునాలన్నీ శుభములే. బిందెతో నీరు తెస్తున్న స్త్రీ, ఇద్దరు బ్రాహ్మణులూ, స్త్రీ, కోడి, పాలపిట్ట ఇవన్నీ ఎడమవైపు నుంచి వస్తే మంచిది.

మూడు అపశకునములు ఒక శుభశకునము.

ఏ రోజు తలస్నానం చేస్తే ఏ ఫలము కలుగుతుంది ?

★ ఆదివారం తలంటు పోసుకుంటే తాపం పోతుంది.

★ సోమవారం చేస్తే అందం పెరుగుతుంది.

★ మంగళవారం అమంగళము.

★ బుధవారం చేస్తే వ్యాపార, వ్యవహార అభివృద్ధి.

★ గురువారం ధననాశనము.

★ శుక్రవారం అనుకోని ఆపదలు కలుగుతాయి.

★ శనివారం మహాభోగములు కలసి వస్తాయి.

ఈ స్నాన విధి పురుషులకే.

ప్రదక్షిణ చేసేటప్పుడు ఎలా నడవాలి ?

వింటి నుంచి వెలువడ్డ బాణంలా, వెనుకెవరో తరుముతున్నట్టు ప్రదక్షిణం చేయరాదు.

నిండు గర్భిణీ నడిచినట్టు అడుగులో అడుగు వేస్తూ అడుగడుగునా దేవుడ్ని స్మరిస్తూ ప్రదక్షిణములు పూర్తి చేయాలి. అలాగే అర్థరాత్రీ, మధ్యాహ్నమూ దైవదర్శనము చేయరాదు.

నీటినీ, పాలనూ, మజ్జిగనూ ఏ సమయంలో త్రాగాలి ?

ఉదయం లేవగానే అనగా తెల్లవారుజామున నీటినీ, రాత్రి పూట పాలనూ, మధ్యాహ్నం భోజనం చేశాక మజ్జిగా త్రాగాలి.

అలాగే భోజన సమయంలో మంచినీటిని కుడివైపు ఉంచుకోవాలి. భోజనం చేస్తున్నంత సేపు ముద్ద ముద్దకీ నీరుని త్రాగరాదు. మొత్తం భోజనంలో

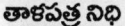

నీరు అయిదు నుంచి ఏనిమిది శాతం మాత్రమే తీసుకోవాలి.

అశుభశకునములు

భార్య సాధింపూ, పిల్లల గొడవ పడుతున్న సమయమూ కాలు బైట పెట్టరాదు. కాళీ కడుపుతోనూ, అతిగా తినిగానీ బైలుదేరరాదు. అకాల వర్షం, తుమ్ములు, పశువుల అరుపులు ఇట్టివి అపశకునములు.

భర్త వెంట స్త్రీలు ఎలా నడవాలి ?

అశుభానికి వెళ్ళేటప్పుడు స్త్రీ ముందు నడవాలి. శుభానికి వెళ్ళేటప్పుడు పురుషుల వెనక స్త్రీ నడవాలి. అలాగే భార్య చేసిన పాపంలో భర్తకు భాగముండదు. కానీ భర్త చేసిన పుణ్యంలో భార్యకి సొగపాలు. అదే పాపం చేస్తే భార్యకే మాత్రం భాగం ఉండదు.

ద్వారానికి తోరణాలు ఎందుకు కడతారు ?

తలుపుకి పైనున్న కమ్మి లక్ష్మీప్రదేశము. అందువల్లే అక్కడ మామిడి తోరణాలు కట్టి తద్వారా తమ భక్తిని చాటుకుంటారు. అలాగే క్రింద కమ్మి పరమ పవిత్రం. అందుకే పసుపు రాసి బొట్టు పెడతారు.

చిన్నవారయినా పెద్దవారంటే ?

జ్ఞానమున్న బ్రాహ్మణులూ, బలమున్న రాజులూ, ధనమున్న వైశ్యులూ వీరంతా చిన్నవారయినా పెద్దవారే. పెద్దవారికిచ్చే అన్నీ గౌరవాలు ఇవ్వాలి. అలాగే వయస్సు వల్ల పెద్దవారయిన వారూ పెద్దవారే.

ఏ స్త్రీ ఎన్ని వరాలు కోరుకోవాలి ?

బ్రాహ్మణ స్త్రీ మూడు వరాలూ, క్షత్రియ స్త్రీ రెండు వరాలూ, వైశ్య స్త్రీ రెండు వరాలూ, శూద్ర స్త్రీ మూడు వరాలు అడగాలి. మహాభారతగాథలో ద్రౌపది ధృతరాష్ట్రుడ్ని రెండు వరాలే అడుగుతుంది. మూడో వరం కోరుకోమన్నా కోరుకోదు. ధృతరాష్ట్రుడే ద్రౌపది ధర్మ నియమాలకి మెచ్చి మూడో వరం ఇస్తాడు.

స్త్రీ ఎలా స్నానము చేయాలి ?

మౌనంగా చేయాలి. ఎక్కువ సేపు చేయాలి. ఒంటి మీద బట్టలేమీ లేకుండా చేయాలి. అదే పురుషుడు వస్త్రంతోనే స్నానం చేయాలి. స్నానం చేసేటప్పుడు స్త్రీ జుట్టు ముడి వేసుకోవాలి. స్నానం ఎక్కువ సేపు చేయాలి. స్నానమనంతరము ముందు ముఖాన్నీ ఆ తర్వాత వక్షాన్నీ ఆపై శిరస్సూ ఆపై

మిగతా భాగములు తుడుచుకోవాలి. ఆపై చూపుడు వేలు ఉపయోగించకుండా బొట్టు పెట్టుకోవాలి.

వీటిని సదా గుర్తుంచుకోవాలి ?

★ వంకర టింకరగానూ పక్కగానూ పడుకున్న స్త్రీతో కలవరాదు.

★ సంభోగానికి, భోజనానికి ముందు లోపల జలము అనగా మూత్రము విడవాలి.

★ నిద్రా, మైధునమూ, తిండీ, చదువూ ఈ నాలుగూ సంధ్యా సమయాల్లో చేయరాదు.

★ భోజనం చేశాక, మళ్ళీ ఆరుగంటల వరకూ తినరాదు. గంట వరకూ స్త్రీతో కలవరాదు.

★ పరభార్యలయందు, అవివాహితలైన స్త్రీల యందు కలిగే చెడు భావమే కామము.

★ భోజన సమయమున నవ్వులూ, మాటలూ లేకుంటే భోజన ఫలం శరీరానికి వంటపడుతుంది.

★ ఒక చేతితో, ఒక వేలితో నమస్కరించరాదు.

గయలో పిండ ప్రదానం చేస్తే ప్రతి సంవత్సరం చెయ్యక్కర్లేదా?

గయలోనే కాదు ఎక్కడ పిండ ప్రదానం చేసినా మళ్ళీ యథావిధిగా తద్దినాలు పెట్టాల్సిందే. తద్దినాలు

పెట్టేవారు అనగా వారసులూ, పుత్రులూ లేకపోతే గయలో పిండప్రదానం చేసుకుంటే పుణ్యలోకాల ప్రాప్తి కలుగుతుంది.

కర్ణుడు సూక్తి

నీవు కుడిచేతితోనిచ్చినది యెడమచేతికి తెలియనంత గుప్తముగా దానము చేయుము

దేవాలయపు వెనుక భాగాన్ని ఎందుకు తాకరాదు ?

చాలా మంది ప్రదక్షిణలు చేస్తున్నపుడు దేవాలయం వెనుక భాగాన్ని అద్ది నమస్కరిస్తుంటారు. అలా చేయరాదు. ఆ భాగంలో రాక్షసులుంటారు. అలాగే ఆలయానికి గజం దూరం నుంచి ప్రదక్షిణ చేయాలి.

గృహవాస్తు యజమానిపైనే పని చేస్తుందా ?

ఆ గృహంలో అందరి మీద ఎంతోకొంత పని చేస్తుంది. ఎక్కువ శాతము యజమాని మీద పని చేస్తుంది.

వాస్తు దోషాలు ఎన్నో ఇబ్బందులకు గురి చేస్తుంది. దివాలా తీయటమూ, అనారోగ్యమూ, పరాయిస్త్రీపై మమకారమూ, అతిఖర్చు, అభివృద్ధి లేకపోవటమూ, మోసపోవటమూ, అవమానం చెంద టమూ, మానసిక బాధలూ... ఇలా అన్నీ ఇన్నీ కావు. వాస్తు అనేది నమ్మకమూ, ఆరోగ్యమూ ఈ రెంటితో పాటు శాస్త్రం కూడా.

ప్రతివారు నమ్మకమున్నా లేకపోయినా వాస్తు పాటించాలి. కారణం వాస్తు ఆరోగ్యం కూడా కాబట్టి. శ్రీరాముడు అరణ్యవాసాన పంచవటిలో ఆశ్రమాన్ని వాస్తు ప్రకారమే నిర్మించి వాస్తు పూజ చేసి గృహప్రవేశం చేశాడు.

వాడి పెళ్ళాం తాడు గట్టిదని అంటారు... ఎందుకు?

వివాహ సమయంలో పెండ్లి కొడుకు పెళ్ళికూతురి మెడలో ఈ మంత్రం చదువుతూ ప్రేమగా, పెద్దలందరి సమక్షంలో తాళికడతాడు.

మాంగల్యం తంతునాఽ నేన మమ జీవన హేతునా।

కంఠే బధ్నామి, సుభగే త్వంజీవ శరదాం శతమ్॥

అనే వేద మంత్రాల మధ్య మూడు ముళ్ళు వేస్తాడు. ఆ మంత్రానికి అర్థం.. ఓ అదృష్టంతురాలా! నేను నీతో చిరకాలం జీవించుటకు ఈ పవిత్రమైన మంగళసూత్రాన్ని నీ కంఠమందు బంధిస్తున్నాను. నీవు సుమంగళిగా నూరు సంవత్సరాలపైన జీవించు అని...

మంగళసూత్ర శక్తి ఏపాటిదో పార్వతికి సంపూర్ణంగా తెలుసు. అందుకే అమృతం కోసం సముద్రాన్ని మథించే సమయంలో వచ్చిన కాలకూట విషాన్ని శివుడ్ని మ్రింగమని పార్వతే స్వయంగా చెప్పింది.

ఖరుడు కూడా ఆ భయంకర కాలకూట విషానికి బలి కావల్సింది. కాని పార్వతీదేవి మంగళ సూత్ర మహిమతో బ్రతికాడు.

స్త్రీల గూర్చి పురుషులూ, పురుషుల గూర్చి స్త్రీలూ తెలుసుకోవాల్సినవి ?

★ స్త్రీలలో మంచీ చెడూ ఉండదు. ఎలాంటి భర్తను పొందుతారో అవే లక్షణాలు వారికి వస్తాయి.

★ స్త్రీలతో ఏదయినా కార్యముంటే ఆ కార్యాన్ని స్త్రీలే చెయ్యగలరు.

★ స్త్రీ చెయ్యకూడని పనులు చెయ్యటం ప్రారం భిస్తే వాటిని ఆపటం ఎవ్వరి తరమూ కాదు.

★ రక్షించుకోలేని వాడికి భార్య అనవసరం. దున్నటం చేతకాని వాడికి పొలం అనవసరం.

★ స్త్రీకి లొంగి పోయిన పురుషుడు నదీ ప్రవా హంలో పడిన చెట్టు వలే సుఖంగా జీవనం సాగిస్తాడు.

★ ఆడవారితో అవసరపని ఉన్నా ఇంటికెళ్ళి కలవకూడదు.

★ కాముకునికి తన భార్య సుందరి అయినా, వేప చెట్టులా అగుపిస్తుంది. పక్కంటి వాడి భార్య అనాకారి అయినా రంభలా అగుపిస్తుంది.

★ స్త్రీ మగవాడి చూపును బట్టే తనలో అతనేం ఆశిస్తున్నాడో తెలుసుకోగలదు.

★ భర్త గొప్పదనమంతా భార్య వంటి మీద నగలూ, చీరలే చెబుతాయి.

★ పదిలక్షలు పెట్టి భార్యకి బంగారం కొని పెట్టినా, ఆటోకిచ్చిన తన పదిని భర్తనడిగి మరీ తీసుకుంటుంది.

★ స్త్రీ తప్పు చేసిందంటే రెండే కారణాలు ఒకటి భర్త చేతకానితనము, రెండు అవసరము. ఏ స్త్రీ కూడా ఒళ్ళు కొవ్వెక్కి తప్పు చేయదు.

★ ప్రేమతో స్త్రీ శృంగారాన్ని అందిస్తే పురుషుడు

ఆ స్త్రీ చుట్టూ తిరుగుతాడు.

★ తండ్రి మొగుడికన్నా ధనవంతుడైతే ఆ స్త్రీకి భర్త మీద ఒకింత పెత్తనము ఉంటుంది.

★ గృహం అంటే భార్య. అంతే గాని గోడలూ, భోజనశాలా, శయనమందిరము కాదు.

★ భార్యతో ఏకాంత సమయాన ఏ వాగ్దానం చేసినా అది ఆపై చెయ్యకపోవటం దోషం కాదు.

★ స్త్రీకి పురుషుడే జీవితం. పురుషునికి జీవితంలో స్త్రీ ఓ భాగం మాత్రమే.

★ తల్లి గొప్పదా, భార్య గొప్పదా అంటే ఇద్దరూ గొప్పవారే. కాకపోతే ఒకింత భార్యే గొప్పది.

★ స్త్రీ శృంగారానికి పనికిరాకపోతే ఒక్క స్త్రీ కూడా ఈ భూమీమ్మీద బ్రతికుండదు.

★ స్త్రీ ఇంట్లో కొట్టినా భరిస్తుంది. నలుగురిలో తిడితే ఆడపులిలా విరుచుకుపడుతుంది.

★ భర్త భార్యని భద్రంగా, రక్షణగా మాత్రమే చూసుకుంటాడు. కానీ భార్య భర్త గౌరవాన్నీ, సంతానాన్నీ, ధనాన్నీ కాపాడుతుంది. సేవకురాలిగా, తల్లిగా, స్నేహితురాలిగా, మంత్రిగా వీటన్నింటికి మించి ప్రేమగా, భక్తిగా చూసుకుంటుంది.

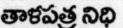

వివాహ పద్ధతులెన్ని?

పెద్దల శాస్త్రాల ప్రకారం, దేవతా మంత్రాల సాక్షిగా, వధూవరులు ఒకరినొకరి హస్తాలు గ్రహించి చేసుకోవటం వివాహం.

★ కన్యను అలంకరించి వరునికి ఇచ్చి జరిపించే వివాహం బ్రహ్మ వివాహం.

★ యజ్ఞం చేయటం కోసము ఋత్విక్కుకు కన్యని దక్షిణగా ఇవ్వటం దైవవివాహము.

★ ఆవూ, ఎద్దూ దానం చేసి ఆపై కన్యను ఇవ్వటం ఆర్షవివాహం.

★ మహానుభావునికి ప్రియురాలిగా సహధర్మ చారిణిగా ఉండమని ఆదేశించి కన్యను ఇవ్వటం ప్రాజపత్య వివాహము.

★ తల్లీ, తండ్రీ అనుమతి లేకుండా ఇరువురూ చేసుకోవటము గాంధర్వ వివాహము.

★ షరతు పెట్టి వివాహం చేసుకోవటము అసుర వివాహం.

★ కన్యను బలాత్కారంగా తీసుకెళ్ళి వివాహం చేసుకోవటం రాక్షస వివాహం.

★ కన్య నిదురపోయేటప్పుడూ, ఏమరుపాటుగా ఉన్నప్పుడూ చేసుకున్న వివాహం పైశాచిక వివాహము.

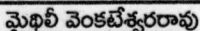

ఎలాంటి స్త్రీని వివాహమాడకూడదు ?

కంటి గుడ్లు ఎత్తుగా ఉండటమూ, రోమాలు శరీరం మీద ఉండటమూ, తొడలు సన్నగా ఉండటమూ, స్తనద్వయం ఎత్తుగా లేకపోవటమూ, నుదురు ఎత్తుగా, లావుగా ఉండటమూ, వయస్సులోనూ శరీర ప్రమాణంలోనూ వరునితో సమంగా ఉన్న కన్యను వివాహం చేసుకుంటే దోషం.

ఎలాంటి స్థితిలో ఉన్నవారి వద్దకు వెళ్ళకూడదు ?

రతి జరుపుకుంటున్న సమయంలోనూ, ఆలోచనలతో ఉన్న వారి దగ్గరికీ, హోమం చేసే టప్పుడూ, భోజనం చేస్తున్న వారి వద్దకూ వెళ్ళకూడదు. వస్తే వచ్చిన వార్ని అనుమానించాలి. వచ్చిన వారు మన హితులు కాదని తెలుసుకోవాలి.

గర్భం పెద్దగా ఉంటే ఆడశిశువా ?

అవుననే చెబుతుంది శాస్త్రం. లింగనిర్ధారణ లేని కాలంలో స్త్రీ గర్భాన్ని బట్టి ఆడా, మగా అనేది

చెప్పేవారు. ఆడశిశువు గర్భంలో ఉంటే గర్భం పెద్దగా ఉంటుంది. దానికి కారణం శిశువు చుట్టూ ద్రవం ఎక్కువగా ఉంటుంది. అదే మగశిశువు అయితే ద్రవం తక్కువగా ఉంటుంది. ఈ కారణంగా ఆడా, మగా అనే చెప్పేవారు ఆ రోజుల్లో.

ఇంటి ఆవరణలో జన్మనక్షత్ర రీత్యా ఏ వృక్షాలు పెంచాలి ?

అశ్వినీ నక్షత్రం వారు ముష్టి, భరణీ వారు ఉసిరికా, కృత్తిక వారు అత్తీ, రోహిణీ వారు నేరేడూ, మృగశిర వారు చంద్రా, ఆరుద్ర వారు వనచంద్రా, పునర్వసు వారు వెదురూ, పుష్యమీ వారు రావీ, ఆశ్లేషా వారు నాగకేసరమూ, మఖ వారు మర్రీ, పుబ్బ వారు మోదుగా, ఉత్తర వారు జువ్వీ, హస్త వారు అంబాళమూ, చిత్త వారు మారేడూ, విశాఖ వారు ములువేమూ, అనూరాధ వారు పొగడా, జ్యేష్ఠ నీరుద్ది, మూల వారు వేగీ, పూర్వాషాఢ వారు పనసా, ఉత్తరాషాఢ వారు కూడా పనసా, శ్రవణం వారు జిల్లేడూ, ధనిష్ఠ వారు నెమ్మీ, శతభిషం వారు కానుగా, పూర్వాభాద్ర వారు ఉత్తరాభాద్ర వారూ వేపా, రేవతి వారు ఇప్ప పెంచుట శుభం.

ఆయా నక్షత్రాల వారికి అవి మిత్ర వృక్షాలు.

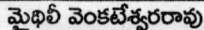

రామదాసు సూక్తి

అజ్ఞానమును త్యజించి నిష్కళంకుడవుగమ్ము

కాశిలో పోవాలని ఎందుకు కోరుకుంటారు?

కొంతమంది ఆ కోరికతో కాశి వెళ్ళి అక్కడే కాలం గడుపుతుంటారు. అవసాన దశలో వచ్చే మరణం కోసం వేచి ఉంటారు. కాశిలో ప్రతిక్షణమూ ఉత్తరాయణమే. ఈ ఉత్తరాయణం కోసమే (సూర్యుడు మకరరాశిలో ప్రవేశించినప్పట్నించి మిధున రాశిలో ఉన్నంత కాలం) భీష్ముడు అంపశయ్య మీదుండి వేచి చూసింది. ఈ ఉత్తరాయణంలోనే దేవాలయమూ, బావీ ప్రతిష్టలు చేస్తారు.

నవరత్నాలు తొమ్మిది కదా... అసలు రత్నాలు 22... అవి ఉన్నాయా ?

ఉన్నాయనే పురాతన శాస్త్రాలూ, గ్రంథాలూ చెబుతున్నాయి. అవి వజ్రమూ, ఇంద్రనీలమూ, మరకతమూ, కర్కేధన, పద్మరాగము, రుద్రాక్షా, వైఢూ

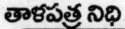

ర్యమూ, విపులా, విపులికా, రాజమణీ, స్ఫటికమూ, సౌగంధికమూ, చంద్రకాంతమూ, గోమేధికమూ, సంగమూ, మహానీలమూ, పుష్యరాగమూ, బ్రహ్మమణీ, జ్యోతిర్రసా, సీసగమూ, ముత్యమూ, పగడము.

వినాయకుడి ముందు గుంజిళ్ళు తీసేదెందుకు ?

వినాయక చవితి నాడు గుంజిళ్ళు అది కూడా ఇరవై ఏడు గుంజిళ్ళు తీయటంలో పరమార్థం ఉంది. ఇరవై ఏడు ఇళ్ళలో ఇరవై ఏడు గుంజిళ్ళు తియ్యమని చెబుతారు. దాని వల్ల శరీర దోషాలు తొలగిపోతాయని పెద్దలు చెబుతారు.

వారేకాదు ఖగోళానికి చెందిన అంశమని ఖగోళ శాస్త్రజ్ఞులూ అంగీకరిస్తారు. చిన్న నాటి నుంచే అందరితో సఖ్యతగా ఉండమని. సమాజమంటే మనుష్యులనీ అందరితో కలిసి మెలిసి ఉంటే సుఖమని తెలియ చెప్పటమే మరో ఉద్దేశ్యము.

వాస్తు శాస్త్రంలో ఇవన్నీ ఉన్నాయి!

★ పునాది ఇంటికి ఈశాన్యం వైపే వేయాలి.

★ పునాదులు త్రొవ్వే ముందు నాగుపాము కనిపిస్తే శుభం కాదు.

★ ఇంటి స్థలము దక్షణ పడమర ఎత్తుగా, ఉత్తరం, తూర్పు దిక్కులు పల్లంగా ఉంటే స్థల యజమానికి కుటుంబ సభ్యులకీ తరతరాలకీ కావాల్సిన ధనం సమకూరుతుంది.

★ కొత్త పొయ్యి కర్కాటక లగ్నంలో నిర్మించ కూడదు. అలాగే పొయ్యిలు చెడుదినంలో, శుభకార్యాలు మంచి రోజుల్లో చేయాలి.

★ శివ, విష్ణు, అమ్మవారి దేవాలయాలకు తగు దూరంలో ఇలు నిర్మించుకోవాలి.

★ గృహంలో దేవుడిని తూర్పు తిరిగి పూజ చేయాలి. ఉత్తరం తిరిగి చేయరాదు. అలాగే పడమరలో దేవుడ్ని ఉంచితే పడమర వైపు తిరిగి పూజ చేయాలి.

నవరత్నాలను ఏ ఏ వేళ్ళకు ధరించాలి ?

కెంపును మధ్య వేలికి శుక్రవారం పూట, ముత్యాన్ని ఉంగరపు వేలికి సోమవారమూ, పగడాన్ని బొటన వ్రేలికి గురువారమూ, పుష్యరాగాన్ని బ్రొటన వేలికి గురువారమూ, పచ్చను ఉంగరపు వేలికి బుధవారమూ, వజ్రాన్ని మధ్యవేలికి శుక్రవారమూ, నీలమును చూపుడు వేలికి శనివారమూ, గోమేధికము చూపుడు వేలికి శనివారమూ, వైఢూర్యాన్ని చిటికిన

వేలికి శనివారమూ ధరించాలని రత్నశాస్త్రం శెలవి స్తోంది.

ఇంద్రధనస్సుని మరొకరికి చూపించకూడదా ?

అందమైన ఏడురంగుల ఇంద్రధనస్సును చూడటం తటస్థిస్తే చూడాలిగాని మరొకరికి చూపించ కూడదనటానికి కారణం, ఇంద్రధనస్సు నుంచి వచ్చే కిరణాలు కంటికి అపాయం కలిగిస్తాయి.

అందుకే మరొకరికి చూపించకూడదని చెప్పకూడ దని చెబుతారు.

రాత్రిపూట చెట్ల క్రింద ఎందుకు నిద్రించకూడదు ?

పగటి పూట చెట్లు బొగ్గు పులుసుని పీల్చి ప్రాణ వాయువును వదులుతాయి. ప్రాణవాయువు మనిషి ఆరోగ్యాన్ని పెంచుతుంది.

అదే చెట్లు రాత్రి పూట ప్రాణవాయువుని పీల్చుకొని బొగ్గుపులుసుని వదులుతాయి. బొగ్గు పులుసు వాయువు అనారోగ్యము. కాన పగటి పూట లాభం.. రాత్రి పూట నష్టము.

వినాయక చవితి రోజు చంద్రుడ్ని చూస్తే నీలాపనిందలొస్తాయా ?

దీనికి ప్రధాన కారణం ఆ రోజు అనగా వినాయక చవితి నాడు చంద్రుని నుంచి వచ్చే కిరణాల్లో మార్పు వుంటుంది. ఆ రోజు చంద్రుడ్ని చూడటం వల్ల కంటి చూపుకు ఇబ్బంది రావచ్చు. అందుకనే ఆ దోషాలను పోగొట్టేలా వివిధ ఆకులతో వినాయకుని పూజ చేసి వ్రత కథ చదివి చంద్రుడ్ని చూడమంటారు. వినాయక పూజలో వాడే ఆకుల్లో చంద్రకిరణాల్లో ఉండే దోషాన్ని హరించే శక్తి ఉంది.

అమావాస్య పౌర్ణమిరోజుల్లో పయాణం చేయకూడదని ఎందుకంటారు ?

చంద్రుని పూర్ణత్వమూ అసంపూర్ణత్వముల వల్ల ఆ రోజుల్లో శరీరంలో కొంత శక్తి తగ్గుతుంది. అనారోగ్యం వున్న వారికయితే మరీ ఎక్కువ నీరసంగా ఉంటుంది. దాని వల్ల వెళ్ళే కార్యం సమర్ధవంతంగా చెయ్యలేకపోవచ్చు. అందుకనే ప్రమాణం చేయరాదనేది.

అమావాస్య పౌర్ణములలో చెట్లు ఎక్కద్దొనేది ఇందుకే. శరీరంలో శక్తి నశించటం ద్వారా చెట్టుపై నుంచి పడే ప్రమాదం ఉంది.

తెల్లవారు జామున వచ్చే కలలు నిజమవుతాయా ?

జ్యోతిష్య శాస్త్ర ప్రకారమూ, మనోవిశ్లేషణా శాస్త్రజ్ఞుల ప్రకారమూ ఎక్కువ శాతం అవుతాయనే సూచనలు తెలియ చెబుతున్నాయి.

దానికి కారణం తెల్లవారుజాము అనగా మెలుకువ వచ్చే సమయం.

అనగా ఆ సమయంలో ముఖ్యమైన పని గూర్చి మగతగా నిదురపోతూ మనసు తెలియకుండా ఆలోచిస్తుంటుంది.

దాని తాలూకా ఫలితం లేదా జరగబోయే సంఘటన మనకు ఎంతో కొంత తెలుస్తుంది.

ఆ విషయాల ఆధారంగా మనం ఊహించుకున్నదే కలగా వస్తుంది. అనగా వాటిల్లో ఎక్కువగా జరిగే అవకాశము ఉంది.

స్వామికరపాత్రజీ సూక్తి

ఇతరులకు ఓపికతో సమాధానమిమ్ము

శుక్ర, మంగళ వారాల్లో కొందరు డబ్బెందుకు ఇవ్వరు ?

మంగళ, శుక్రవారం లక్ష్మీదేవి ప్రతిరూపమని మహిళలు నమ్ముతారు. అందువల్లే ఆ రోజు ఎవ్వరికీ డబ్బు ఇవ్వరు. అలా ఇస్తే ఆడపిల్లను శుక్రవారం పంపినట్టేనని భావిస్తారు. పుట్టింటికి వచ్చిన ఆడపిల్లను కూడా మంగళ, శుక్రవారాలు అత్తవారింటికి పంపరు.

అన్నీ దానముల కన్నా విద్యాదానం గొప్పదా?

అన్నదానము గొప్పదంటారు. మనువు విద్యాదానము మహోన్నతమైన ఫలమని తెలియ చెప్పాడు. నీరూ, అన్నమూ, గోవులూ, భూమీ, వస్త్రములూ, బంగారమూ దినసరిభత్యములూ వీటన్నింటి కన్నా విద్యాదానము గొప్పది.

వస్తువులూ ధనమూ లాంటివి దానంగా ఇస్తే వారికే ఉపయోగపడతాయి. అదే విద్యా దానం చేస్తే వారికీ, వారి కుటుంబమంతటకీ ఉపయోగపడుతుంది. చేపల కూరతో అన్నం పెట్టడం కన్నా మంచి పని చేపలు పట్టడం నేర్పించటము.

మనువు స్త్రీకి వ్యతిరేకా?

మనువు స్త్రీ ధర్మాలను అనేకం చెప్పాడు. కుటుంబ గౌరవాన్ని నిలపాలన్నా, పోగొట్టాలన్నా స్త్రీయే కారణము. అటువంటి స్త్రీని కనిపెట్టుకోవాలనీ, రక్షించుకోవాలనీ, సుఖపెట్టాలనీ చెప్పాడు. తప్పు చేస్తే ఎంత ఘోరమైన శిక్షలు వెయ్యాలో చెప్పాడు.

అలాగే మగవాడికీ అనేక శిక్షలు చెప్పాడు. స్త్రీని ఇష్టం లేకుండా పొందితే దొంగతనానికి శిక్షగా శిరచ్ఛేదం చెయ్యమని చెప్పినట్టు లింగచ్ఛేదం చెయ్యమన్నాడు.

యత్రనార్యస్తు పూజ్యంతే రమంతే తత్రదేవతాః అనగా స్త్రీలని ఎక్కడ పూజిస్తే అక్కడ దేవతలు నాట్యం చేస్తారని చెప్పాడు.

తండ్రి బాధ్యతలు విస్మరిస్తే కూతురు తను స్వయంగా ఎంచుకొని వివాహం చేసుకోవచ్చని చెప్పాడు. ఆ రోజుల్లోనే నీటిని వడగట్టి త్రాగమన్నాడు. స్త్రీని గౌరవించమన్నాడు. అలాగే దప్పు, ఎద్దు, ఆడది కొడితేనే మాటవింటాయానీ చెప్పాడు. ఆ రోజుల్లో ఆయా పరిస్థితులూ, కాలాన్నీ బట్టి చెప్పాడు. ఆనాటి నుంచి ఈనాటి వరకూ వచ్చాయంటే ఎంతో క్రమశిక్షణ వాటిలో ఉన్నట్టే. అప్పట్లో ఏం చెప్పాడు అని అను

కోవటం కంటే ఈ కాలానికి మనువు చెప్పిన ధర్మ శాస్త్రంలో ఏం నేర్చుకోవాలో ఏం వదిలేయాలో తెలుసుకోవటానికైనా మను ధర్మ శాస్త్రం చదవండి. మనువుని విమర్శించేవారు ఆయన చెప్పిన అనేక మంచి విషయాలను వదిలేస్తున్నారు. తల్లీ తండ్రీ బ్రతికున్నంత వరకూ ఆస్తి పంచుకోకూడదన్నాడు, విడిపోవద్దన్నాడు. మరి అలాంటి ధర్మాలెన్నో చెప్పాడు.

తాంబూలాలప్పుడు ఒకరివేలికి మరొకరు ఉంగరం తొడిగేదెందుకు ?

ఎంగేజ్‌మెంట్ ఫంక్షన్‌లో పెళ్ళి కూతురూ, పెండ్లి కొడుకూ ఒకరికొకరు ఉంగరాలు పెట్టుకోవటం ఓ కమ్మని తియ్యని క్షణాలు. వధూవరులు తమ జీవితాంతము గుర్తుంచుకునే మధురమైన క్షణాలు.

ఈ ఉంగరాల్ని ఉంగరం వేలికి తొడగటంలో ఒక విషయం దాగి ఉంది. ఉంగరం వేలి నరానికి హృదయానికి అవినాభావ సంబంధము ఉంది. నా మనసనే నా ఈ ఉంగరాన్ని నీ వేలికి తొడుగుతున్నాను. ఉంగరం వేలుకి పెట్టిన ఉంగరం ద్వారా నీ హృదయాన్ని అంటిపెట్టుకున్నాను అని భావము.

యక్షప్రశ్నలు ఏవి ?

మహాభారత గాథలో యముడు కొంగరూపంలోకి మారి తను యక్షుడినని చెప్పి ధర్మరాజును అడిగే ప్రశ్నలే యక్ష ప్రశ్నలు.

అనుమతి లేకుండా సరోవరంలో నీళ్ళు తాగినందుకు ధర్మరాజు సోదరులు కుప్పకూలుతారు.

వార్ని బ్రతికించుకోవాలంటే తన ప్రశ్నలకి సరయిన సమాధానాలు చెప్పమంటాడు యముడు.

అవి-

"సూర్యుడిని నడిపేది ఏది? సూర్యుడిని సేవించి తిరిగే వారు ఎవరు? సూర్యుడు దేనివల్ల అస్తమిస్తాడు? సూర్యునకు ఆధారమేమిటి?

ఆ ప్రశ్నలకి సమాధానం "సూర్యుడిని బ్రహ్మం నడుపుతుంది.

సూర్యుడ్ని సేవిస్తూ తిరిగే వారు వేల్పులు. సూర్యుడు ధర్మం చేత అస్తమిస్తాడు. సూర్యునికి ఆధారము సత్యము" అని ధర్మరాజు చెప్పాడు.

దానికి సంతృప్తి చెందిన యక్షుడు ధర్మనందుడ్ని మళ్ళీ ప్రశ్నిస్తాడు.

"దేని వల్ల శ్రోత్రియుడు అవుతాడు? దేని వల్ల పురుషుడు గొప్ప మహిమను ప్రభావాన్ని పొందగలడు?

ఓం

దేని వల్ల సాయం పొందినవాడవుతాడు? దేని వల్ల బుద్ధిమంతుడవుతాడు?

వాటికి సమాధానంగా ధర్మరాజు...

"వేదాభ్యాసం వల్ల శ్రోత్రియుడు అవుతాడు. నిరుపమానమైన తపస్సు వల్ల గొప్ప ప్రభావం సిద్ధిస్తుంది. ధైర్యం వల్ల సాయం పొందుతాడు. పెద్దల పరిచర్యల వలన బుద్ధిమంతుడు అవుతాడు."

యక్షుడు మళ్ళీ ధర్మరాజును అడుగుతాడు.

"దేని వల్ల బ్రాహ్మణుడు దివ్యత్వాన్ని పొందు తాడు? బ్రాహ్మణుడికి నిర్మలత్వం ఎలా వస్తుంది? అలాగే మాలిన్యం ఎలా దరి చేరుతుంది? దేని వల్ల బ్రాహ్మణుడు మర్త్యుడు అవుతాడు?

యక్షుడి ప్రశ్నలకి ధర్మరాజు సమాధానం చెప్పాడు.

"విప్రుడు వేదపఠనం వల్ల దివ్యత్వం ఆర్జిస్తాడు. నిష్ఠ వల్ల సాధుభావాన్ని పొందుతాడు. సౌశీల్యాన్ని విడనాడి అసాధువు అవుతాడు. శుచిత్వాన్ని వీడి మృత్యు భయం చెంది మర్త్యుడు అవుతాడు."

యక్షుడు ధర్మరాజు జవాబులకి సంతృప్తి చెంది తిరిగి అడుగుతాడు.

"జీవన్మృతుడు ఎవరు?"

"దేవతలకూ, పితృదేవతలకూ, అతిథులకూ, సేవకులకూ పెట్టకుండా తినేవాడు జీవన్మృతుడు.

"భూమి కంటే బరువైనది ఏది?"

"భూమి కంటే బరువైనది తల్లి."

"ఆకాశం కంటే పెద్దది ఏది?"

"ఆకాశం కంటే పొడవు తండ్రి."

"గాలి కంటే వేగంగా పోగలిగింది ఏది?"

"గాలి కంటే వేగమైనది మనసు."

"గడ్డి కంటే విరివిగా పెరిగేది ఏది?"

"గడ్డి కంటే విరివిగా పెరిగేది చింత."

"నిదురించి కూడా కన్నుమూయనిది ఏది?"

"చేప."

"జన్మించి కూడా చైతన్యం లేనిది ఏది?"

"గుడ్డు."

"రూపం ఉండి కూడా హృదయం లేనిది ఏది?"

"రాయి."

"వేగం చేత అతిశయించేది ఏది?"

"ఏఱు."

"బాటసారికీ, రోగికీ, గృహస్థుడికీ, మరణించిన వాడికి చుట్టాలెవరు?"

"స్వార్థం.... వైద్యుడు... మంచిభార్య.... చేసిన ధర్మం."

"ధర్మానికి కుదురు ఏది?"

"దాక్షిణ్యం"

"కీర్తికి ఆధారం ఏది?"

"దానం."

"స్వర్గానికి సరయిన మార్గం ఏది?"

"సత్యం."

"సుఖానికి నెలవు ఏది?"

"శీలము."

"నరుడికి ఆత్మ ఎవరు? వానికి దైవికంగా ఏర్పడే చుట్టం ఎవరు? అట్టివాడు బ్రతుకునేల నిర్వహిస్తాడు? ఎలా మంచితనాన్ని పొందుతాడు?"

"నరునకు ఆత్మ పుత్రుడు. అతని దైవికమైన చుట్టం భార్య. అట్టివానిని బ్రతికించేది మేఘుడు. వానికి గొప్పతనం చేకూర్చేది దానము."

"ధర్మాలన్నింటిలోనూ గొప్ప ధర్మం ఏది?"

"అహింస."

"ఏది సంపూర్ణంగా ఫలితాన్నిస్తుంది?"

"యజ్ఞము."

"దేన్ని వదలటం ద్వారా సంతోషం వస్తుంది?"

"అహంభావము."

"ఎవరితో పొత్తు ఎప్పుడు చెడదు?"

"సజ్జన సహవాసము."

"లోకంలో ప్రజలను ఆదుకుని సహాయం చేసేదెవరు?"

"సజ్జనులు."

"దేని వల్ల నీరూ, అన్నమూ లభిస్తాయి?"

"ఆకాశం వల్ల నీరూ, అన్నమూ లభిస్తున్నాయి."

"విషం అంటే ఏమిటి?"

"విప్ర ధనము."

"పితృతర్పణాలకు అనుకూలమైన సమయ కాలమేది?"

"బ్రాహ్మణులు రాక."

"దేనిని వదిలిపెడితే మానవుడు సర్వులకూ ఇష్టుడవుతాడు? నిశ్శోకుడవుతాడు? సంపన్నుడవుతాడు? సౌఖ్యం కలవాడవుతాడు?"

"గర్వాన్ని విడిస్తే సర్వులకు ఇష్టుడవుతాడు. కోపం విడనాడితే శోకం దరిచేరదు. లోభాన్ని వదిలితే సంపన్నుడవుతాడు. ఆశను వదిలితే సుఖవంతుడవుతాడు."

"పురుషుడన్న ఎవరు?"

"భూమ్యాకాశాలకి ఎవని కీర్తి, వైభవమూ ఆవరిస్తుందో అట్టివాడు పురుషశబ్దంతో పిలవదగిన వాడు."

"స్వరధని అను సకల సంపదలుకలవాడెవ్వడు?"

"ప్రియం, అప్రియం, సుఖం, దుఃఖం, జరిగిన జరగబోయిన కార్యాలు ఎవ్వరికి సమానములో అట్టి మహాత్ముడు స్వరధని అని చెప్పవచ్చు."

ఆ సమాధానాలు విన్న యక్షుడు పరమానంద భరితుడై తమ్ములలో వకర్ని కోరుకొమ్మని బ్రతికిస్తానని చెబుతాడు.

ధర్మరాజు నకులుడ్ని కోరుకోగానే, ధర్మరాజు ధర్మనిష్టకు మెచ్చి మిగతా తమ్ములనీ బ్రతికించి ధర్మరాజు కోరికపై తాను యమధర్మరాజునని చెబు తాడు.

బల్లి మీద పడితే

- ★ కనుబొమలపై పడితే ధన లాభము.
- ★ వెనుక మెడపైన పడితే ఆపదలు.
- ★ రొమ్ముపై పడితే జయము.
- ★ కడుపుపై పడితే సంతానప్రాప్తి.
- ★ భుజములపై పడితే ఆరోగ్యము.
- ★ మణికట్టు మీద పడితే గర్వభంగము.
- ★ వెన్ను ముక మీద పడితే ఈతి బాధలు.
- ★ పిరుదులపై పడితే స్త్రీ సుఖం.
- ★ తొడలపై పడితే భోగము.
- ★ మోకాలిపై పడితే వాహనప్రాప్తి.

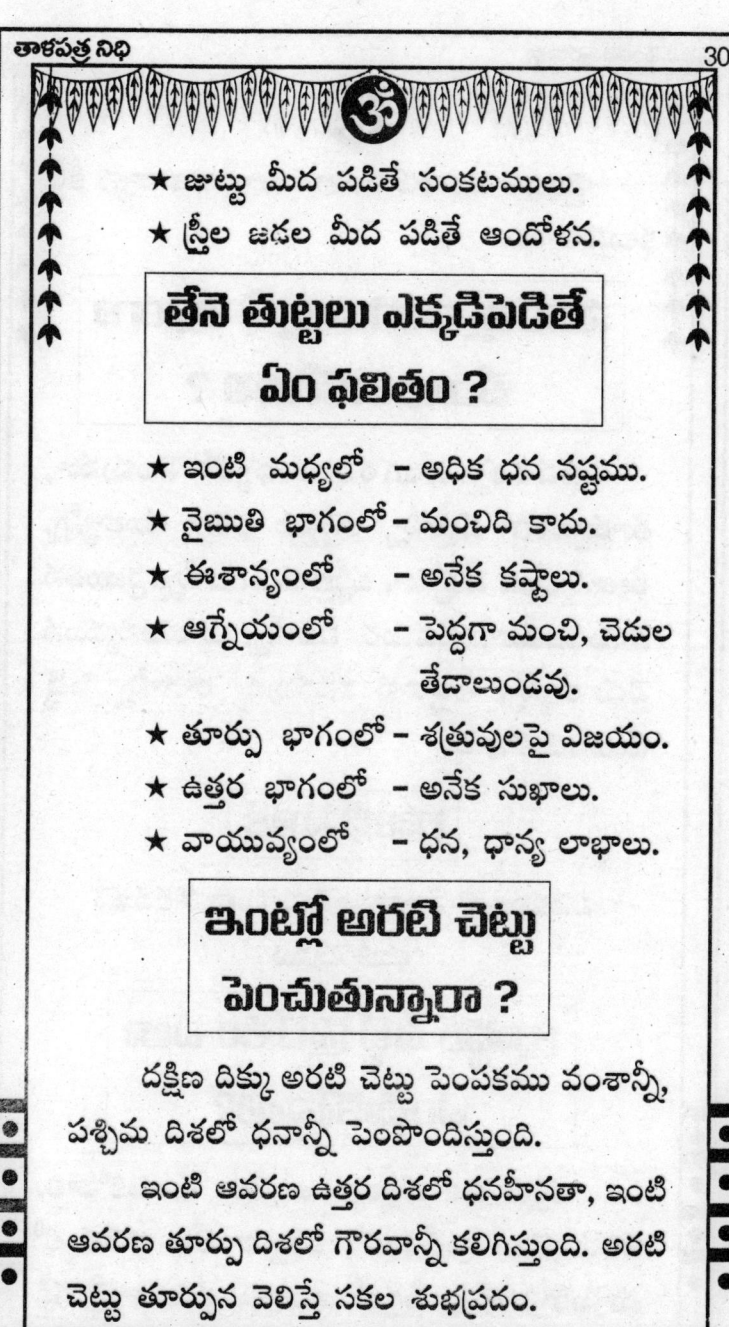

★ జుట్టు మీద పడితే సంకటములు.

★ స్త్రీల జడల మీద పడితే ఆందోళన.

తేనె తుట్టలు ఎక్కడెపెడితే ఏం ఫలితం ?

★ ఇంటి మధ్యలో - అధిక ధన నష్టము.

★ నైఋతి భాగంలో - మంచిది కాదు.

★ ఈశాన్యంలో - అనేక కష్టాలు.

★ ఆగ్నేయంలో - పెద్దగా మంచి, చెడుల తేడాలుండవు.

★ తూర్పు భాగంలో - శత్రువులపై విజయం.

★ ఉత్తర భాగంలో - అనేక సుఖాలు.

★ వాయువ్యంలో - ధన, ధాన్య లాభాలు.

ఇంట్లో అరటి చెట్టు పెంచుతున్నారా ?

దక్షిణ దిక్కు అరటి చెట్టు పెంపకము వంశాన్నీ, పశ్చిమ దిశలో ధనాన్నీ పెంపొందిస్తుంది.

ఇంటి ఆవరణ ఉత్తర దిశలో ధనహీనతా, ఇంటి ఆవరణ తూర్పు దిశలో గౌరవాన్నీ కలిగిస్తుంది. అరటి చెట్టు తూర్పున వెలిస్తే సకల శుభప్రదం.

నైఋతి మూలన సంతానమూ, ఈశాన్యాన కీర్తీ కలుగుతాయి.

నవరత్న ఉంగరాన్ని ఏ విధంగా చేయించుకోవాలి ?

నవరత్న ఉంగరం మధ్యలో కెంపునూ, తూర్పుదిశగా వజ్రాన్నీ, ఆగ్నేయ దిశగా ముత్యాన్నీ, ఈశాన్యమున పచ్చనూ, దక్షిణాన పగడాన్నీ, నైఋతిన గోమేధికమూ, పడమర నీలాన్నీ, వాయువ్యమున వైఢూర్యాన్నీ, ఉత్తరాన కనకపుష్య రాగాన్నీ పెట్టి చేయించుకోవాలి.

గాంధీ సూక్తి

వివేకముతో స్వోపార్జితమైన మితాహారమునే
భుజింపుము

శ్రాద్ధం పెట్టే ప్రదేశం ఎలా ఎంచుకోవాలి?

దక్షిణ దిశ పల్లంగా ఉండేలా చూసుకోవాలి. పరిశుభ్రమైన ప్రదేశంలో, ఎవ్వరూ లేని ప్రదేశంలో చూసుకొని గోవు పేడతో అలకాలి. పరిసరాల్లో గడ్డి

లేకుండా చూసుకోవాలి. శ్రాద్ధం గృహంలో పెడితే ఎనిమిది రెట్లు ఫలం అధికము. పుణ్యక్షేత్రాల్లోనూ తీర్థాల్లోనూ చేయ్యాలనుకుంటే కురుక్షేత్రములోనూ, గయలోనూ, గంగాతీర ప్రాంతల్లోనూ, సరస్వతీ తీర్థంలోనూ, ప్రభాస తీర్థమూ, పుష్కరక్షేత్రమూ సర్వశ్రేష్టమైనవి.

ఏ రత్నాన్ని ఏ వేలికి ధరించాలి ?

కెంపును మధ్య వేలికీ, ముత్యాన్ని ఉంగరపు వేలికీ, పగడాన్ని బొటన వేలికీ, పుష్యరాగాన్ని బొటన వేలికీ, పచ్చని ఉంగరపు వేలికీ, వజ్రాన్ని మధ్య వేలికీ, నీలాన్ని చూపుడు వేలికీ, గోమేధికాన్ని చూపుడు వేలికీ, వైఢూర్యాన్ని చిటికిన వేలుకీ ధరించాలి. నీలాన్నీ, గోమేధికాన్నీ, వైఢూర్యాన్నీ శనివారము.... వజ్రాన్నీ, కెంపునూ శుక్రవారము... ముత్యాన్ని సోమవారము.... పగడాన్నీ, పుష్యరాగాన్నీ గురువారం ధరిస్తే మంచిది.

నిద్రపోయేటప్పుడు కలవరింత ఎలా కలుగుతుంది ?

ఎక్కువగా కలలు కనే సమయంలో మనం స్థూల శరీరాన్ని వదిలి ఇంద్రియ బుద్ధులతో కూడిన సూక్ష్మ

శరీరంలో ఉంటాము. అప్పుడు కలిగే దీర్ఘ తీవ్రకలల వల్ల సంపూర్ణంగా లీనమై నోటికి తాకిడి వచ్చి మాట్లాడ తాము. ఆ సమయంలో మాట్లాడిన మాటలే కలవరింతలు. మన మనోనిశ్చయాలూ, భయాలూ, కోరికలూ ఇత్యాది వాటికి ఇష్టానుసారంగా నోటిని కదల్చటమే కలవరింత.

ఈ జన్మలో పురుషుడు మరుజన్మలో స్త్రీగా పుట్టవచ్చా ? స్త్రీ కోరుకుంటే పురుషుడిగా జన్మించవచ్చా ?

స్త్రీ పురుషుడుగానూ, పురుషుడు స్త్రీగానూ జన్మించటమనేది వారి వారి కర్మలని బట్టి జరుగుతుంది. తదేక దీక్షతో కోరుకుంటే కావాల్సిన జన్మ వస్తుందనేది స్పష్టము. శ్రీరాముడు వనవాసం చేస్తూ అనేక తాపసుల, మహర్షుల ఆశ్రమాలకి మునిసేవకై దర్శించాడు.

ఆ సమయంలో శ్రీరాముడి దివ్యమంగళ స్వరూపం చూసి కొంతమంది తాపసులకు కౌగిలించు కోవాలని అనిపించింది. అలా అనిపించిన వారంతా తర్వాత జన్మలో గోపికలుగా పుట్టి శ్రీకృష్ణుడి పవిత్ర ప్రేమకు పాత్రులయ్యారు.

చెట్టు ముందా ? విత్తు ముందా ?

చెట్టు కావాలంటే విత్తు కావాలి. అలాగే విత్తు కావాలంటే చెట్టు ఉండాలి. అలా ఎంత వెనక్కి వెనక్కి వెళ్ళి చూసినా చెట్టు ముందు విత్తు, విత్తుకు ముందు మళ్ళీ చెట్టు ... ఇలా ఎన్ని సార్లు వెనక్కి వెళ్ళినా అంతం వుండదు. అంటే చెట్టు విత్తు సంబంధం పెట్టిన వాడే దేవుడు. ఆ పరమాత్ముడే అన్నింటా అందరీ కంటే ముందు అనేది అసలు పరమార్థం. కానీ చెట్టు ముందా విత్తు ముందా అంటే పురాణ ఆధారప్రకారం చెట్టే ముందు అది ఎలాగంటే క్షీరసాగర మథనంలో పుట్టింది కల్పవృక్షమే కానీ కల్పవృక్ష విత్తనం కాదు.

ఉల్లి చేసే మేలు తల్లి కూడా చెయ్యదు... అయినా ఎందుకు పూజలలో నిషిద్ధం...?

నిజమే. ఉల్లి చేసే మేలు తల్లి కూడా చెయ్యదంటారు. తపస్సు అనగా దైవకార్యాలూ, పూజలూ, వ్రతాలూ చేసేటప్పుడు ఉల్లి వద్దనటంలో అర్థం. తమోగుణం పెరిగి సాధనకు ఏకాగ్రత కుదరుదు. అందుకే ఉల్లి నిషేధం.

చతుర్దశ విద్యలు అనగా ?

ఋగ్వేదము, యజుర్వేదమూ, సామవేదమూ, అధర్వణ వేదమూ, శిక్ష, వ్యాకరణమూ, ఛందస్సు, నిరుక్తము, జ్యోతిష్యము, కల్పము, మీమాంస, న్యాయ, పురాణ ధర్మ మహాశాస్త్రములు.

స్త్రీల అలంకారములు పదహారు... అవి ఏమిటి ?

★ దంతధావనము

★ నలుగు పెట్టి స్నానము

★ పసుపు పూత

★ చీర, రవిక.

★ పారాణి

★ శిరోజాలంకరణ

★ పుష్పాలంకరణ

★ పాపిట కుంకుమ

★ బుగ్గన చక్కటి చుక్క

★ లలాట తిలకము

★ గోరింటాకు

★ తాంబూలము

★ పెదవులకి ఎరుపు

★ కంటికి కాటుక

★ సర్వాభరణ అలంకరణ

★ పెళ్ళి అయిన వారికి మంగళసూత్రమూ, నల్లపూసలూ, మెట్టెలు.

మహాభారత పర్వాలు ఎన్ని? అవి ఏమిటి ?

భరతవంశ గాథను మూడేళ్ళ వ్రతాన్ని చేట్టి వేదవ్యాసుడు జయకావ్యాన్ని వ్రాశాడు.

ఆపై వైశంపాయనుడు జనమేజయునకి జయ కావ్యాల గూర్చి చెబుతున్నప్పుడు కలిగే సందేహాలనూ, సమాధానాలనూ వేదవ్యాసుడి ఆశీస్సులతో చెప్పినది కలిపి భారతము.

ఆపై ఉగ్రశ్రవసుడు నైమిశారణ్యంలో శౌనకాది మునులకు భారతాన్ని వివరిస్తూ, రమ్యంగా చెబుతూ ఉన్నప్పుడు కలిగిన సందేహాలనూ, సమాధా లనూ వ్యాసుడి తాత్పర్యానికి అనుగుణంగా చెప్పిన దంతా కలిపినదే. అలా చెప్పిందే మహాభారతము.

మహాభారత పర్వాలు పద్ధెనిమిది. ఆది, సభా, అరణ్య, విరాట, ఉద్యోగ, భీష్మ, ద్రోణ, కర్ణ, శల్య, సౌప్తిక, స్త్రీ, శాంతి, అనుశాసనికి, అశ్వమేధ, ఆశ్రమ

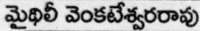

వాస, మౌసల, మహాప్రస్థానిక, స్వర్గారోహణ అను పద్దెనిమిది పర్వాలే మహాభారతము.

నవరసాలు అనగా ?

నవరసాల్లో తొలిది శృంగారము, ఆ తర్వాత వరుసగా హాస్యమూ, కరుణా, రౌద్రమూ, వీరమూ, భయానకమూ, బీభత్సమూ, అద్భుతమూ, శాంతమూ... ఇవే నవరసాలు.

మన్మథుడు ఆవహిస్తే వచ్చే అవస్థలు ఏమిటి ?

కనులతో చూసి మైమరుచుట, మనసు పడుట, సంకల్పించుట, నిద్రపట్టక వొత్తి గిల్లుట, చిక్కి సగమవుట, విపరీతమైన విసుగు, సిగ్గు బిడియం వదిలివేయటం, చిత్తభ్రమనొందుట, మూర్ఛ, తుదకు ఆత్మహత్యకు ప్రయత్నించుట.

పంచాంగ శ్రవణ ఫలము

సకల మంగళకరమైన శబ్దము. శత్రువులను దూరం చేస్తుంది. దుస్వప్న దోషాలనూ హరిస్తుంది. పరమ పవిత్రమైన గంగానదిలో స్నానము చేసిన

పుణ్యాన్ని ఇస్తుంది. అన్ని దానములలోకెల్లా ఉత్తమమైన వాటిలోని గోదాన ఫలాన్ని ఇస్తుంది. యజ్ఞములు చేసిన ఫలమును ఇస్తుంది. సకల శుభాలకి శాస్త్ర బద్ధమైనది పంచాంగశ్రవణము.

బలిచక్రవర్తి సూక్తి

సర్వనాశన మగుచున్నను భగవంతుని యందు విశ్వాసము వీడకుము

తెల్లవారుజామున బైలుదేరితే వారశూల దోషముండదా ?

తెల్లవారుజామున అనగా ఉదయం నాలుగు గంటల ముందు బైలుదేరితే (సూర్యోదయం ముందు) ఏ దోషమూ లేదు. ఏ దిక్కుకైనా ప్రయాణించవచ్చు. వారశూల దోషాలతో సంబంధము లేదు. అయితే ఈ విషయం కేవలం ప్రయాణానికి మాత్రమే అని గుర్తుంచుకోవాలి.

అయిదో తనమంటే ?

ముత్తయిదవని అర్థం. స్త్రీ అయిదు అలంకరణ లతో కళ కళ లాడుతుండాలి. పసుపు, కుంకుమ, గాజులు, మెట్టెలు, మాంగల్యము.

స్త్రీకి వివాహం అయిన తర్వాతే మెట్టెలూ, మాంగళ్యమూ వస్తాయి.

అరుంధతికి ఉపదేశించిన అయిదు వత్తుల దీపారాధన ఫలం ఏమిటి ?

శ్రీమహాలక్ష్మి, శ్రీగౌరీ, మహాసరస్వతులైన ముగ్గురమ్మలు జ్యోతిర్యుపాసనను అరుంధతికి ఉపదేశించారు. అయిదువత్తుల దీపారాధన చేయటం వల్ల తొలి వత్తి భర్త సమస్త కోరికలు తీరుటకూ, రెండవ వత్తి సంతాన యోగక్షేమాల కోసమూ, మూడవ వత్తి పుట్టింటి మరియు అత్తింటి క్షేమము కొరకూ, నాలుగవ వత్తి కీర్తి, గౌరవము కొరకూ, ఐదవ వత్తి సకల అరిష్టాలను పోగొట్టుటకూ, దుఃఖము నుంచి విముక్తి కొరకూ.

ఒక వత్తి దీపారాధన చేయవలదు.

మరణించిన వారి పేరు ముందు 'స్వర్గీయ' అని వ్రాసేదెందుకు ?

జన్మలో చేసిన పనులను బట్టి మరణించిన జీవి స్వర్గ, నరకాలకి వెళతాడు. ఈ మానవ నిత్య జీవిత

కర్మల్లో ఎవ్వరూ స్వర్గానికి పోయే అవకాశము లేదు. అలాగే చనిపోయిన వారి గుర్చి ఏ అశబ్దదోషం వాడినా మహాపాపం. అంతటి పాపం అంటకుండా ఉండేందుకు 'స్వర్గీయ' అని సంబోధిస్తారు.

పెళ్ళి చేసుకోకపోతే స్వర్గప్రాప్తి ఉండదా ?

స్త్రీ పురుషులెవ్వరైనా వివాహం కానిదే స్వర్గ ప్రవేశం చేయలేరు. కాని భగవంతునిపై అపారభక్తితో వివాహ విషయాన్ని వదిలేసి అనంతమైన భక్తి ప్రపత్తులతో ఆ దేవుడ్ని కొలిస్తే స్వర్గానికి వెళ్ళవచ్చు. ధర్మ, అర్థాలతో, న్యాయాలతో సంపాదించిన పుణ్యంతో స్వర్గాన్ని చేరలేరు. స్వర్గాన్నీ, మోక్షాన్నీ పొందాలంటే భక్తి తప్పనిసరి.

శ్రీపోతులూరి వీరబ్రహ్మేంద్రస్వామి చెప్పినవి జరిగినవి

★ చల్లకంటే కల్లునే గొప్పదిగా భావిస్తారు జనులు.

★ వావీ వరుసలు మరిచిపోతారు.

★ వర్ణవ్యవస్థ నాశనమవుతుంది.

★ భర్తలను భార్యలు ఏలుతారు.

★ రాజరికాలు నశిస్తాయి. ప్రజలే ప్రభువులవుతారు.

★ తిరుపతి పెద్ద పట్నమవుతుంది.

★ ఉత్తర దేశాన మహాత్ముడు జన్మించి సత్య అహింసలను బోధిస్తాడు.

★ చీమకుర్తీ, బెజవాడా మహాపట్టణాలవుతాయి.

★ ఉత్తములైనవారు అల్పులకు దాసితనము చేస్తారు.

★ కాముకత్వము పెరుగుతుంది.

★ భారతదేశాన్ని విదేశీయులు పాలిస్తారు.

★ మాచర్ల రాజులు మదవతి కారణంగా సమస్తము సమసిపోదురు.

★ కోటి విద్యలున్నా కూదులేక మాడిపోతారు.

★ సర్వవస్తువులూ కల్తీ అవుతాయి.

★ భర్తలను భార్యలూ, భార్యలను భర్తలూ ధనం కోసం వేపుకు తింటారు.

★ ముండమోపులు ముత్తయిదువులవుతారు.

★ నీటిని కొనుగోలు చేస్తారు.

★ ఎడ్లూ, దున్నపోతులూ లేకుండా బండ్లు నడుస్తాయి.

★ మనుష్యులు పక్షుల్లా ఎగురుతారు.

ఓం

శ్రీపోతులూరి వీరబ్రహ్మేంద్ర స్వామి కాలజ్ఞానం ప్రకారం జరగాల్సినవి.

★ తిరుపతికి వెళ్ళే అన్ని దారులూ మూసుకు పోతాయి.

★ శ్రీవేంకటేశ్వరస్వామి సంపదను ఆరుగురు దొంగలు దోచుకుంటారు.

★ కృష్ణానది మధ్యలో బంగారు రథం బైట పడుతుంది. అది చూసి ప్రజలు కనులు పోగొట్టు కుంటారు.

★ శ్రీశైల మల్లిఖార్జునుడు భక్తులతో మాట్లాడ తాడు.

★ యాగంటి బసవన్న రంకె వేస్తాడు.

★ మధుర మీనాక్షి జనులతో మాట్లాడుతుంది.

★ బనగానపల్లెలో పాతరమీది చింత చెట్టుకు జాజులు పూస్తాయి.

★ రాయదుర్గంలో రామచిలుక వీరధర్మాలను చెబుతుంది.

★ శ్రీకాళహస్తి గుడిలో దోపిడి జరుగుతుంది.

★ మల్లిఖార్జునుడు శ్రీశైలాన్ని వదలి వింధ్య పర్వతాలకి వెళతాడు.

★ పెనుగొండలో పెద్ద పులులు తిరుగుతాయి.

★ నెల్లూరు సీమ నీటిలో మునిగిపోతుంది.

★ శ్రీకుమారస్వామి ఆలయం వారం రోజులు మూసేస్తారు.

★ అర్ధరాత్రి సూర్యోదయమవుతుంది.

★ బెంగుళూరులోని వైశ్యకులంలో శ్రీమహాలక్ష్మి జన్మిస్తుంది.

★ కంచి కామాక్షి కనులెర్ర చేస్తుంది. ఆ ధాటికి దక్షిణాన జనులు మరణిస్తారు.

శ్రీశైలంలో పాతాళగంగలోని నీరు పచ్చగా ఎందుకుంటుంది?

చంద్రగుప్త మహారాజు అనేక సంవత్సరాలు యుద్ధం చేసి, విజయాలతో రాజ్యం చేరతాడు. అంతః పురంలోని స్త్రీలతో ఉన్న అందాలరాశిని తన కూతురని తెలియక ఆశిస్తాడు. ఆపై తెలిసినా వినకపోవటంతో, చంద్రావతి శ్రీశైలం అరణ్యాలకి వచ్చి పరమేశ్వరుడ్ని అనుగ్రహించమని తపస్సు చేస్తుంది.

అక్కడికి కూడా చంద్రగుప్తుడు వచ్చి చంద్రావతిని చెరపట్టబోతుండగా మహాశివుడు ప్రత్యక్షమై కామంతో కనులు మూసుకుపోయిన నీవు పచ్చలబండవై పాతాళ

గంగలో పడి ఉండమని శపిస్తాడు. ఆపై వేడుకోగా, శ్రీమహావిష్ణువు కలియుగంలో అవతరిస్తాడు. ఆ అవతార పురుషుడు స్నానంకై పాతాళగంగలో దిగిన నాడు, స్నానమాచరించిన నాడు నీకు శాపవిమోచనం కలుగుతుందని మహేశ్వరుడు శెలవిస్తాడు.

చక్కగా హాయిగా నవ్వితే ?

గుండె వేగం పెరిగి రక్త ప్రసరణ బాగా జరుగు తుంది.

పదినిముషాల వ్యాయామమంత కొన్ని నవ్వులు అనేక అనారోగ్యాలు దూరమవుతాయి.

చక్కెర వ్యాధి వారికి నవ్వటం చక్కటి మందు. దివ్య ఔషధం.

చిన్నవయస్సులో రోజుకు 300 సార్లు, యుక్త వయస్సులో 47 సార్లు, వృద్ధాప్యంలో కేవలం ఆరుసార్లు నవ్వుతారు. ఇంకా గలగల నవ్వటం వల్ల జ్ఞాపకశక్తి పెరుగుతుంది. ధైర్య గుణం వస్తుంది. రక్తపోటు తగ్గుతుంది.

జ్యోతిర్లింగ దర్శన ఫలములు

సౌరాష్ట్ర సోమనాథుడ్ని దర్శించిన భోగభాగ్యాలు కలుగుతాయి.

శ్రీశైల మల్లికార్జుడ్ని సేవించిన సర్వదరిద్రాలు సమసిపోతాయి.

ఉజ్జయిని మహాకాలుడ్ని కొలిచిన సర్వభయ పాపాలూ హరించుకుపోతాయి.

ఓంకారేశ్వరము అమరలింగేశ్వరుడు, ఇహ పరాలూ, సౌఖ్యాన్నిస్తాడు.

పరళి వైద్యనాథ లింగాన్ని సేవించిన అనేక దీర్ఘవ్యాధులు నయమవుతాయి.

భీమేశ్వరము భీమేశ్వరలింగాన్ని దర్శించిన శతృజయం కలిగి అకాల మృత్యుభయాలు తొలిగి పోతాయి, తప్పిపోతాయి.

రామేశ్వరము రామేశ్వరలింగాన్ని దర్శించి, కాశీలో గంగా జలాన్ని అభిషేకించిన, మహోన్నతమైన పుణ్యఫలం కలిగి పరమపదాన్ని చేరుతారు.

ద్వారక నాగేశ్వరుడ్ని దర్శించిన మహాపాతకాలూ, ఉపపాతకాలూ నశిస్తాయి.

కాశి విశ్వేశ్వర లింగాన్ని సేవించిన సమస్త కర్మబంధాల నుంచి విముక్తి.

నాసిక్ త్ర్యంబకేశ్వర స్వామిని కొలిచిన కోరికలు తీరుతాయి. అపవాదులు పోతాయి. హిమాలయ కేదారేశ్వర లింగాన్ని దర్శించిన వారు ముక్తిని పొందు తారు.

వేరూలు ఘృశ్వేశ్వర లింగాన్ని దర్శించిన ఇహపర భోగాలను అందిస్తుంది.

మహమ్మద్ ప్రవక్త సూక్తి

పరమపదప్రాప్తికి శరీరము హేతువగుట మిగుల పవిత్ర మైనది. అందుచే దానిని జాగ్రత్తగా కాపాడుకొనవలెను

'హనుమాన్ చాలీసా'ను తొలుత విన్నదెవ్వరు ?

శ్రీరామచరిత మానస్ వ్రాసిన శ్రీరామభక్తాగ్రణ్యుడు తులసీదాసగోస్వామి. తులసీదాసు శ్రీరామచరిత మానస్ గానం చేస్తే హనుమే స్వయంగా వచ్చేవాడు. ఎక్కడ శ్రీరామ సంకీర్తన జరిగినా ఆయా ప్రదేశాలకి హనుమ వేంచేస్తాడు.

ఓసారి తులసీదాస్ శ్రీరామచరిత మానస్ గానం చేశాక, అంతా వెళ్ళిపోయారు. ఒక్క వృద్ధమూర్తి తన్మయంతో అలాగే ఉండిపోగా, తులసీదాసు ఆయన పాదాలకి నమస్కరించాడు.

ఆ వృద్ధ రూపంలో నున్న హనుమంతుడు తులసీ దాసుకు తన దివ్య దర్శనాన్ని ఇచ్చాడు.

తులసీదాసు పరమానంద భరితుడై నలభై పద్యములతో కూడిన స్తోత్రాన్ని చెప్పాడు.

అదే హనుమాన్ చాలీసా. తొలుత విన్నది స్వయముగా హనుమంతుల వారే.

ఆలయాల్లో హనుమంతునికి ఒళ్ళంతా సింధూరము ఎందుకు రాస్తారు ?

ఓసారి సీతాదేవిని హనుమ 'తల్లీ, నీ నుదుట సింధూర తిలకమునకు అర్థమేమిట'ని అడిగాడు. దానికి జనకరాజపుత్రి 'నాయనా! స్త్రీకి బొట్టు మంగళ ప్రదం, సౌభాగ్యదాయకం. నేనిలా బొట్టు పెట్టు కొంటుంటే నా స్వామి, నీ స్వామి అయిన శ్రీరాముడి ఆయువు నిత్యమూ పెరుగుతుంటుంది' అని చెప్పింది.

దానికి హనుమ సీతమ్మ నుదుటన అంత సింధూరపు బొట్టు పెట్టుకుంటేనే స్వామి ఆయువు పెరిగితే, నేను వళ్ళంతా స్వామి పేరు చెప్పి సింధూరాన్ని అద్దుకుంటే ఇంకెంతో ఆయువు పెరుగుతుందని వళ్ళంతా సింధూరం పులుముకొని సీతమ్మకి చూపించి 'అమ్మా, నేనింక జీవితాంతమూ, ఒళ్ళంతా నా స్వామి కోసం సింధూరము పూసుకుంటాను' అని చెప్పాడు.

అందుకే హనుమ విగ్రహానికి సింధూరాన్ని రాస్తారు. ఈ చర్య భక్తి మార్గాల్లో మహోన్నతమైన మూఢభక్తికి చెందినది.

స్త్రీలు జుట్టు విరబోసుకుని ఎందుకుండరాదు ?

పిశాచాలకు ఆహ్వానంవంటిది ఆ చర్య. అనేక దుష్టగ్రహాలు ఆ సమయంలో ఆవహించి కల్లోల పరిచే శక్తి జుట్టు విరబోసుకున్నప్పుడే వాటికి వస్తుంది. దానికి తోడు విరబోసుకున్న స్త్రీని చూసిన పురుషుడుకి ఆ స్త్రీ మీద కామం కలుగుతుంది. తద్వారా అనేక కుటుంబ సమస్యలు వస్తాయి. భర్త చూస్తే భార్య మీద ప్రేమ తగ్గుతుంది. అలాగే జుట్టు విరబోసుకు తిరుగుతుంటే లక్ష్మీదేవి అక్కకు కూడా ఆహ్వానమే.

ఏ దేవుడ్ని దర్శించేటప్పుడు ఏ రంగు దుస్తులు ధరించాలి ?

సరస్వతీ దేవినీ, శ్రీమహాలక్ష్మినీ, మహేశ్వరుడ్ని దర్శించటానికి వెళ్ళేటప్పుడు తెల్లని దుస్తులు ధరించాలి. పార్వతీదేవినీ, ఆమె పుత్రుడైన వినాయకుడ్ని దర్శించ టానికి వెళ్ళేటప్పుడు ఎరుపు బట్టలు ధరించాలి.

శ్రీమహావిష్ణు రూపాలైన శ్రీరామ, శ్రీకృష్ణ, శ్రీ వేంకటేశ్వరస్వామినీ దర్శించేటప్పుడు మంగళకరమైన పసుపు దుస్తులు ధరించాలి.

శ్రీచైతన్యమహాప్రభు సూక్తి

ధనమును వ్యర్థపుచ్చిన కూడదీసికొన వచ్చునుగాని
కాలము వ్యర్థపుచ్చిన కూడదీసుకొనలేము

కార్తీక మాసంలో ఉసిరి చెట్టు క్రింద భోజనాలెందుకు ?

ధాత్రి చెట్టు అనగా ఉసిరి చెట్టు క్రింద సమారాధనము చేసి బంధు మిత్ర హితులతో ఎవరు వన భోజనము చేస్తారో, ఆ సమయంలో ఎవరు పురాణం వింటారో వారు నీచజన్మలు పొందక శ్రీమహావిష్ణువు దీవెనలను సంపూర్ణంగా పొందుతారు.

అలాగే సంవత్సరంలో వక్కసారయినా చెట్లు బాగా వుండే వనాలకి వెళ్ళి గడపటం ద్వారా శ్వాసనాళాలు రిలాక్స్ అవుతాయి.

చక్కని ప్రాణవాయువును పీల్చడం ద్వారా అనేక దోషాలు శరీరం నుంచి తొలగిపోతాయి.

ఉసిరిక చెట్టు నుంచి వచ్చే గాలిని పీల్చటం ద్వారా ఎన్నో వ్యాధులు సమసిపోతాయి.

కార్తీకమాసంలో ఉసిరిచెట్టును పూజిస్తే సమస్త విష్ణుక్షేత్రములందు విష్ణుపూజ చేసిన ఫలం వస్తుంది.

స్త్రీకి వామనేత్రం అదిరితే ఎంతటి శుభం ?

స్త్రీకి వామనేత్రం అదిరినా, జలదరించినా శుభం. అలాగే ఎర్రటి కనుకొలనులు పులకించినా శుభనిమిత్తమే. సీతాన్వేషణ కొరకై హనుమ లంక చేరి అశోకవనం చేరిన సమయాన సీతాదేవిని దర్శించే కొన్ని క్షణాల ముందు సీతాదేవికి శుభసూచికంగా ఈ శుభనిమిత్తాలు కలిగాయి. ఆ క్షణం తర్వాత సీతాదేవికి అన్నీ శుభములే. సకల సౌభాగ్యాలతో భర్తతో ఆపై ఎంతో సుఖించింది సీతాదేవి. కష్టాల సమయంలో ంటి శుభనిమిత్తాలు కలిగితే అన్నీ కష్టాల నుంచి విముక్తి కలుగుతుంది.

సంవత్సరంలో వక్కసారయినా నేరేడు తినమనేదెందుకు ?

చక్కెర వ్యాధిని తగ్గిస్తుంది. కడుపులోని ప్రేవులకు అంటుకొని ఉన్న అనేక సూక్ష్మజీవులు విసర్జించ బడతాయి.

నాలుక మొద్దుబారి రుచి తేడా తెలియకుండా ఉన్నవారికి నేరేడు తినటం వల్ల ప్రతి రుచి స్పష్టంగా తెలుస్తుంది. ఇవన్నీ చెబితే వింటారో వినరోనని సంవత్సరకాలంలో వక్కసారన్నా నేరేడు పండును తినమని చెబుతారు. అందుకే చాలా మంది పెద్దలు దగ్గరుండి పిల్లలకి తినిపిస్తారు.

శివాలయంలో నందీశ్వరుని తోకను నిమిరేదెందుకు ?

శివాలయంలో నంది ఎద్దు జాతికి చెందినది కాదు. అయినా తోక నిమిరితే ఎంతో ఆనందము. అలా నిమిరినప్పుడు నందీశ్వరుడు పరమానందభరితుడై పరమేశ్వరునికి నీ భక్తుడు నీ దర్శనానికి వచ్చాడని నివేదిస్తాడు. ఎద్దు ధర్మానికీ, గుర్రం శక్తికీ ప్రతీకలు. ధర్మానికి పురికొల్పుతున్నాం అని చెప్పటం కూడా తోక నిమరటంలో భాగం.

'రామ' అనే రెండక్షరాలు శివునివి !?

వాల్మీకి రామాయణ శ్లోకాలు ఇరవై నాలుగు వేలు. అయితే శివుని వద్ద మరింత విపులంగా వంద

కోట్ల శ్లోకాలు గల రామాయణం ఉందట. ఆ వంద కోట్ల శ్లోకాలు దేవతలకీ, మహర్షులకు, రాక్షసులకూ అందరికీ ఇచ్చాడట. తుదకు ఓ శ్లోకం మాత్రమే మిగిలింది.

మిగిలిన శ్లోకాన్ని పదిమందికి పది అక్షరాలు పంచగా రెండే అక్షరాలు మిగిలాయి. ఆ రెండక్షరాలే 'రామ'.

మహాశివుడు ఆ అక్షరాలను రెంటినే ఎవ్వరికీ ఇవ్వనని తానే ఉంచుకున్నాడట.

పదునెనిమిది రోజుల కురుక్షేత్ర యుద్ధంలో ఇరువురి ప్రముఖ వ్యూహాలు....

క్రౌంచారుణ వ్యూహం : ధృష్టద్యుమ్నుడు క్రౌంచ పక్షి ఆకారంలో సైన్యాన్ని నిలుపుతాడు.

గరుడ వ్యూహం : మూడవ రోజున ఈ వ్యూహాన్ని భీష్ముడు నిర్మించాడు. దీనినే సువర్ణ వ్యూహం అని కూడా అంటారు.

శకట వ్యూహం : పదకొండవ రోజున ఈ వ్యూహాన్ని నిర్మించారు. బండి ఆకారంలో ద్రోణాచార్యుడు సైన్యాన్ని నిలిపి కేంద్ర స్థానంలో ఉంటాడు.

చక్రవ్యూహం : పదమూడవ రోజు ఈ వ్యూహాన్ని నిర్మించారు. దీనిని పద్మవ్యూహం అని కూడా అంటారు. ద్రోణాచార్యుడు ఈ వ్యూహాన్ని పన్ని అభిమన్యుడ్ని బలి తీసుకున్నాడు.

మకర వ్యూహం : ఐదవ రోజున భీష్ముడు ఈ వ్యూహాన్ని నిర్మిస్తాడు.

బార్హస్పత్య వ్యూహం : పదిహేడవ రోజున బృహస్పతి సహకారంతో కర్ణుడు ఈ వ్యూహాన్ని పన్నుతాడు.

శృంగాటక వ్యూహం : ఎనిమిదవ రోజు నిర్మించిన ఈ వ్యూహంలో త్రికోణాకారంలో సైన్యాన్ని నిలుపుతారు. ధృష్టద్యుమ్నుడు భీష్ముని వ్యూహానికి ప్రతిగా నిర్మిస్తాడు.

శ్యేన వ్యూహం : ఈ వ్యూహాన్ని ఐదవ రోజు నిర్మించారు. దీనినే డేగ వ్యూహం అని కూడా అంటారు. భీష్ముడి మకర వ్యూహానికి ప్రతిగా ధృష్టద్యుమ్నుడు ఈ వ్యూహాన్ని నిలుపుతాడు.

అర్ధచంద్ర వ్యూహం : మూడవ రోజు భీష్ముడు పన్నిన గరుడ వ్యూహానికి ప్రతిగా ధృష్టద్యుమ్నుడు అర్ధచంద్ర వ్యూహాన్ని నిలుపుతాడు.

మండల వ్యూహం : ఏడవ రోజున నిర్మించిన ఈ వ్యూహంలో భీష్మాచార్యుడు కురుసేనను మండలాకారంలో నిలుపుతాడు.

మండలార్ధ వ్యూహం : ద్రోణుడు పన్నెండో రోజు కురుసేనను గరుడ వ్యూహంలో నిలుపగా ధర్మరాజు పాండవ సైన్యంతో మండలార్ధ వ్యూహాన్ని రచిస్తాడు.

వజ్ర వ్యూహం : ఏడవ రోజున భీష్ముడు కురుసేనను మండల వ్యూహంతో నిర్మించగా ధర్మరాజు పాండవసేనలను వజ్ర వ్యూహంతో నడిపిస్తాడు.

సూచీ ముఖ వ్యూహం : ఆరవరోజు ధృష్ట ద్యుమ్నుడు పాండవసేనను మకర వ్యూహంతో నిలపగా దానికి ప్రతిగా భీష్ముడు క్రౌంచ వ్యూహంతో సైన్యాన్ని నడిపిస్తాడు. రెండు వ్యూహాలు భంగపడటంతో అభిమన్యుడు సూచీ ముఖ వ్యూహాన్ని పన్నుతాడు.

వ్యాల వ్యూహం : నాలుగవ రోజు భీష్ముడు కురుసేనను చుట్ట చుట్టుకున్న లేదా ముడివేసుకున్న పాములా నిలుపుతాడు. ఈ వ్యూహం ద్వారా సకల సైన్యాల స్థంభనను అంచనా వెయ్యటం కష్టము.

సర్వతోభద్ర వ్యూహం : తొమ్మిదవ రోజు కురుసేనతో ఈ సర్వతోభద్ర వ్యూహాన్ని రచిస్తాడు భీష్ముడు.

మహా వ్యూహం : రెండవ రోజు భీష్ముడు ఈ వ్యూహాన్ని అనేక విధాలుగా నిర్మించి అజేయుడై హడలు కొట్టించాడు.

మహావ్యూహం : ఎనిమిదో రోజు కూడా మహా వ్యూహాన్ని నిర్మించాడు భీష్ముడు.

మహావ్యూహం : భీష్ముడు నిర్మించిన సర్వత్ భద్ర వ్యూహానికి ప్రతిగా ధృష్టద్యుమ్నుడు మహావ్యూహాన్ని నిర్మిస్తాడు.

తల్లో నాలుకలా ఉండటమంటే ?

నోట్లో నాలుకలా అని కూడా అంటారు. నాలుక మెత్తనిది. సుతిమెత్తనైనది. అయినా రాక్షసుల్లాంటి ముప్పైరెండు పళ్ళ మధ్య ఎంతో చాకచక్యంగా వాటిని నిమురుతూ, తాకుతూ కదిలిస్తూ తన పని తాను చేసుకుపోతుంటుంది. ఏ రోజూ ఎప్పుడూ వాటి నుంచి ఎలాంటి ఇబ్బందిని ఎదుర్కోకుండా సౌమ్యంగా, సరళంగా హుందాగా సాగిపోతుంటుంది. అలా తల్లో నాలుకలా ఉంటాడని పరమార్థం.

కైకను వివాహం చేసుకున్నప్పుడు ఆమె బిడ్డకే పట్టం కడతానని దశరథుడు మాట ఇచ్చాడా?

ఇచ్చాడు. అయితే కైకకు కాదు. ఆమె తండ్రి కైకయ మహారాజుకు. పట్టాభిషేక సమయంలో నీవు

వచ్చి అడుగుతే నీవు చెప్పినట్టు నీ బిడ్డ పుత్రునికే పట్టం కడతానని చెబుతాడు. అందుకే దశరథుడు వశిష్ఠ మహర్షిని కూడా సంప్రదించకుండా హడావుడిగా పట్టాభిషేకం నిర్ణయిస్తాడు. కైకయ రాజుకి కూడా శ్రీరాముడే పట్టాభిషిక్తుడవ్వాలని ఉండటంతో ఏ రోజు తన వరం గుర్తుచెయ్యలేదు. అందుకే కైక తన తండ్రి వచ్చి అడగడని, దేవాసుర యుద్ధంలో ఇచ్చిన కోరికలను అడుగుతుంది.

కబీరుదాసు సూక్తి

క్షేత్ర పవిత్రతకంటె హృదయపారిశుద్ధ్యమే ముఖ్యము

భర్తను భార్య పేరు పెట్టి పిలవచ్చా ?

ఏవండీ.. మీరూ, తమరూ ... ఇలా భార్య భర్తను సంభోదిస్తుండటం సహజం. కాని కొంతమంది వారి వారి పేర్లతో పిలుస్తుంటారు. విన్న వారు అలా పిలవకూడదనుకుంటారు. మనం ఏం ఆచరించినా, ధర్మాలూ, పురాణాలూ, ఇతిహాసాల ప్రకారమే జీవనం సాగిస్తుంటాము. భర్త భార్యను తండ్రి వంశంతో కూడా సంభోదిస్తుంటాడు. ఉదాహరణకు శ్రీరాముడు సీతను జనకరాజపుత్రీ అని కూడా పిలుస్తాడు. అలాగే భార్య కూడా పిలవచ్చు. సీతాదేవి శ్రీరాముడ్ని ఎన్నోసార్లు

పేరు పెట్టి పిలిచింది. అది ఏకాంతంలోనే. భర్తను పేరు పెట్టి పిలవటం మన హిందూ సంప్రదాయం కాదు.

వినే వాళ్ళకి ఆ భర్త మీద ఉండాల్సిన గౌరవము ఉండదు. అలాగే సాటి స్త్రీలలో కూడా ఆ స్త్రీ ఒకింత పలచనే అవుతుంది.

భోజనాన్ని ఎలా తీసుకోవాలి ?

ఆచమనం చేసిన తర్వాత తీసుకోవాలి. అన్నమునకు నమస్కరించాలి. ఆహారపదార్థాలను చూసి చిరాకు పడరాదు. వండిన వార్ని అభినందించాలి.

అప్పుడే బలాన్నీ, సామర్థ్యాన్నీ ఇస్తుంది. లేనిచో వికటిస్తుంది.

భోజనం మధ్యలో లేవటమూ, మాట్లాడటమూ తగదు. ఎంగిలి అన్నాన్ని ఇతరులకు పెట్టరాదు. భార్యకు సహితము పెట్టరాదు. పదార్థాలు బాగున్నాయని అతిగా తింటే ఆయుష్షు తగ్గుతుంది. భోజనానం తరము కూడా ఆచమనం చేయాలి.

ఆచమన విధి తెలియనప్పుడు భగవంతుడ్ని స్మరించి ఆపై భుజించాలి. విస్తరిలో ఏమీ మిగల్చరాదు. అవసరమైనంతే వడ్డించుకోవాలి. లేదా వడ్డించమని చెప్పాలి. ఇష్టం లేని పదార్థాలను ముందుగానే వద్దనాలి.

ఏ భోజనాన్ని తినకూడదు ?

ఆవు వాసన చూసిన ఆహారాన్నీ, వేశ్య వడ్డించు అన్నమూ, దొంగ లేదా వడ్డీ వ్యాపారుల భోజనమూ, లోభీ, నేరస్తుడూ, ఆడంబరాలను చెపుతూ వడ్డించిన వారి అన్నము తినరాదు. చద్ది అన్నమూ, దేవతలకి నైవేద్యం పెట్టని అన్నమూ, భర్త, పుత్రులూ లేని వారి చేతి భోజనమూ, నాట్యము చేయువాని అన్నమూ, నపుంసకుడూ, రంకులాడీ, వేటగాడూ ఇత్యాది వారి నుంచి భోజనం స్వీకరించకూడదని మన ధర్మశాస్త్ర సారాంశము.

మగవాడిలో పరస్త్రీ ఆశ ఉన్నదని ఎలా తెలుస్తుంది ?

ఏకాంత ప్రదేశంలోనూ, పార్కులలోనూ, నదీ, సముద్ర తీర ప్రాంతాల్లోనూ కారణం లేకుండా లేదా ఉన్నా మాట్లాడినా, ఉద్దేశ్యము ఉన్నట్టే.

పూలూ, గంధమూ బహుమతిగా పంపినా తనని కోరుతున్నాడని స్త్రీ అర్థం చేసుకోవాలి. సరదాగానూ, వేళాకోళంగానూ, ఎక్కువసేపు మాట్లాడేవారూ, అవకాశాన్ని బట్టి తాకటానికి ప్రయత్నించే వారూ ఆ

కోవలోకే వస్తారు. తన శరీరంలో తాకరాని ప్రదేశంలో తాకుతున్నా, అభ్యంతరం పెట్టకుండుట, అక్కడ్నించి కదలకపోవుట చేస్తే స్త్రీకి ఆ ఉద్దేశ్యము ఉన్నట్టే. మగవాడికి ఆహ్వానం ఇచ్చినట్టే. స్త్రీ మగవాడికి ఆవగింజంత అవకాశం ఇస్తే ఆ బుల్లి అవకాశంతో ఏనుగును పట్టేంత చేస్తాడు.

భార్యను సంతోషపెడుతూ బ్రహ్మచర్యం పాటించే పద్ధతి ?

వివాహం చేసుకొన్న భార్యను తగు విధంగా భర్త సంతోషపెట్టాలి.

ఇతర స్త్రీలను మనసులో ఉంచుకోకుండా ఆమెతో గడపాలి. స్త్రీలకు స్వభావసిద్ధ మైన పదహారు రోజులూ నిషిద్ధం.

అనగా ఋతుకాలమనకు ముందు, వెనుక రోజులతో పాటు తొలి నాలుగు రాత్రులూ, పదకొండవ, పదమూడవ రాత్రులు తప్ప మిగిలిన పదిరాత్రులూ భార్యా సంగమమునకు శుభరోజులు.

అమావాస్య, పున్నమి రాత్రులయందు తగదు. ఆ రోజులు వదిలిపెట్టి భార్యాసంగమము చేసినచో బ్రహ్మచర్య వ్రతాన్ని పాటించిన వారితో సమము.

ఆదిగురు శంకరాచార్య

జటిలో ముండీ లుంచిత కేశః, కాషాయంబర బహుకృతవేషః

ప్రచ్ఛన్నపిచ నపశ్యన్ మూఢో, ఉదరనిమిత్తం బహుకృత వేషః

జడలు ధరించినా, లేక ముండనము (తలవెంట్రుకలు) చేయించినా కాషాయ బట్టలు ధరించినా తెలుసుకోవలసిన జ్ఞానం తెలుసుకోనపుడు ఈ వేషాలన్నీ పొట్ట పోషణకు వేసే వేషాలు, వృధా.

స్త్రీ ప్రేమకీ, పురుషుని ప్రేమకీ తేడా ?

ఓ అమ్మాయిని ఓ అబ్బాయి ఇష్టపడితే రోజులూ, నెలలూ, సంవత్సరాలు నిరీక్షించి రకరకాల ప్రయత్నాలు చేసి వెంటపడి బ్రతిమాలి, భంగపడి, కమ్మని మాటలు చెప్పి ఓ శుభముహూర్తాన ఆ అమ్మాయితో 'అవునని, ఇష్టమనీ' చెప్పిస్తాడు. అంతే ఆ తర్వాత ఆ అమ్మాయి జీవితాంతము ఆ అబ్బాయి కోసం అనగా భర్త కోసం ఎదురు చూస్తూ, ప్రేమిస్తూ, లాలిస్తూ, గడపాల్సిందే. అయితే ఇష్టపడిన స్త్రీని పెళ్ళికి ఒప్పించడంతో పురుషుడి ప్రేమ ఆగిపోతుంది. స్త్రీకి అక్కడ్నించి ప్రారంభమవుతుంది.

అతిగా తింటే నిద్ర ఎందుకు ముంచుకు వస్తుంది ?

తినగానే నిద్ర మంచిది కాదు. పూర్వకాలంలోని వారు భోజనం చేశాక కాస్త దూరం నడిచేవారు. సత్రాల్లో భోజనం చేసిన వారు ఎట్టి పరిస్థితుల్లో నిద్రపోయేవారు కాదు. తమ తమ ధనాన్ని దొంగలూ, స్వార్థపరులూ కొల్లగొట్టే ప్రమాదం ఉందని. ఆ కారణంగానూ, ఆరోగ్య పరంగానూ నిద్ర మంచిది కాదు.

భోజనం చేసినపుడు జీర్ణవ్యవస్థలో రక్తప్రసారం జరిగి పోషకాలను స్వీకరిస్తుంది. ఆ సమయంలో ఎక్కువ రక్తం అవసరం అవ్వటంతో శరీరంలోని మిగతా భాగాల్లో రక్తప్రసరణ తగ్గి మగతగా మత్తుగా అనిపిస్తుంది. నలభై అయిదు దాటిన వారు భోజనం అయ్యాక ఓ పావు గంట ఆగి నిదురించటం మంచిది.

దిష్టి బొమ్మ నుంచేదెందుకు ?

పంట పొలాల్లో కొత్తగా కట్టే గృహాల ముందు దిష్టి బొమ్మను ఉంచుతారు. నరదిష్టికి నాపరాయి కూడా పగులుతుందనటంలో సత్యముంది. అందుకే ఎవ్వరు చూసినా చూపు ముందు దిష్టి బొమ్మ మీద పడుతుంది.

తద్వారా నరదిష్టి తగలకుండా గృహాలనీ, పొలాలనీ ఇంకా దొంగల బారి నుంచి కాపాడుకోవచ్చు. పొలాల్లో అయితే రాత్రి దొంగలూ, పక్షులూ ఇత్యాదివన్నీ మనిషి కాపలాగా ఉన్నాడని భ్రాంతి చెంది పంట జోలికి రావనీ ఓ కారణము.

మీరాబాయి సూక్తి

భగవంతుడొక్కడే పురుషుడు - జీవాత్మలన్నియు స్త్రీ సమములే

ఆవుపేడలో అపారశక్తులు !

మన భారతీయులే కాక విదేశీయుల సయితం ఆవుపేడ అద్భుతమైనదని చెబుతారు. ఆవుపేడను అలికిన ఇంట్లో సూక్ష్మక్రిములు రావు.

పవిత్రమైన యజ్ఞయాగాదులకు ఆవుపేడనే ఉపయోగిస్తారు. ఆవుపేడ వాసన వలన మలేరియా సోకదు. అత్యంత వేడిని నియంత్రించే శక్తి కూడా ఆవుపేడలో ఉంది. ఇంటిని ఊడ్చినపుడూ, వాకిలి ఊడ్చినపుడు అనేక రోగక్రిములు గాలిలోకి లేస్తాయి.

అలాంటి వాటికి విరుగుడుగా ఆవుపేడను నీటిలో కలిపి కళ్ళాపు చల్లటం, అలకటం ద్వారా వాటిని నివారించవచ్చు.

తీర్థయాత్రా సమయంలో వేడి నీటి కుండాల్లో ఎక్కువ సేపు ఎందుకు స్నానం చేయరాదు ?

అత్యంత చలి ప్రదేశమైన కేదార్‌నాథ్, బదరీనాథ్ ప్రయాణంలో అనేక చోట్ల ఉష్ణనీటి కుండాలు కానవస్తాయి.

అంత చల్లని మంచు ప్రదేశంలో అంతటి వేడి నీరు కొండల్లోంచి రావటానికి కారణము గంధకము. గంధకము కొండల గుండా ప్రవహించటం వల్లే నీరు అంతటి వేడిగా ఉంటుంది.

ఎంతోమంది వైద్య నిపుణులు పరిశోధనల్లో ఆ వేడి నీటి కుండాల్లో స్నానం చెయ్యటం మంచిది కాదని శాస్త్ర పరిశోధన చేసి మరీ చెప్పారు. కాన ఎక్కువ సేపు స్నానం చేయరాదు.

అలాగే ఆ పవిత్ర అద్భుత పుణ్యక్షేత్రాల్లో స్వచ్ఛమైన నీరు పారుతుంటుంది. కాలుష్యానికి అవకాశం లేని ప్రదేశమని ఆ నీరు తొందరపడి త్రాగకండి.

నీరు స్వచ్ఛమైనదే. ఎటువంటి కాలుష్యానికి అవకాశం ఉండదు.

కానీ, మంచు కరిగిన నీరు కావచ్చు. లేదా అనేక విష శిలలూ, వృక్షాల నుంచి వచ్చిన నీరు కావచ్చు. ఏదైనా త్రాగటం మంచిది కాదు.

మానవతా విలువలంటే ?

★ కళ్ళ ముందు అధర్మం జరుగుతుంటే ఆపటం.

★ స్నేహం పేరుతో మోసం చెయ్యకుండా ఉండటం.

★ పరస్త్రీని కామంతో చూడకుండా ఉండటం.

★ సాటి మనిషికి సహాయపడటం.

★ కష్టాల్లో అయిన వారికీ, నమ్ముకున్న వారికీ అండగా ఉండటం.

★ సమాజాన్ని ప్రేమించటం.

★ భర్తగా, భార్యగా, తల్లిగా, తండ్రిగా, అక్కగా, చెల్లిగా, అన్నగా, పౌరునిగా, పౌరురాలిగా తమ ధర్మాలను నిర్వర్తించటము.

ఏ రత్నాన్ని దేనితో శుభ్రపరచాలి ?

కెంపును నిమ్మపండు రసంతోనూ, ముత్యాలని తక్కోల చెట్టు రసముతోనూ, పగడాలను ఆవుపాల తోనూ, పుష్యరాగంను ఉలవల నుంచి వచ్చిన గంజి తోనూ, వజ్రాన్ని పులిసిపోయిన బియ్యపు కడుగు నీళ్ళ

తోనూ, పచ్చను మజ్జిగతోనూ, గోమేధికమును మాధీఫల రసంతోనూ, నీలమును నీలి చెట్టు ఆకుల రసంతోనూ శుద్ధి చేయాలి.

నిద్రలేవగానే నీళ్ళెందుకు త్రాగాలి?

పగలంతా అలసి సొలసి సాయంత్రం ఇల్లు చేరి సేదతీరి నిదురిస్తాము. ఆ తర్వాత మన శరీరంలో అవయవాలన్నీ మనతో పాటు విశ్రాంతి తీసు కుంటాయి. ఉదయం మనం అయితే లేస్తాము. కాని శరీరంలోని అవయవాలు ఇంకా మగతగానే ఉంటాయి. వాటిని ఉత్తేజ పరచాలంటే ఘన పదార్థంతో ప్రారంభించకూడదు. గోరువెచ్చని వేడి నీటితో మన దినచర్య ప్రారంభిస్తే శరీరంలోని అవయవాలు కూడా మనతో పాటే ఉత్సాహంగా పని చేస్తాయి. ఉదయం లేవగానే నీరు త్రాగటం వల్ల జీర్ణవ్యవస్థకి ఎంతో మేలు.

మహాభారతాన్ని వినాయకుడు ఎక్కడ వ్రాశాడు?

వ్యాసుడు చెబుతుంటే వినాయకుడు ఘంటం ఎత్తకుండా వ్రాసింది, మన భారతదేశ చివర గ్రామమైన

'మాన'లో. హిమాలయాల్లో ఉంది ఈ గ్రామం. బదరీనాథ్ వెళ్ళిన వారు తప్పని సరిగా ఈ గ్రామాన్ని దర్శిస్తారు.

'జయ'కావ్యమనే మహాభారతాన్ని వినాయకుడు వ్యాసుని పలుకు ప్రకారం రాస్తుంటే పక్కన ప్రవహిస్తున్న సరస్వతీ నది తన పరుగుల ఉరుకల శబ్దాలకి అంతరాయం కలగకూడదని మౌనం వహించి ప్రవహిస్తుంది.

ఆ అద్భుతాన్ని ఇప్పుడు కూడా బదరీనాథ్ వెళ్ళిన వారు చూడవచ్చు. నింపాదిగా ఆగి గమనిస్తే సరస్వతీ నది భారతాన్ని రాసిన చోట శబ్దం లేకుండా ప్రవహిస్తుంది. ఆ ప్రదేశాన్ని దాటగానే మళ్ళీ గలగలలు.

ఏ నెలలో పుట్టిన వారు ఏ రత్నం ధరించాలి ?

★ జనవరి నెలలో జన్మించిన వారు గార్నెట్.

★ ఫిబ్రవరిలో పుట్టిన వారు ఎమితెస్టు.

★ మార్చి నెలలో పుట్టిన వారు ఎక్యుమైరెన్.

★ ఏప్రియల్ నెలలో పుట్టిన వారు వైఢూర్యము.

★ మే నెలలో పుట్టిన వారు పచ్చ.

★ జూన్ నెలలో పుట్టిన వారు ముత్యము.

★ జూలై నెలలో పుట్టిన వారు కెంపు.

★ ఆగష్టు నెలలో పుట్టిన వారు నక్షత్రనీలము.

★ సెప్టెంబర్ నెలలో పుట్టిన వారు ఇంద్రనీలము.

★ అక్టోబర్ నెలలో పుట్టిన వారు చంద్రకాంత మణి.

★ నవంబర్ నెలలో పుట్టిన వారు పుష్యరాగము.

★ డిసెంబర్ నెలలో పుట్టిన వారు పచ్చ.

కాంగ్రెస్ పార్టీ హస్తం గుర్తు వెనుక రహస్యము ?

శ్రీమతి ఇందిరాగాంధీ పార్టీ రెండుగా చీలి నప్పుడు కేరళలోని ఓ ఆలయాన్ని సందర్శించారు. ఆ ఆలయ ప్రత్యేకత చేతులే విగ్రహంగా ఉండటం. ఆ ఆలయాన్ని దర్శించిన ఇందిరాగాంధీ తన పార్టీ గుర్తుగా చేతి గుర్తునే ఎన్నుకున్నారు.

ఈ ఆలయ స్థల పురాణం విషయానికి వస్తే హేమాంబ అనే స్త్రీ కోనేరులో హస్తాలు కనిపిస్తూ మునిగి దేవుడ్ని ప్రార్థించింది.

దేవుడు ప్రత్యక్షమయ్యాడు. కోరిన వరాలిచ్చాడు. ఆ సాంప్రదాయము ప్రకారం కేరళలోని ఈ ఆలయంలో ఇప్పటికి విగ్రహం రెండు చేతులే.

పురుషుడు చెయ్యకూడనివి ?

★ భార్యను హక్కుగా భావించి తిట్టరాదు. ఆమె బంధువులతో చీటికి మాటికి కయ్యానికి కాలు దువ్వరాదు.

★ భార్య వడ్డించిన పదార్థాలను విమర్శించరాదు.

★ ఇంటిని భార్య జైలులా భావించే పరిస్థితులు లేకుండా వారానికి ఒక్కసారయినా బైటికి తీసుకెళ్ళాలి.

★ పిల్లలతో సరళ సంభాషణలు చేయాలి.

★ పిల్లలు చూస్తుండగా భార్యతో చనువుగా ఉండరాదు.

★ ఏకగదిలో కాపురం ఉంటున్నవారు పిల్లలని గమనించి కలవాలి.

★ భార్యకి ఎంతో కొంత ఆర్థిక స్వేచ్ఛ ఇవ్వాలి.

★ ఆమె అభిప్రాయాలను గౌరవించాలి.

మహాభారత యుద్ధం నాటికి కర్ణుడు ముసలివాడా ?

కర్ణుడి కంటే భీష్ముడు యాభై సంవత్సరాలు పెద్ద. అయినా కర్ణుడు నరనారాయణులనే గడగడలాడించాడు. ఆ కాలంలో నీరూ, ఆహారమూ, పరిసరాలూ

అంతా స్వచ్ఛం. ఇప్పటిలా కలుషితం కాదు. ఆ రోజుల్లో జీవన సమయం ఎక్కువ. మనం చేసుకున్న కలుషితాన్ని మనమే భరించాలి. అందుకే ముప్ఫైయిలోనే ముసలి తనమూ దాని తాలూకా ఆలోచనలొస్తున్నాయి.

రామప్రసాదసేక్ సూక్తి

భగవంతునితో తగవులాడియైనను
భక్తిని సంపాదింపుము

చిలుకూరి బాలాజీని దర్శిస్తే విదేశాలకి వెళ్తారా ?

తాళపత్ర పురాణ గ్రంథాల్లో అయితే విపులంగా లేదు. కాని అక్కడి స్వామిని దర్శించి, కోరిన కోర్కె కోరుకుంటే జరుగుతుందని నమ్మకము. ఎంతమందికి అలా కోరికలు తీరాయో తెలుసుకోవాలంటే చిలుకూరి బాలాజీని దర్శించాలి.

కోరికలు తీరిన వారూ, తీరాలనుకునే వారూ గడి చుట్టూ ప్రదక్షిణాలు చేస్తుంటారు. అలాంటి వారిని అంతమందిని, ఆ జన సందోహాన్ని చూస్తే అర్థమవుతుంది చిలుకూరి గుడిలో అమోఘమైన శక్తి ఏదో ఉందని.

తులసీదాసు రామభక్తుడెప్పుడయ్యాడు ?

తులసీదాసు హస్తినాపురంలో ఆత్మారాముడు, మాతాదేవిలకు జన్మించాడు. ఆపై రత్నావళి అనే సుందరితో వివాహమైంది. భార్యంటే విపరీతమైన వ్యామోహం.

దానితో పుట్టింటికెళ్ళిన భార్య కోసం అర్ధరాత్రి బైలుదేరి వెళ్ళి ఆమెని కలిశాడు. అప్పుడే రత్నావళి భర్తతో అశాశ్వతమైన ఈ వ్యామోహం కన్నా, భగవంతునిపై ఆపేక్ష శాశ్వతమైనది అని చెప్పింది. దానితో తులసీదాసుకు జ్ఞానోదయమై శ్రీరామనామ జపం చేస్తూ జీవితాన్ని గడిపాడు.

శ్రీరాముడెక్కడ ?

ఢిల్లీనేలే అక్బర్ పాదుషా శ్రీరామచరిత మానస్ రచించిన రామభక్తుడు తులసీదాసుని పిలిపించి 'నీ రాముడెక్కడ? చూపించు' అని అడిగాడట. దానితో తులసీదాసు హనుమను వేడుకున్నాడు. అంతే అనేక కోతులు తరలి వచ్చి అల్లకల్లోలం చేయసాగాయి. అక్బర్ పాదుషా 'ఇదేం గోల' అని అడిగితే 'ప్రభువు రావాలంటే పరివారం ముందు వచ్చి ఏర్పాట్లు చెయ్యాలిగా'

అన్నాడు. అంతే అక్బర్ తన తప్పు తెలుసుకుని తులసీదాసుని సకల మర్యాదలు చేసి పంపాడు.

నీళ్లోసుకుందని అనేదెందుకు ?

ఆడవాళ్ళు నెల తప్పగానే నీళ్ళోసుకుంది అంటారు. అంటే స్నానం చెయ్యటం కాదు. ఆమె గర్భాశయంలో పిండం పడగానే ఉమ్మనీరు పడుతుంది. దాన్నే పెద్దలు నీళ్ళోసుకుందని అంటారు. పిండం కడుపులో పెరగదు. గర్భాశయంలో పెరుగుతుంది.

పారిజాత పూలతో పూజ చేయవచ్చా ?

కొంతమంది పారిజాత పూలతో పూజ చేయకూడదని.. భగవంతునికి ఇష్టం లేని పూలని చెబుతుంటారు. తెలసీ తెలియక చేసిన ప్రసంగాలను పట్టించుకోవక్కర్లేదు. పారిజాత పూలతో భగవంతునికి ప్రీతికరంగా పూజ చేయవచ్చు.

ఎలాంటి పురుషుడ్ని వివాహమాడాలి ?

ధైర్యమున్నవాడూ, మంచిగుణములు కలవాడూ, శుభలక్షణ సంపన్నుడూ, విద్యాపారంగతుడూ, తనకన్నా

పొడవైన వాడూ, సంపూర్ణ ఆరోగ్యవంతుడూ, స్త్రీ వ్యసనములూ, జూదవ్యసనములూ లేని వాడూ, మద్యాన్ని ఇష్టపడని వాడూ, అందగాడూ, పలువరుస చక్కగా ఉన్నవాడూ, తల మీద నిండైన జుట్టు కలవాడూ అయిన పురుషుడ్ని స్త్రీ కోరుకోవాలి.

స్త్రీకి పుంసవనము చేస్తే పుత్రుడు జన్మిస్తాడా ?

పున్నామ నరకం నుంచి రక్షించువాడు పుత్రుడు. తల్లీ, తండ్రికి ఉత్తర క్రియలు చేయుటకై వృద్ధాప్యంలో చూసుకోవటం కొరకు పుత్రుడ్ని కనాలి. తొలి పుత్ర సంతానం కోసం స్త్రీ గర్భవతి అవగానే పుష్యమీ నక్షత్రాన పుంసవనము చేస్తారు.

ఉపనయనము చేసేదెందుకు ?

ఉపనయనము చేయుట వల్ల ద్విజత్వసిద్ధి కలుగుతుంది. అన్నీ విద్యలు ఉపాసించు అర్హత లభిస్తుంది. ముందుగా తొలిగా గాయత్రీని ఉపదేశిస్తారు. గాయత్రి వల్ల జ్ఞానమూ, విజ్ఞానమూ పెరుగుతాయి. గురు ఆదేశంతో విద్యలభ్యసించిన సమస్త సుఖములు లభించును.

సీమంతము చేసేదెందుకు ?

గర్భం ధరించిన స్త్రీకి గర్భదోషాలు తొలగి పోవటానికి, దానితో పాటు భూతాదిగ్రహ బాధలు తల్లికి, బిడ్డకి తగలకుండా సుఖంగా ప్రసవించటానికి ఈ సీమంతము చేస్తారు. వేడుకగా ఈ కార్యక్రమాన్ని చెయ్యటంతో పాటు మంత్ర పూర్వకంగా చేయటం మరింత మంచిది.

తుకారామ్ సూక్తి

రాజాధిరాజుల కానుకలనైన నిరాకరించి
యపరిగ్రహవ్రతము నిర్వహించుకొనుము

వివాహవేడుకల్లో స్నాతకము చేసేదెందుకు ?

దీనినే సమావర్తనము అని కూడా అంటారు. బ్రహ్మచర్య కాలంలో ధర్మవిధులను సకాలంలో చేయకుండా అనగా, భోజన విధులూ, స్నానమూ, జందెము ధరించకపోవుటా, ఇత్యాది వాటితోపాటు జూదమూ, మద్యమూ, పరస్త్రీతో సంభాషణలూ, అసభ్య గీతాలను వినుటా, ఇటువంటి వెన్నోవాటి ద్వారా దోషములు కలుగుతాయి. అట్టివన్నీ పోవటానికి చేసేదే

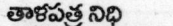

స్నాతకము. తెలిసీ తెలియక చేసిన అన్ని దోషములూ ఈ స్నాతకము ద్వారా సమసిపోతాయి.

కన్యాదాన ఫలమెంత ?

గంగా నదిలో ఇసుకను సప్తర్షి మండలం వరకూ పోసి వెయ్యి సంవత్సరాల తర్వాత వక్కొక్క ఇసుక రేణువును ఇసుక కుప్ప నుంచి తీసి వేసే సమయమంత కన్యాదాత బ్రహ్మలోకంలో నివాసముంటాడు.

నువ్వులను సూర్యమండలం వరకూ పోసి, ఒక్కొక్క గింజను తీసినంత కాలము స్వర్గసుఖాలూ కన్యాదాత బ్రహ్మలోకమున పొందును.

మినుములను ధ్రువమండలం వరకూ పోసి, వెయ్యి సంవత్సరాల తర్వాత ఒక్కొక్క గింజను తీసి వేసే సమయమంత కన్యాదాత బ్రహ్మలోకమున ప్రకాశించును.

ప్రతివారూ చేయవల్సిన సంస్కారములు

గర్భాదానము, పుంసవనమూ, సీమంతమూ, జాతకర్మమూ, నామకరణమూ, గృహోపనిష్క్రమణమూ, అన్నప్రాశనమూ, కేశఖండనమూ, కర్ణవేదమూ,

చేలమూ, ఉపనయనమూ, వేదవ్రత చతుష్టయమూ, నాలుగు వివాహపద్ధతులు. ఇందులో ఏది చెయ్యక పోయినా జన్మించిన జన్మకి పరమార్థం లేదు.

పాణిగ్రహణ మంత్రాలకి అర్థం ?

వరుడు వధువు కుడి చేయి పట్టుకొని అగ్ని సాక్షిగా మంత్రాన్ని చెబుతాడు....

పూషాత్వేతోనయతు హస్తగృహ్యేశ్వినౌత్వా
ప్రవహతాగ్ం రథేన । గృహాన్గచ్ఛ గృమపత్నీ
యథా సో వశినీత్వం వితథమావదాసి ॥

ఓ నా సహధర్మచారిణీ, తర్వాత నిన్ను నా గృహానికి తీసుకు వెళతాను. నా గృహానికి నీవే అధిపతివి. ఆధిపత్యము వహించి సర్వ విషయాల్లోనూ, యజ్ఞయాగాది క్రతు విషయాల్లో సర్వదా, అనుకూల వతియై మెలుగుము.

బ్రహ్మముడి బ్రహ్మదేముడే వేస్తాడా ?

వివాహ సమయంతో వధూవరులిరువురి చెంగులకూ ముడి వేసి ఆశీర్వదిస్తారు. ఈ ముడి సాక్షాత్తు బ్రహ్మదేవుడే మంత్రోచ్ఛారణతో వేస్తాడు. జీవితాంతము ఇరువురూ కలిసి మెలసి ఉండాలని బ్రహ్మదేవుడిచే వెయ్యబడిన ముడే బ్రహ్మముడి. ఒకరి చేయి ఒకరు

పట్టుకొని అగ్ని చుట్టూ ప్రదక్షిణం చేసి కలిసి మెలిసి సుఖంగా ఉంటామని ముమ్మారు ప్రదక్షిణ చేయటమే పాణిగ్రహణము.

గిరీశచంద్రఘోష్ సూక్తి

అతిదారుణపాపములకు సైతమాత్మవిశ్వాసమే పరమౌషధము

అప్పగింతల పరమార్థము ఏమిటి ?

పుత్రుని వలే అనేక సంవత్సరములు ఎంతో గారాబంగా పెంచి నీ సుఖముకై, సేవకై అంది స్తున్నాము. మిత్రునిగా, ప్రియునిగా, భర్తగా మీరు ఈమెని పాలించుకోండి. లాలించుకోండి. బుజ్జగించు కోండి. ఆపై వధువుని వరుడి తరుపు వారందరికీ అనగా వరుడి తల్లీ తండ్రీ, అక్కా, చెల్లెలు ఇత్యాదివారందరికి అప్పగిస్తారు.

వివాహ సమయంలోపదహారు ఆజ్యహోమములకి అర్థమేమిటి ?

తొలి హోమము వధువుని తొలుత పొందిన చంద్రునకు ఆహుతి దత్తము చేస్తారు.

ఆపై గంధర్వునకూ, అగ్నిహోత్రునకూ ఆహుతి దత్తము చేస్తారు.

నాలుగో హోమము పితృగృహం నుంచి భర్త గృహముకు పోవుటకై కన్యకా దీక్షను వదలివేసినందుకు, ఆపై హోమం పితృకులం వదలేసినట్టు భర్త కులాన్ని వదలకుండా ఉండేందుకు.

ఆరవహోమము ఇంద్రునికై, సౌభాగ్యవతిగా సుపుత్రవతిగా చేయమని. ఆపై ఏడో హోమము అగ్నిదేవుడి గూర్చి వధువుకి కలిగిన సంతానాన్ని మృత్యువు నుంచి సదా రక్షించమని వధువుకి భవిష్యత్తులో పుత్రశోకం కలగనీయవద్దని.

ఎనిమిదో ఆజ్యహోమం, కలిగిన సంతానానికి సంపూర్ణ ఆయుష్షు నిచ్చి ఈమెను సంతోషంగా ఉంచమని.

తొమ్మిదో ఆజ్యహోమము శోకం దరి చేరకుండా, కన్నీరు కార్చకుండా భర్త, బిడ్డలనూ చూసుకుంటూ పరిపూర్ణ సంతోషం పొందాలని.

పదవహోమము వధువు మెడను నింగీ, వాయుదేవుడు, ఊరువులనూ, ఎదను అశ్వనీదేవతలూ, పుట్టబోయే సంతానాన్ని భానుడూ, ధరించిన వస్త్రములను బృహస్పతీ, వెనుక భాగాన్ని దేవతలూ రక్షించాలని.

పదకొండవ ఆజ్యహోమము తెలిసీ తెలియక చేసిన పాపాలను క్షమించమని, వాటి నుంచి కలుగు దుఃఖమును దేవతలు పోగొట్టమని. పన్నెండవ హోమము వరుణదేవుడి కోసం, చల్లగా కాపాడమని, పదమూడో హోమము వరుణుడ్ని ప్రార్థించటము... సమస్త కుటుంబ ఆయుర్దాయమును భంగపరచకుండా, కోపం లేకుండా ప్రార్థనలని వినమని.

పధ్నాలుగో ఆజ్యహోమము అగ్నిహోత్రుడికై, వరుణ దేవుడి కోపాన్ని పోగొట్టి మమ్మసంతోష పరచమని, మాపై శత్రువుల చర్యలను ఆదిలోనే వ్యర్థం చేయమని. పదిహేనవ హోమము దేవతలలో తొలి వాడయిన అగ్నిదేవుడ్ని మా యజ్ఞయాగాదులందు హవిస్సు భుజించి, ఆపై మా కోరికలు తీర్చమని.

పదహారవ హోమము అగ్నిహోత్రునికి మనసా వాచా ధ్యానించి పూజించి నమస్కరించటము.

బ్రహ్మ ఆయువు ఎంత ?

ఒక కల్పక కాలం బ్రహ్మదేవుడికి పగటి కాలం. మరొక కల్పకం రాత్రి. అలా పగలూ, రాత్రి కలిసిన అనేక కల్పకాల సమయమే బ్రహ్మదేవుడి ఆయువు. ఒక కల్పకాంతం అయ్యాకే మార్కండేయుడు వటపత్రశాయిని రావి ఆకుపై చూశాడు.

హనుమంతునకూ, సువర్చలకు వివాహం జరిగిందా ?

కొన్ని ఆలయాల్లో ఏకంగా వారిద్దరికి వివాహం కూడా జరిపిస్తున్నారు. హనుమంతుడు బ్రహ్మచారి. సూర్యుని కుమార్తె పేరు సువర్చల. హనుమ సూర్యుని వద్ద విద్యాభ్యాసం చేశాడు.

ఆ సమయంలో సువర్చల హనుమని ఇష్టపడింది. విషయం తెలిసిన సూర్యుడు విద్యాభ్యాసం అనంతరం హనుమని గురుదక్షిణగా సువర్చలను వివాహమాడ మన్నాడు.

హనుమ కలియుగాంతం అయ్యే వరకూ ఆగమన్నాడు. ఆ తర్వాత వివాహం చేసుకుంటానని చెప్పాడు. కాన సువర్చలను హనుమ ఈ కలియగం అంతమైన తర్వాతే వివాహం చేసుకుంటాడు. ఇచ్చిన మాట ప్రకారమూ, సూర్యుకిచ్చిన గురుదక్షిణ ప్రకారము.

లలితా సహస్రనామం ఏ రోజు చదివితే ఎంత ఫలం ?

ప్రతిరోజు లలితను చదవటం మహాఫలం. అలా వీలు కాని వారు ప్రతి శుక్రవారం చదవాలి. అలాగే

పుణ్యఘడియల్లో ఫలితం ఎన్నో రెట్లు ఎక్కువ. అలాగే కుటుంబసభ్యుల జన్మ నక్షత్ర సమయాల్లో చదివితే కుటుంబశాంతి. పౌర్ణమి నాడు చంద్రుని చూస్తూ చదవటం వల్ల సాక్ష్యాత్తు లలితాదేవి ఎదురుగానే పఠించినట్టే. లలితాదేవికి కలువలూ, మారేడు దళాలూ, తులసీదళాలూ, మల్లెపూవులూ ఎంతో ఇష్టం. అలాగే నైవేద్యంగా పాయసమూ, పులగమూ, చిత్రాన్నమూ, దానిమ్మా, బూడిద గుమ్మడి కాయా ప్రీతి. దక్షిణావృత శంఖము ఇత్యాదివన్నీ ప్రీతికరములు.

స్త్రీని ఉసురుపెడితే ఎంత శిక్ష అనుభవించాలి ?

మామూలు సాధారణ వ్యక్తుల సంగతి వదిలేస్తే భీష్ముడ్ని తీసుకుందాం. మహాభారత గాథలో ద్రౌపదీ వస్త్రాపహరణ సమయంలో భీష్ముడు గట్టిగా వారిస్తే కౌరవులు ఆగిపొయ్యేవారే. ఆపాల్సిన ధర్మం ఉన్నా కూడా ద్రుపదునిపై కోపం వల్ల ద్రోణాచార్యుడి స్నేహం వల్ల వస్త్రాపహరణాన్ని ఆపలేదు. ఏదో చెప్పాలి కాబట్టి చెప్పాడు గానీ, వికర్ణుడిలా గట్టిగా చెప్పలేదు.

ద్రౌపది వేడుకున్నా భీష్ముడు కరగలేదు. దానికి ఫలితమే బాణాల శయ్యమీద చిత్రహింస పడి మరణిం

చాడు. ఆయనకై ఆయనే వేచి ఉన్నా అంతర్లీనంగా స్త్రీ ఉసురు పోసుకున్నందుకు భీష్ముడు అనుభవించిన శిక్ష అది. కొడుకుల దురాగతాన్ని వారించనందుకు గాంధారీ, ధృతరాష్ట్రులు తమ పుత్రులందర్నీ కోల్పో య్యారు. ఆడదాని ఉసురు భయంకర శిక్షను ఇస్తుంది.

పిల్లలు లేని వారు సుబ్రహ్మణ్యేశ్వరుడ్ని ఎందుకు పూజిస్తారు ?

పార్వతీ పరమేశ్వరులను దర్శించటానికి అనేక మంది తాపసులు కైలాసానికి వచ్చారట.

అందులో దిగంబర ఋషులూ ఉండటంతో సుబ్రహ్మణ్యేశ్వర స్వామి హేళనగా నవ్వాడు. దానికి పార్వతి పుత్రుని మందలించి, మర్మాంగాలు సృష్టి వృద్ధి కోసం సృష్టించినవి, జాతికి జన్మస్థానాలని తెలియ చెప్పింది.

తల్లి జ్ఞానబోధతో సుబ్రహ్మణ్యేశ్వరస్వామి సర్ప రూపం దాల్చాడు కొంతకాలం. జీవకణాలు పాముల్లా ఉంటాయని మనకి తెలసిందే.

ఆ తర్వాత వాటికి అధిపతి అయ్యాడు సుబ్రహ్మా ణ్యేశ్వరుడు. దాని వల్లే జీవకణాల అధిపతియైన

సుబ్రహ్మణ్యేశ్వరుని పూజిస్తే పిల్లలు పుట్టని దంపతులకు సంతానం కల్గుతుంది.

శివాజీ సూక్తి

సర్వస్వమును గురుపాదముల కర్పింపుము

ఇలా చేయకూడదు ?

పెద్దవారినీ, అగ్నినీ, వాయువునూ, నీటినీ, సూర్యుడినీ చూస్తూ మలమూత్రాలను వదలరాదు. పగటి పూట ఉత్తర ముఖముగా, రాత్రి సమయమున దక్షిణ దిశగా విడువవలెను. స్త్రీ ఈ రెండు పనులూ భర్త గమనించకుండా చెయ్యాలి.

అన్నపూర్ణాదేవి శివునికెందుకు భిక్షం వేస్తుంది ?

దక్షయజ్ఞమయ్యాక సతీదేవి పార్వతిగా జన్మిస్తుంది. పెద్దయ్యాక శివుడ్ని వివాహం చేసుకోవాలని కోరుకుంటుంది. మహాశివుడు హిమాలయాల్లో ఘోర తపస్సు చేస్తుంటాడు. ఈ విషయం తెలుసుకుని పార్వతి హిమాలయాల్లో తపస్సు చేసుకుంటున్న శివుడ్ని ఆరాధిస్తుంది. శివుడు చలించకపోవటంతో మన్మథుడు శివునిపై బాణాన్ని వేస్తాడు.

దానితో శివుడు ఉగ్రుడవుతాడు. మూడో కన్నుతో మన్మథుడ్ని భస్మం చేస్తాడు. ఆపై మరో ప్రదేశానికి తపస్సుకై వెళతాడు. పార్వతికి ఏం చెయ్యాలో పాలు పోదు. నారదుడు పార్వతితో చెపుతాడు.

'తల్లీ మహాశివుడు భిక్షాటనతో సంచారము చేస్తున్నాడు. కాన నీవు పవిత్ర కాశీ క్షేత్రం చేరి ప్రతి భక్తునికి అన్నదానం చేస్తూ అన్నపూర్ణగా పిలిపించుకో, సరయిన సమయంలో మహాశివుడు నీకడకొస్తాడు. భిక్ష అర్థిస్తాడు' అని చెప్పాడు.

నారదుడు చెప్పినట్టు పార్వతీదేవి అన్నదానం చేస్తూ అన్నపూర్ణగా భక్తులతో ఆరాధింపబడుతున్న సమయంలో మహాశివుడు భిక్షకై అన్నపూర్ణ ముందుకు వచ్చాడు.

పార్వతి భర్తను గుర్తుపట్టి చేయి పట్టుకుంది. దానితో మహాశివునికి సర్వమూ అవగతమై పార్వతీదేవే అన్నపూర్ణ అని తెలుసుకుని పార్వతిని స్వీకరించాడు. అప్పట్నించి పార్వతీ దేవి కాశీక్షేత్రంలో అన్నపూర్ణగా వెలిసింది. కాశీ విశ్వేశ్వరుడిగా మహాశివుడు వెలిశాడు.

పుష్కరాలు ఎలా ఏర్పడ్డాయి ?

పుష్కరుడనే భక్తుడు మహేశ్వరుని గూర్చి ఘోర తపస్సు చేశాడు. అతని తపస్సుకు మెచ్చి శివుడు

ప్రత్యక్షమై ఏం వరం కావాలో కోరుకోమన్నాడు. అందుకు పుష్కరుడు 'స్వామీ నదులన్నీ జీవులు చేసిన పాపాలతో నిండిపోయాయి.

ఆ నదులని పునీతము చేయుటకై నీ జలమైన శరీరమును నా కిమ్ము, నీ స్పర్శతో నదులన్నీ పునీతమవుతాయని' కోరాడు.

ఆ తర్వాత బృహస్పతి కూడా శివుని తనువుని పుష్కరుని వలే పొంది సర్వులకూ ఆధారము కావాలని తపము చేశాడు.

బృహస్పతి తపసుకు మెచ్చి శివుడు తనకిచ్చిన వరాన్ని బృహస్పతికివ్వటానికి పుష్కరుడు వప్పుకోలేదు. ఆపై బ్రహ్మ గూర్చి గరుడు తపస్సు చేసి తన కోరిక తెలియచెప్పాడు.

అప్పుడు బ్రహ్మ పన్నెండు జీవనదులలో సంవత్సరానికొక్కసారి పన్నెండు రోజులు పుష్కరుడుండు నట్టు, గరుడొక్క రాశిలో సంచారము బట్టి జరుగు తుందని చెప్పి ఇద్దర్నీ శాంతపరిచాడు.

పుష్కర స్నానం వల్ల, అహల్యను భంగం చేసిన దోషాన్ని ఇంద్రుడు పోగొట్టుకున్నాడు. బ్రహ్మ శిరస్సు ఖండించిన దోషం వలన పొందిన బ్రహ్మహత్యా పాపం నుంచి శివుడు విముక్తుడయ్యాడు.

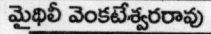

ఈశాన్యాన దేవుడ్ని పెట్టే వీలు లేకపోతే ?

మారిన జీవన పరిణామాల దృష్ట్యా, ఉద్యోగ నిర్వహణల వల్ల ఎక్కడెక్కడికో వెళ్ళవల్సి వస్తుంది. అలాంటప్పుడు దేవుడ్ని ఈశాన్యాన పెట్టుకునే అవకాశం, సదుపాయము ఉండకపోవచ్చు.

అలాంటప్పుడు దేవుడు పశ్చిమాన్ని చూసేలా ఏర్పాటు చేసుకోవాలి.

ఏ నామాన్ని జపిస్తే ఏ ఫలితం వస్తుంది?

★ శ్రీరామ నామాన్ని జపిస్తే జయం.

★ దామోదరుడ్ని జపిస్తే సకల బంధముల నుంచి విముక్తి.

★ కేశవా అని స్మరిస్తే అనేక నేత్ర వ్యాధులు మటుమాయం.

★ నారాయణా అని జపిస్తే సకల సర్వ గ్రహాల దోషాలు సమశిపోతాయి.

★ మాధవా అని స్మరిస్తే అనుకున్న పనులు నెరవేరుతాయి.

★ అచ్యుతా అని స్మరిస్తే తీసుకున్న ఆహారమే ఔషధంగా పనిచేస్తుంది.

★ నరశింహా అని స్మరిస్తే మీ శత్రువులపై మీదే విజయం. అదే నారసింహా అని స్మరిస్తే సకల భయాల నుంచి విముక్తి.

★ గోవిందా అని స్మరిస్తే సకల పాపాలనుంచి విముక్తి.

★ శ్రీలక్ష్మీవిష్ణువులనూ స్మరిస్తే సకల సంపదలతో మీ గృహం కళకళలాడుతుంది.

★ సర్వేశ్వరా అని స్మరిస్తే చేపట్టిన కార్యం సత్వరమే జరుగుతుంది. విజయం కలుగుతుంది.

★ జగన్మాతా అని స్మరిస్తే సకల అరిష్టాల నుంచి విముక్తి.

★ జగజ్జననీ అని స్మరిస్తే సర్వ భయాలు తీరి ప్రశాంతత వస్తుంది.

★కృష్ణ కృష్ణ అని స్మరిస్తే కష్టాలు తొలుగుతాయి.

★ శివ శివ అని స్మరిస్తే సకలమూ దరిచేరుతాయి.

రాణాప్రతాప్ సూక్తి

ఎన్ని కష్టములు వచ్చినను సహించుకొని
స్వాతంత్ర్యమును గాపాడుము

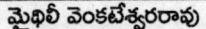

సరస్వతీ నమస్తుభ్యం రాసింది ఎవరు? అర్థమేమిటి?

మహాభాగవతాన్ని రచించిన బమ్మెర పోతన రచించారు. ఆ పూర్తి శ్లోకము

సరస్వతీ నమస్తుభ్యం వరదేకామరూపిణీ
విద్యారంభం కరిష్యామి సిద్ధిర్భవతుమేసదా
పద్మపత్ర విశాలాక్షీ పద్మకేసర వర్ణనీ
నిత్యం పద్మాలయాం దేవీ సామాంపాతు సరస్వతీ॥
శారదా నీరదేందు ఘనసార పటీర మరాళ మల్లికా
హార తుషార ఫేన రజతాచలకాశ ఫణీశ కుంద మం
దార సుధా పయోధి సితతామర సామర వాహినీ శుభా
కారతనొప్పు నిన్ను మదిగానగ నెన్నడు గల్గు భారతీ॥

మల్లెల వలే, చంద్రుని వలే, మంచి ముత్యాల హారము వలే తెల్లగా ఉండి తెల్లని వస్త్రములు ధరించి, ప్రకాశవంతమైన చేతులతో వీణను పట్టుకొని తామర పువ్వుపై కూర్చొని ఉన్న సరస్వతీ... దేవాధి దేవులచే బ్రహ్మ విష్ణు శంకరులచే పూజలందుకుంటున్న చదువుల తల్లి సరస్వతీ నాలో జడత్వమును నశింప చేసి జ్ఞానమును పెంపొందించి నన్ను సదా రక్షించు... అని అర్థం.

వశిష్ఠునికి అరుంధతి వరసేమవుతుంది ?

చాలా మంది మాట్లాడినట్టు అరుంధతిని వరుస తప్పి వశిష్ఠుడు వివాహం చేసుకోలేదు. వావీ వరుసలు పరోక్ష సృష్టిలోనే ప్రత్యక్ష సృష్టిలో కాదు. భగవంతుని పరోక్ష సృష్టిలో వీర్యమూ, అండమూ కలవటం ఉండదు. మహా సృష్టిని పెంచే విషయమై బ్రహ్మ ప్రజాపతులనూ, మనువులనూ, ఋషులనూ సృష్టించాడు. అలా సృష్టించినంత మాత్రాన ఏకగర్భాన జనియించినట్టు కాదు.

తొలుతగా నీళ్ళు వేడి చేసి తాగమన్నదెవరు ?

మహావీరుడు పోరాటపటిమగల ఛెంఘీజ్ ఖాన్. అనేక రాజ్యాలను జయించే ప్రయత్నంలో యుద్ధ బాట పట్టిన చెంఘీజ్ ఖాన్‌కి వింత సమస్య వచ్చింది. సైన్యంలో చాలా మంది సైనికులు పిట్టల్లా రాలిపోతున్నారు... చనిపోతున్నారు. కారణం కోసం ఎన్నో విధాలుగా పరిశోధించి నిగ్గుతేల్చాడు. సైనికులు త్రాగేనీటి వల్లే అన్ని అనారోగ్యాలు వస్తున్నాయని

గ్రహించి దానికి పరిష్కారంగా నీటిని కాచి చల్లార్చి త్రాగమని ఆదేశాలు జారీ చేశాడు.

ఏ సంఖ్యకు ఎవరు అధిపతి ?

ఒకటవ సంఖ్యకు సూర్యగ్రహమూ. రెండవ సంఖ్యకు చంద్రుడూ, మూడవ సంఖ్యకు గురువూ, నాల్గవ సంఖ్యకు రాహువూ, అయిదవ సంఖ్యకు బుధగ్రహమూ, ఆరవ సంఖ్యకు శుక్రుడూ, ఏడవ సంఖ్యకు వరుణుడూ, ఏనిమిదో సంఖ్యకు శనీ, తొమ్మిదో సంఖ్యకు కుజుడూ అధిపతులు.

గౌతమీ నది తీరాన పూజలు మేడి చెట్టు కింద చేస్తే మహాఫలమా ?

మాంధాత పరిపాలిస్తున్న రోజుల్లో అనగా కూర్మావతార సమయాన గురుడు సింహాసనస్థుడై ఉన్నపుడు మాఘశుద్ధ దశమీ బుధవారం మధ్యాహ్నాం గౌతమునిచే ఓ మేడి చెట్టు క్రింద గౌతమి భూమిపై ప్రత్యక్షమైంది. గౌతముడు కుశతో నీటి ప్రవాహాన్ని గుండ్రంగా తిప్పి నదిని నడిపించాడు. మేడిచెట్టు క్రింద జనియించిన గౌతమి యందు, ఆ చెట్టు నీడ పడే

ప్రదేశంలో సర్వపూజాధికాలు నిర్వహించటం వల్ల మహాఫలము కలుగుతుంది.

ఏ నక్షత్రానికి ఎవరు అధిదేవతలు ?

అశ్వనీ నక్షత్రానికి అశ్వనీ దేవతలూ, భరణీ నక్షత్రానికి యముడూ, కృత్తికా నక్షత్రానికి అగ్నీ, రోహిణీ నక్షత్రానికి బ్రహ్మదేవుడూ, మృగశీర్ష నక్షత్రానికి అదితీ, పుష్యమీ నక్షత్రానికి బృహస్పతీ, ఆశ్లేష నక్షత్రానికి సర్పాలూ, మఖ నక్షత్రానికి పితృదేవతలూ, పూర్వ ఫల్గుణీకి ఆర్యముడూ, ఉత్తర ఫల్గుణీ నక్షత్రానికి భర్గుడూ, హస్తా నక్షత్రానికి ఆదిత్య అను నామం గల సూర్యుడూ, చిత్తా నక్షత్రానికి త్వష్ట దేవతా, స్వాతి నక్షత్రానికి వాయుదేవుడూ, విశాఖ నక్షత్రానికి ఇంద్రాగ్నులూ, అనురాధా నక్షత్రానికి జలదేవతా, ఉత్తరాషాఢ నక్షత్రానికి శిశ్వవులూ, శ్రవణా నక్షత్రానికి శ్రీమహావిష్ణువూ, ధనిష్ఠ నక్షత్రానికి అష్టవసువులూ, శతభిష నక్షత్రానికి వరుణుడూ, పూర్వాభాద్ర నక్షత్రానికి అజైకపాదుడనే శివ ప్రతిరూపమూ, ఉత్తరాభాద్ర నక్షత్రానికి అహిర్బుధ్న్, రేవతి నక్షత్రానికి సూర్యదేవుడూ అధిదేవతలు.

ఏ కలవస్తే ఏ వ్యాధి రావటానికి అవకాశం ఉంది ?

భూత ప్రేత పిశాచులు వస్తే జ్వరం రావటానికీ, ఎర్రని పూలదండలూ, వస్త్రాలలో స్త్రీ పురుషుల కానవస్తే రక్త సంబంధిత రోగాలూ, దున్నపోతూ, కుక్క, గాడిదా, ఇట్టి వాటినెక్కి దక్షిణ దిక్కుగా వెళుతున్నట్లు కలవస్తే ఊపిరితిత్తుల సంబంధిత వ్యాధులూ, రాక్షసులతోనూ, నీటితోనూ ఈ రెంటితో సంబంధము వంటి కలలొస్తే పిచ్చిగా నిర్ణయాలు తీసుకోవాల్సిన పరిస్థితులూ వస్తాయి.

చంద్ర సూర్య గ్రహణాలు వచ్చినట్టు కలవస్తే కంటి వ్యాధులు వస్తాయి. నల్లనిది, భయంకర ముఖాలు కలిగిన వారు కలలోకి వస్తే ఎంతో జాగ్రత్తగా ఉండమని హెచ్చరిక.

అనేక వంకరలు కలిగిన వారితో నూనె త్రాగినట్టు కలవస్తే తీపి వ్యాధి వస్తుందని సూచన. ఈ కలల రూపానికీ, వాస్తవానికీ మన జీవన ప్రవర్తనే కారణము. వచ్చే కలలన్నీ మన ఊహల్లో ఉన్నవే అని అర్థం చేసుకోవాలి.

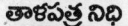

పుణ్య ప్రదేశాల్లో రాళ్ళు పేరిస్తే ఇల్లు కడతామా ?

దేవాలయాల పరిసరాల్లోని తీర్థాల్లో రాళ్ళు పేరుస్తారు.

ఎంత ఎత్తు రాళ్ళు పేరిస్తే అన్ని అంతస్థులు ఇల్లు కడతారని, ఆ ధనశక్తి అలా క్రిందకి పారే జలపాతంలా వచ్చేస్తుందని అంటారు. గూడు అనేది ప్రతివారికి అవసరం, ఒక కల. అనేక వ్యాపకాలతో ఆ విషయాన్ని మరిచిపోతారు.

వయసులో స్వంత ఇంటి గూర్చి అంత చింతన ఉండదని, వృద్ధాప్యం వస్తే స్వంత ఇల్లు అత్యవసర మన్నది తెలుస్తుందని, అందాక ఆ విషయాన్ని మరిచి పోవద్దని, స్వంత ఇంటి దిశగా ప్రయత్నం చేయమని అర్థం.

ఏ పూలు దేనికి ప్రశస్థము ?

★ కలువపూవు శ్రీమహాలక్ష్మికి నివాసము. సింహద్వారము తలుపు మీద చెక్కిస్తే శుభం.

★ అవిసపూవుకి, అగస్త్య నక్షత్రానికి ఈ పూవుకి ఎంతో సంబంధము ఉంది. ఈ చెట్టును పశ్చిమ భాగంలో పెంచితే దష్ట శక్తులు గృహంలోకి రావు.

★ పారిజాత... పూలు శ్రీకృష్ణుడు సత్యభామ కోరికపై భూమి మీదకు తెచ్చిన పూల వృక్షము. శ్రీచక్రంపై ఈ పూలు చల్లి పూజించిన చక్కని ఫలతం వస్తుంది.

★ మద్ది చెట్ల పూలు, ఇందులో రెండు రకాల వృక్షాలుంటాయి. తెల్లమద్ది, నల్లమద్ది. ఈ రెండు రకాల్లో తెల్లమద్దికి ఔషధ గుణం ఉంది. స్త్రీ దేవతా పూజల్లో వాటిని వాడటం వల్ల త్వరగా ఫలితం వస్తుంది.

★ సంతానం కలిగించే పూలు కూరదొండ. వీటిని అడవిదొండ అని కూడా అంటారు. సంతానాన్ని ఆశించేవారు దొండ తీగను పూజిస్తారు. పూలను ధరించినా సంతానము కలుగుతుందని కొందరి నమ్మకము. చాలా మందికి నిజమయ్యింది కూడా.

తాటాకు మంటంటే ?

చాలా మంది కొన్ని విషయాలను పోలుస్తూ, వాడి కోపం తాటాకు మంటలాంటిదంటారు. తాటాకు మంట ఎంతో సేపు ఉండదు. ఉన్నంత సేపు భగభగలాడి పోతుంది. ఆపై చప్పున ఆరిపోతుంది. అలాగే తల్లి, తండ్రి బిడ్డల మీద అరుస్తారు, భర్త భార్య మీదా, భార్య భర్త మీదా అరుస్తుంది. స్నేహితుడు, స్నేహితుడి మీద అక్కసు వెళ్ళగక్కుతాడు. ఇలాంటి

వారందరి కోప తాపాలూ, పట్టుదలలూ, తాత్కాలికము. తాటాకు మంట పంటిది. ప్రేమ ఉన్న చోట కోపం ఉంటుంది. అలాంటి కోపం పేరే తాటాకు మంట.

తులసీదాస్ సూక్తి

నదీనదతటాకములు జలపూర్ణములైనను చాతకము మేఘము వంకకే చూచుచుండునట్లు భక్తుడు భగవదనుగ్రహముమీదనే యాధారపడును గాని యితరమునొల్లడు

అనారోగ్యం ఎందుకొస్తుంది ?

★ వాతావరణాన్ని బట్టి ఆహారం తీసుకోక పోవటం వల్ల.

★ పులుపు పదార్థాలు ఎక్కువగా తీసుకోవటం వల్ల.

★ ఎండిన మాంసము అనగా ఎండు చేపలూ ఇత్యాదివి తీసుకోవటం వల్లనూ.

★ ఋతుకాలాల యందు ఆహారాన్ని తినక పోవటం వల్లనూ.

★ పాపపు ఆలోచనలూ, చేష్టల వల్లనూ.

★ పర్వతప్రాంతాల్లో పడకపోయినా నివశించటం వల్ల.

★ పాచిన అన్నానీ, ఎండిన కూరలు తీసుకోవటం వల్ల.

★ రెండు పూటలా పెరుగు తినటం వల్ల.

★ సమయపాలన లేకుండా ఇష్టమొచ్చిన వేళల్లో తినటం వల్ల.

★ వెంట వెంటనే తినటం వల్ల.

★ వ్యాయామం లేకపోవటం వల్ల.

★ అన్నం మధ్యలో నీళ్ళని విపరీతంగా త్రాగటం వల్ల.

★ జూదమూ, మద్యమూ వంటి వ్యసనముల వల్ల...

★ అన్నింటికీ మించి పరిశుభ్రమైన నీటిని త్రాగకపోవటం వల్ల.

నిస్వార్ధ ధర్మాచరణ అనగా ?

చేతనయినంతలో నలుగురికి సహాయం చెయ్యటము, ఆకలితో అలమటించే వారికి అన్నం పెట్టడము, నలుగురి మీద ఆధారపడి జీవించకుండా ఉండటము, సహాయపడేవేళలో ముఖం చాటు వేయకుండా సంబంధిత ప్రదేశములో ఉండటము, అవసరం వచ్చినప్పుడు గొడవ పెట్టుకుని సహాయం చెయ్యకుండా ఉండకుండా ఎప్పటిలా నిజాయితీగా

వ్యవహరించటము, సమస్య చక్కదిద్దే వాడు... వీరు నిస్వార్థ సేవకులు.

సనాతన ధర్మలక్షణాలు ఏవి ?

సత్యాన్ని పలకటమూ, ఇంద్రియాలను నిగ్రహంగా ఉంచుకోవటమూ, తపస్సూ, శుచీలతో ఉండటమూ, సంతోషమూ, సిగ్గూ, సహనమూ, చక్కటి స్వభావమూ, జ్ఞానమూ, కరుణా, ధ్యానమూ ఇవన్నీ పాటించిన వారు సనాతన ధర్మలక్షణాలను కలిగి వున్న వారు అవుతారు.

ఆబ్దికమునాడు భోక్తలకు ఎలా వడ్డించాలి ?

తొలుత అన్నాన్ని వడ్డించాలి. భోక్త కుడివైపుగా పప్పు వేసి ఆపై తీపి వడ్డించాలి. ఆజ్యపాత్ర ఉంచాలి. భోక్త ఎడమవైపు పూర్ణములూ, లేదా అలాంటి భక్షములుంచాలి.

అన్నాన్నీ, కూరలనీ, లవణమునీ గరిటెతో భోక్తకి వడ్డించాలి. పండ్లు వడ్డిస్తే వొలిచి వడ్డించాలి. భోక్త వద్దన కావాల్సివస్తే సైగలతోనే చెప్పాలి. భోక్తలను ఒకరినొకరు తాకకుండా కూర్చోబెట్టాలి.

భగవద్గీతను ఎవ్వరైనా చదవచ్చా ?

భగవద్గీతను సాధువులూ, సన్యాసులూ, వేదాంతులూ మాత్రమే చదవాలనీ, అలాగే మడిబట్టతోనూ, పంచెనూ ధరించి గీత చదవాలనీ, స్త్రీలు చదవరాదని కొన్ని అపోహలున్న మాట వాస్తవమే అయినా అది తగదు.

దాహమేసిన వారు దాహాన్ని తీర్చుకున్నట్టు, రోగమొచ్చిన వారందరూ ఔషధాన్ని తీసుకున్నట్టు, భగవంతునిపై భక్తి ఉన్న వారంతా చదవటానికి అర్హులే. అలాగే భగవద్గీత అందరి కోసం. కులమత లింగ బేధములు లేవు.

తపశ్శీలత లేనివారికీ, భక్తి లేకుండా ఉన్న వారూ, గురుభక్తి లేనివారూ, ద్వేషాన్ని కురిపించే వారూ వీరు భగవద్గీత చదువుటకు అనర్హులు.

చావో రేవో అంటే ?

నడిసముద్రంలో చిక్కుకు పోవటము. అనగా సమస్యలు. ఆ సుడిగుండాల్లో చిక్కుకుపోయినప్పుడు, భయపడి, ముడుచుకుపోతే మిగిలేది చావే. అలాంటి విపత్కర సమస్య వచ్చినప్పుడు ధైర్యంగా ముందుకు

దూకటమే. ఎలాగూ చావు (సమస్యలతో నలిగి పోవటం) తప్పదనుకున్నప్పుడు తెగిస్తే రేవు చేరవచ్చు. అనగా, సమస్య నుంచి బైట పడటము. రేవంటే సమస్యల్ని అధిగమించటం. గమ్యాన్ని చేరటం. ఆత్మహత్య చేసుకునే ఎందరో ఇలా తెగించి, కార్యాన్ని చక్కబెట్టుకుంటే వారి వారి కుటుంబాలకి వ్యథలుండవు.

గీతలో చెప్పిన సాత్విక ఆహారమంటే ?

రసపుష్టిగల పండ్లూ, దంపుడు బియ్యమూ, కందులూ, పెసలూ, కాయ ధ్యానములూ, నెయ్యి, వెన్నా ఇవి సాత్వికమైనవి.

అతి చేదూ, పుల్లనీ, ఉప్పువీ, వేడిగా, కారములు న్న తినరాదని ఎండిపోయినవి, ఎక్కువ దాహమును పుట్టించు పదార్థములను దరి చేరనీయవద్దనీ గీత పరమార్థం.

అలాగే ఉడకని పదార్థములూ, దెబ్బ తిన్న కూరగాయలనూ, దుర్వాసనగలదీ, ఊరబెట్టినవీ, పులవబెట్టినవి రోగదాయకములు. ఆహారం వల్లనే మానవుడు జీవిస్తున్నాడు. ఆ ఆహారము వల్లనే ఆరోగ్యవంతుడూ, నీతివంతుడూ, సచ్ఛీలుడూ, అవు

తాడు. విరుద్ధ ఆహారం తీసుకన్న క్రూరుడూ, నీచుడూ, దుర్మార్గుడూ అవుతాడు.

ఆహారాదులని బట్టి వ్యక్తి శీలసంపదను నిర్ణయింపవచ్చునని గీతలో అంతర్లీన అర్థమున్నది. గీతలో ఆరవ అధ్యాయంలో ఆహారనియ మాల గూర్చి ఉంది.

కళ్ళు మూసుకుపోయి ప్రవర్తించటమంటే ?

మనకంటే విద్యలోనూ, జ్ఞానములోనూ, ధర్మం లోనూ, గొప్పవారయిన వ్యక్తులను ధనమదంతోనూ, భూమి పెరుగుదల వల్ల వచ్చిన ధనంతోనూ, తేలికగా వచ్చిన ధనం వల్ల అహంకారంతోనూ పై మదాల వల్ల పౌరుషంగా, అహంగా మాట్లాడి తూలనాడటమే కళ్ళు మూసుకుపోయి ప్రవర్తించటము. అలాంటి వారి అహం, పొగరు కేవలం తాత్కాలికం.

విజయమో వీరస్వర్గమో అంటే ?

వీరస్వర్గమంటే సకల సుఖాలు. అన్ని భోగాలనూ యుద్ధంలో విజయం సాధిస్తే ఈ భూమి మీద పొంద వచ్చు. అదే వీర స్వర్గమును అలంకరిస్తే అక్కడా భూమి

మీద పొందే సుఖాలే అనుభవించవచ్చు. విజయమైనా, వీరస్వర్గమైనా ఒక్కటే అన్నట్టు సాగిపోతామనటంలో అర్థం అదే.

దీని పరమార్థం గెలుపోటములు. ఒక్కసారి వక్కో పని చేయటం వల్ల ఓటమే ఎదురవుతుంది. అయినా ఆ ఓటమి ద్వారా సమస్త జనులకి వారి వారి వ్యక్తిత్వం తెలుస్తుంది. ఈ దేశ ప్రధాని మీద పోటి చేసి ఓడినా, ఓ మహోన్నతమైన వ్యక్తితో వివాదము పెట్టుకున్నా ఓడిపోయేది మనమే. అయినా ఆ ఓటమిలో కూడా స్వర్గముంటుంది.

సరైన కారణం లేకుండా ఎవర్ని పడితే వారి మీదకు వెళితే ఒక్కోసారి నవ్వులపాలు కావాల్సి వస్తుంది. పిరికితనంలో లభించే భద్రతా, సుఖం కంటే ధైర్యంతో సంపాదించే విజయమైనా, వీర స్వర్గమైనా వక్కటేనన్నది భావం.

ప్రతివారూ తప్పక ఆచరించాల్సిన విధులేమిటి?

★ ఉదయం లేవగానే నీరు త్రాగాలి.

★ పెరుగుతో ఏ ఆహారాన్ని భుజించరాదు. అట్లే పెరుగునూ తినరాదు.

★ భోజనం తర్వాత స్నానం చెయ్యకూడదు. స్నానం చేసే సమయమున పైనుంచి రుద్దుకుంటూ స్నానం చేయరాదు. ఇలా చేస్తే కామం వృద్ధి చెందుతుంది. అడ్డదిడ్డంగా రుద్దుతూ సాన్నం ముగించాలి.

★ పగటి పూట భార్యతో (స్త్రీ) కలవరాదు. అలాగే వెలుతురు లేని ప్రదేశంలో చదవరాదు. అలాగే లేవగానే కూడా చదవరాదు.

★ లేవగానే కాళ్ళు నేలకి తగలకుండా వంగి భూమిని తాకి నమస్కరించాలి. ఇలా చెయ్యటం వల్ల శరీరంలోని విషశక్తి భూమిని ఆకర్షించి, స్వచ్ఛమైన శక్తి మనలోకి వస్తుంది.

★ కొంతసేపు ధ్యానం తప్పక చేయాలి. ఇలా చెయ్యటం ద్వారా శరీరంలోని అన్ని భాగాలకూ అవసరమైన ప్రాణశక్తినిచ్చి సమతుల్యం చేస్తుంది. శరీరానికి హాని కల్గించే విష తరంగాలు బైటికి వెళతాయి.

★ సాయం సమయములో సూర్యుని కిరణాలతో స్నానం చేయాలి. అనగా కొద్దిసేపు నిలవాలి. దాని వల్ల అనేక చర్మ వాధ్యులు రాకుండా శరీరము వజ్రంలా తయారవుతుంది. ఆ సమయంలో సూర్యకిరణాల్లో 'డి' విటమిన్ ఉంటుంది.

★ రోజు మొత్తం మీద వక్కసారే వేడి ద్రవాన్ని త్రాగాలి. (కాఫీ, టీ)

★ భోజనాన్ని కూర్చొనే భుజించండి. దీని వల్ల శరీరానికి ఎంత ఆహారం కావాలో అంతే తీసుకొని ఆపై ఇక చాలు అని సంకేతము పంపుతుంది. తద్వార అతి ఆహారం తీసుకొని అనారోగ్యము పాలు కాకుండా ఉండగలము.

★ భోజనం చేసిన వెంటనే నిద్ర పోవద్దు. అలా నిద్రపోతే మీతోపాటు ఆహారాన్ని శుద్ధి చేసి రక్తంగా మార్చాల్సిన అవయవాలూ నిదురిస్తాయి. దానితో అజీర్ణమూ మల బద్ధకము ఇత్యాదులూ...

★ రాత్రి పూట పడక గదిలో కీటికిలు తలుపులూ తెరిచి నిద్రించకండి. తలుపులు తెరిచి నిద్రిస్తే చోరుల వల్లా, కీటికీలు తెరిచి నిద్రిస్తే చలికాలంలో రోగాలూ వచ్చే అవకాశం ఉంది.

★ మీరు కానీ, మీ పిల్లలు కానీ ఛాతిపై చేతులు వేసుకొని నిద్రపోకండి. ఇలా నిదురించటం వల్ల ఉపిరి తిత్తులపై తీవ్రభారం పడుతుంది.

★ కూర్చున్నప్పుడు చేతులపై తలను ఉంచి విశ్రమిస్తారు కొందరు. అలా చేయటం వల్ల మెదడుకి రక్తం సరిగా సరఫరా అవ్వదు. మెదడు సమస్యలు చాలా వస్తాయి.

★ తిరిగి తిరిగి వచ్చి, లేదా చెమట కారుతున్నప్పుడూ స్నానం చెయ్యరాదు. చెమట వస్తుందంటే శరీరంలో వేడి పెరిగినట్టు. అలాంటప్పుడు స్నానం చేస్తే శరీరంలో వేడి పడిపోతుంది. దానితో చెమట రావటం ఆగిపోతుంది. చెమట అనేది చెడు. ఆ చెడును బైటికి రాకుండా స్నానం ఆ సమయంలో చేయరాదు.

★ రాత్రిపూట చంద్రుడ్నీ, నక్షత్రాలనీ కొద్ది సేపు చూడండి. దీని ద్వారా కనులకు దృష్టి శక్తి పెరుగుతుంది. మనసుకు ప్రశాంతత.

★ నదీ, సముద్ర స్నానం చేసేవారు స్నానం అయ్యాక వెంటనే తొలతగా వీపు తుడుచుకోవాలి. శరీరంలో అన్ని భాగాలకంటే వెన్నుముక ఎక్కువ చల్లదనం అవుతుంది. అలా చల్లదనం అవ్వటం ఆరోగ్యంకాదు.

★ అరటి పండును తినగానే మజ్జిగ త్రాగరాదు. అలాగే మజ్జిగన్నంలో అరటిపండు వద్దు. ఇలా తీసుకోవటం వల్ల అరటి పండు జీర్ణ వ్యవస్థకు చేరేలోపు కడుపులో నాని విషపూరితం అవుతుంది.

★ స్త్రీలు పాలు పొంగకుండా జాగ్రత్తగా ఉండాలి. దీని వల్ల ధననష్టం. అంతేకాదు. పాలు మంట మీద పడటం ద్వారా వచ్చే గాలి మంచిదికాదు. పాలు

పొంగించటం వేరు. మంట ఆరిపొయ్యేదాకా పాలు పొంగిపోవటం వేరు.

★ భర్తకూ, పిల్లలకూ, బంధువులకూ, అతిథులకూ స్త్రీ గాజులు వేసుకోకుండా వడ్డించకూడదు. గాజులున్న చేతితో వడ్డిస్తున్నప్పుడు ఆ గాజుల తాకిడికి వచ్చే చిరు శబ్దాలు కనిపించని క్రిములను దూరంగా నెట్టివేస్తాయి.

★ స్త్రీలు నడుముకు క్రింద భాగంలో బంగారపు నగలు ధరించరాదు. పై భాగన ధరించిన బంగారు నగలకి తగిలిన గాలి మంచిది. నడుం క్రింద భాగం మల మూత్రాలకి సంబంధించిన ప్రాంతము. ఆ ప్రాంతాన్ని తగిలిన గాలి బంగారాన్ని తాకితే విష గాలవుతుంది. దానికి తోడు బంగారం లక్ష్మీ స్వరూపము.

★ తేనె, నెయ్యి కలిపి భుజించరాదు. అతిగా లావు ఉన్న వారు గోధుములతో చేసిన ఆహారాన్ని స్వీకరించాలి. ఒళ్ళు నొప్పులున్న వారు మాంసాహారానికి దూరంగా ఉండాలి. చేపలను ఆహారంగా తీసుకుంటున్నప్పుడు పాలూ, పాల పదార్థములను విడిచి భుజించాలి.

★ పాలతో అరటిపండునూ, వేరుశెనక్కాయలు బెల్లముతోనూ తీసుకోవాలి.

★ స్నానం అయ్యాక శరీరానికి ఏ నూనెని వాడ కండి. అలా చేస్తే శరీరంలోని చెడును అనగా చెమటను నిలిపినట్టే.

తెలుగు నెలలకి ఆ పేర్లేలా వచ్చాయి?

చిత్తా నక్షత్రములో పౌర్ణమి రావటం వల్ల చైత్ర మాసమనీ, విశాఖ నక్షత్రములో పౌర్ణమి రావటం వల్ల వైశాఖ మాసమనీ, జ్యేష్ఠా నక్షత్రంలో పున్నమి చంద్రుడు రావటం వల్ల జ్యేష్ఠ మాసమనీ, పూర్వాషాఢ నక్షత్రంలో పౌర్ణమి రావటంతో ఆషాఢమనీ, శ్రవణంలో పౌర్ణమి రావటం వల్ల భాద్రపద మాసమనీ, అలాగే అశ్వనీ, పుష్యమీ నక్షత్రాల్లో పౌర్ణమి రావటం వల్ల కార్తీక, పుష్యమాసములనీ మఖ నక్షత్రంలో పౌర్ణమి రావటం వల్ల మాఘమాసమనీ, పూర్వఫల్గుణి నక్షత్రంలో పౌర్ణమి రావటం వల్ల ఫాల్గుణ మాసమని మన పూర్వీకులైన మహాఋషులు నామధేయములేర్పరిచారు.

వసెక్కువ పోశారంటారు?

సంస్కృతంలో 'వచ' లేదా 'ఉగ్రగంధ' అంటారు. తేమగా ఉన్న ప్రదేశంలో పెరుగుతుంది. పసితనంలో

తొందరగా మాటలు రావటానికి వసకొమ్మును అరగ దీసి తేనెతో కలిపి పోస్తారు. అలా పోస్తే వాక్కు స్పష్టంగా చక్కగా త్వరగా వస్తుందని అలా పోస్తారు.

సమతూకంగా వసపొయ్యకుండా ఎక్కువ పోస్తే గలగలా మాట్లాడతారు. అలాంటి వాళ్ళని సంబోధించి వీడికి వసెక్కువ పోశారంటారు. ఆయుర్వేదంలో వాపును కూడా ఈ వస చెట్టు వేళ్ళ రసం తగ్గిస్తుందని ఉన్నది.

గృహారంభము ఎప్పుడు ప్రారంభించ కూడదు? ఎప్పుడు ప్రారంభించాలి?

వైశాఖమూ, ఫాల్గుణమూ, పుష్యమూ, శ్రావణమూ, ఈ మాసములందు ముగ్గుపోయాలని బాదరాయణుడు శెలవిచ్చాడు.

అదే నారదుడు ఫాల్గుణ, వైశాఖ, శ్రావణ, కార్తీకములందు గృహ నిర్మాణమునకు శ్రీకారం చుట్టమని చెప్పాడు. ఈ మాసములలో గృహరంభము చేస్తే ధన, కనక, పుత్ర, ఆరోగ్యములు వృద్ధి చెందు తాయని చెప్పాడు.

కారణ తంత్రంలో స్థిరమాసమూ, స్థిరరాశీ, స్థిర అంశమూ ఇందు గృహానికి శంకుస్థాపన చేయుట

మంచిదని చెప్పాడు. ప్రధాన గృహ నిర్మాణం పుష్య, ఆషాఢ మాసములలో వద్దని చెప్పాడు. దైవజ్ఞవల్లభదు, చైత్రమాసంలో గృహారంభము శోకమనీ, వైశాఖంలో శుభమనీ, జ్యేష్ఠంలో మహాభయంకర శోకమనీ, ఆషాఢంలో పశువుల క్షీణతనీ, శ్రావణము ధనకారనీ, భాద్రపదము దరిద్రమనీ, ఆశ్వీయుజము గొడవలనీ, కార్తీకము భృత్యనాశనమనీ, మార్గశిరము ధనప్రాప్తి అనీ, పుష్యం లక్ష్మీప్రాప్తి అనీ మాఘమాసము అగ్ని భయమనీ ఫాల్గుణం సకల ఐశ్వర్యప్రాప్తి అని శెల విచ్చాడు.

పూజా సమయాల్లో చెయ్యకూడనవి, చెయ్యాల్సినవి

★సూర్యుడు ఉదయించడానికి ముందే లెగవాలి. అస్తమించిన తర్వాత నిదురించాలి.

★ నోములూ, వ్రతాలూ చేసే రోజు తలకు నూనె పెట్టడం, దువ్వటం చేయరాదు.

★ శని, ఆది, మంగళవారలలో కొత్త వస్తువుని కొనరాదు.

★ స్నానం చెయ్యకుండా పొయ్యి వెలిగించవద్దు. శుక్రవారాలు ప్రయాణాలు చెయ్యవొద్దు.

★ తొలుతగా ముందు మీరు బొట్టు పెట్టుకొని ఆపై ఇతరులకు బొట్టు పెట్టాలి.

★ పూజా సమయరోజుల్లో మంచి నీళ్ళు, మజ్జిగ మీ చేతులతో వడ్డించొద్దు. ఇతరుల నుంచి ఉప్పు, నూనె తీసుకోవద్దు.

★ గడపని కాలితో తొక్కకుండా జాగ్రత్త వహించండి.

★ గడప బయటనుంచి లోపల వస్తువుని బయటకు తీసుకురావద్దు. అలాగే బయట వస్తువులని గడప అవతల పెట్టరాదు.

★ రాత్రి భోజనంలో పెరుగుని ఎట్టి పరిస్థితులలో తీసుకోవద్దు.

చిన్ముద్ర అనగా ఏమిటి?

మీ బొటన వ్రేలుని చూపుడు వ్రేలు చివరలతో మిగతా మూడు వ్రేళ్ళను నిటరుగా ఉంచటమే చిన్ముద్ర. ధ్యానతపస్సు సమయాల్లో మహోత్తరమైన శక్తి మీ నుంచి బయటకు ప్రసరించకుండా ఉంటుంది.

కటిక నేల మీద పెట్టకూడనవి?

బంగారమూ, రత్నములూ, దీపమూ, శివ లింగమూ, శంఖమూ, సాలగ్రామమమూ, జలమూ,

పుష్పమూ, తులసిదళాలూ, జపమాలలూ, కర్పూరమూ, రుద్రాక్షమాలా, కుశమూలములూ (గరిక), పుస్తకమూ, యజ్ఞోపవీతమూ, ఆవుపంచితమూ, నెయ్యీ, తమల పాకులూ, పండ్లూ, వీటిని నేలపై ఉంచరాదు.

చైత్రమాసంలో ఏ పండుగలొస్తాయి?

సంవత్సరారంభము అనగా ఉగాది. ఈ రోజున బ్రహ్మదేవుడ్ని ప్రార్థిస్తే సకలమూ శుభమవుతుంది. బ్రహ్మను ప్రార్థించాల్సిన ఏకైక పండుగ ఈ ఉగాదే. డోలా గౌరీ వ్రతమూ, సౌభాగ్య శయన వ్రతాలు చేయాలి. శ్రీమహావిష్ణువు మత్స్యావతారమెత్తి సోముకు డ్నించి వేదాలను రక్షించి బ్రహ్మకిచ్చిన రోజు. సృష్టిని బ్రహ్మ ప్రారంభించిన రోజే ఈ ఉగాది.

శ్రీరామనవమి

చైత్రశుద్ధనవమి శ్రీరామనవమి. సీతారాముల కళ్యాణమూ, శ్రీరాముడు రావణుడ్ని వధించి లంక నుంచి అయోధ్యకు వచ్చిన రోజూ ఇదే. శ్రీరామనవమి రోజు ఉపవాసాదులు చేయుట శుభం. ఈ పండుగనాడు రఘుకుల తిలకుడైన శ్రీరామచంద్రుడి ప్రతిమను

అదియును ఎడమ తొడ మీద సీతాదేవి ఉన్న ప్రతిమను దానం చేయటము శుభకరం.

ఆ ప్రతిమలో శ్రీరాముని కుడి చేయి జ్ఞానముద్ర కలిగి ఉండాలి.

వైశాఖ మాసంలో ఏ పండుగలొస్తాయి? ఏ వ్రతాలు చేయాలి?

ఈ వైశాఖ మాసంలో పుణ్య తీర్థాలలో స్నానం పుణ్య కారకము. వైశాఖంలో సూర్యుడు మేషరాశి సంక్రమణంలో ఉండగా ప్రాతః స్నానం చేస్తే అద్భుత ఫలితం కలుగుతుంది.

వైశాఖంలో చలి వేంద్రాలు నిర్మిస్తే విష్ణు శివ ప్రీతులవుతారు. ఈ మాసంలోనే అక్షయతృతీయ వస్తుంది.

పరుశురాముని జయంతీ ఈ వైశాఖ మాసంలోనే. వైశాఖ శుద్ధ సప్తమినాడే గంగాదేవి ఆవిర్భవించింది. హనుమజ్జయింతీ, నృసింహజయంతీ ఈ మాసంలోనే. వైశాఖ శుద్ధ చతుర్దశినాడు సాయం సమయమున హిరణ్యకశిపుని వధించేందుకు శ్రీమహావిష్ణువు ఉగ్ర నరశింహుడై అవిర్భవించాడు.

జ్యేష్ఠమాసంలో పండుగలూ, వ్రతాలూ?

సూర్యుడు మిధునరాశిలో ప్రవేశిస్తాడు. సంక్రమణ ప్రవేశమునకు ముందు పదహారు ఘడియలు పుణ్యకాలం. గంగాదేవిని భగీరథుడు నచ్చ చెప్పి భూలోకానికి తెచ్చిన మాసము. ఈ మాసంలోనే వట సావిత్రి వ్రతాన్ని స్త్రీలు సౌభాగ్యము కోసం ఆచరిస్తారు. ఈ వ్రతంలో వట వృక్షాన్ని పూజిస్తారు. వట వృక్షము అనగా మర్రిచెట్టు. త్రిమూర్తుల రూపమే. వేళ్ళు బ్రహ్మ, కాండము విష్ణువూ, కొమ్మలు, శివుడూ. అలాగే జ్యేష్ఠ పౌర్ణమీ, ఏరువాక పన్నమీ వస్తాయి. వర్షాకాల ప్రారంభమాసము.

ఆషాఢమాసములో పండుగలూ, వ్రతాలూ?

జగన్నాధక్షేత్రంలో రథ యాత్ర జరుగుతుంది. ఈ మాసంలోనే శయనైకాదశి. లేదా తొలి ఏకాదశి. శ్రీమహావిష్ణువు శంఖగదా చక్రాలు ధరించి ఆదిశేషునిపై శయశించి ఉండగా శ్రీమహాలక్ష్మీదేవి పాదములు వత్తుతుండే ప్రతిమను పూజించాలి. ఈ రోజు నుంచే

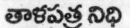

చాతుర్మాస్య వ్రతాన్ని పడతారు. వ్యాస పూర్ణిమా, శివ శయనోత్సవము ఈ మాసములోనే వస్తాయి.

శ్రావణమాసములో పండుగలూ, వ్రతాలూ?

ఈ మాసంలో నదీస్నానం వలదు. నదులన్నీ రజస్వలలు. సముద్రంలో కలిసే నదులకు పై నియమము వర్తించదు. నాగపంచమీ, దధివ్రతమూ, వరలక్ష్మి వ్రతమూ వస్తాయి.

తెలుగునాట ప్రతి ఇంట వరలక్ష్మి వ్రతము చేస్తారు. శౌనకాది మహర్షులకు సూతమహాముని చెప్పినదే. స్త్రీలకు సౌభాగ్యవంతమైనదీ, అపూర్వ ధన రాశులనూ ఇచ్చేదే వరలక్ష్మి వ్రతము.

వరలక్ష్మిదేవి చారుమతికి కలలో కనిపించి, శ్రావణ పౌర్ణమి నాటికి ముందు వచ్చే శుక్రవారం పూజించి తరించమని చెబుతుంది.

చారుమతి సకల విధి విధానాలతో వరలక్ష్మి వ్రతం పూర్తి చేసి, తొలి ప్రదక్షిణ చెయ్యగానే కాలి అందియలు ఘల్లుమని మ్రోగాయి. రెండవ ప్రదక్షిణ చేయగానే నవరత్నఖచిత కంకణాలు ధగధగలాడాయి. మూడో ప్రదక్షిణ చెయ్యగానే ముత్తైయిదువులంతా

సర్వాభరణ భూషితులయ్యారు. ఆ పట్టణమే ధన కనకములతో నిండిపోయింది. ఈ వ్రతం చేసినా, చూసినా సకల శుభములు సిద్ధిస్తాయని శౌనకాది మహర్షులకు చెప్పాడు.

ఈ మాసంలోనే రక్షాబంధ నోత్సవము. ఇదే అన్నా చెల్లెళ్ళ పండగ. అలాగే ఈ మాసంలోనే శ్రీకృష్ణాష్టమి.

శ్రావణమేఘాలు పరవశంతో పరుగులు తీస్తున్న ఈ సమయంలోనే శ్రీకృష్ణుడు జన్మించాడు. రైతులు ఆవులనూ, ఎద్దులనూ పూజించే పోలాల అమావాస్య కూడా ఈ మాసంలోనే.

భాద్రపదమాసములో పండుగలూ, వ్రతాలూ?

ఈ మాసంలోనే పిల్లలకూ, పెద్దలకూ ఇష్టమైన పండుగ వినాయకచవితి. ఈ రోజున అంతా వినాయక పూజ చేసి అక్షతలు తలపై చల్లుకొని చంద్రుడ్ని చూస్తారు. ఈ మాసంలోనే బుటాపంచమీ, సూర్యషష్టీ, కేదారవ్రతములు చేసుకుంటారు. విష్ణుపరివర్తన ఏకాదశీ, వామన జయింతీ, అనంత పద్మనాభ వ్రతములూ వస్తాయి. ఈ మాసంలో చివర్లో వచ్చే

మహాలయ అమావాస్యనాడు పితృదేవతలకు తర్పణ శ్రాద్ధ విధులను నిర్వహిస్తారు.

ఆశ్వీయుజమాసములో పండుగలూ, వ్రతాలూ?

శరన్నవరాత్రులు ప్రారంభము. నవరాత్రి పూజలను తొమ్మిది రోజులు ఘనంగా చేసుకుంటారు. దుర్గాష్టమి పండుగల్లో పెద్ద పండుగ. అమ్మవారిని తొమ్మిది రోజులూ తొమ్మిది రూపాలతో భక్తితో వైభోవపేతంగా పూజలు జరుపుకుంటారు. విజయ దశమీ, దసరా అని పిలిచే ఈ పండుగ నెల అంతా భక్తిమయం, శక్తిమయం.

ఆశ్వియుజ బహుళ చతుర్దశి

ఇదే పిల్లలకు అసలు సిసలు ఆనందోత్సాహాల పండుగ. శ్రీమహలక్ష్మిని కొలిచి, ప్రసన్నం చేసుకునే దివ్యమైనరోజు. పాతాళం నుంచి బలి ఈ రోజే భూమిపైకి వచ్చాడనీ, ఈనాడే వామనావతారంలో బలిని పాతాళం లోకి అణగదొక్కాడనీ పురాణాలు చెబుతున్నాయి. ఈ రోజున తిలతైలంతో తలస్నానం చేస్తారు. దానికి కారణము దీపావళీ పర్వపవిత్ర రోజుల్లో

లక్ష్మీదేవి తిలతైలంలో ఉంటుంది. నరక చతుర్దశినాడు నువ్వులతో చేసిన వంటకాలు తింటారు.

నరక చతుర్దశి పండుగకి వెనుకున్న గాథ- నరకాసురుడు ఇంద్రుడి తల్లి అదితి కర్ణాభరణాలనూ, దేవతా పుత్రికలు పదహారు వేలమందినీ బలవంతంగా తీసుకెళ్ళాడు. అది తెలిసి సత్యభామ భర్త శ్రీకృష్ణుడితో కలిసి నరకాసురునిపైకెళ్ళి శ్రీకృష్ణుడిచే చంపిస్తుంది. దానికి గుర్తుగా నరక చతుర్దశిని జరుపుతారు.

దీపావళిరోజు అమావాస్య. ఆ రోజున లక్ష్మి పూజ విశేషంగా చేస్తారు. సూర్యుడు తులారాశిలో ప్రవేశిస్తాడు. దీపావళి మరుసటి రోజు గోవర్ధన పూజ చేస్తారు. విక్రమార్కుడు పట్టాభిషిక్తుడైన రోజు కూడా ఇదే.

కార్తీకమాసములో పండుగలూ, వ్రతాలూ?

ఈ మాసంలో శ్రీమహావిష్ణువును దామోదర నామంతో భక్తులు పూజిస్తారు. ఎవరికి వీలున్న పరిస్థితిని బట్టి నదీ, నూతిస్నానమునూ భక్తితో చేస్తారు. ఈ మాసమును మించిన సమమైన మాసం లేదని అత్రి మహర్షి శెలవిచ్చారు. కార్తీక మాసములో కార్తీక

మహాత్మ్యము చదువుతూ, మహాశివుడ్ని కొలుస్తూ ఉసిరి చెట్టు క్రింద పూజలూ, భోజనాలూ, వనాల్లో విహారములూ ఇలా అనేక ఆరాధనలు చేస్తూ పరమానందంగా గడుపుతారు.

కార్తీక సోమవారాలు విధిగా చేస్తారు. కార్తీక దీపాలు వెలిగిస్తారు. ఈ మాసం మంగళ ప్రదము. స్త్రీలకు ఐదవతనమును వృద్ధి చేస్తుంది.

ఆలయాల్లో, తులసీ వనాల్లో మహిళలు విశేషంగా అరటి దొప్పల్లో నూనె పోసి దీపాలని వెలిగిస్తారు. ఉసిరి కాయపై వత్తిని పెట్టి వెలిగించి విష్ణు దీవెనలను పొందుతారు. ఈ మాసంలో శివునికి అభిషేకాలు చేస్తారు. శివాభిషేకం సకల పాపాలను పోగొడుతుంది.

కార్తీక శుద్ధ విదియనాడు అన్న సోదరి ఇంటికెళ్ళి చీర పెట్టి ఆమె చేతివంట తిని సోదరికి సంతోషాన్ని కలిగిస్తాడు.

మార్గశిరమాసములో పండుగలూ, వ్రతాలూ?

ఈ మార్గశిర మాసములోనే దత్తాత్రేయ జయింతి. మార్గశిర పౌర్ణమి నాడే దత్తాత్రేయ జయంతి. తనకు తానుగా పుత్రరూపాన్ని ఇచ్చి దత్త నామధేయుడయ్యాడు

శ్రీమహావిష్ణువు. ఈ మాసంలోనే ధనుస్సంక్రాంతి. తిరుప్పావై పారాయణము ప్రారంభమయ్యే శుభప్రదమైన రోజు. సూర్యుడు ధనురాశిలో ప్రవేశించే పుణ్యవేళ. అప్పటి నుంచే ధనుర్మాసం మొదలు.

పుష్యమాసములో పండుగలూ, వ్రతాలూ?

సూర్యభగవానుడు మకరరాశిలో ప్రవేశించే పుణ్యఘడియలలో ఉత్తరాయణ పుణ్యకాలం ప్రారంభము. భోగీ, సంక్రాంతీ, కనుమా పెద్ద పండుగలు ఈ మాసంలోనే.

కనుమ పండుగ రైతుల పండుగ. రైతులు కనుమ రోజు ఉదయమే లేచి శుద్ధి అయి పశువుల శాలల్లో పొంగలి వండుతారు. కోడి, మేకలు వంటి వాటిని అనేక పద్ధతుల ద్వారా వండుకొని ఆరగిస్తారు.

మాఘమాసములో పండుగలూ, వ్రతాలూ?

మాఘమాసంలో సుర్యోదయం అవబోతున్న సమయంలో స్నానం చేస్తే కుటుంబానికంతటికీ శుభము. ఢుండి గణపతి పూజలు చేస్తారు. శివుడ్ని

మల్లెపూలతో పూజిస్తారు. కొన్ని ప్రాంతాల్లో 'శ్రీపంచమి' పండుగ చేసుకుంటారు. సరస్వతీ దేవిని పూజిస్తారు. అలాగే రథసప్తమిని మాఘశుద్ధ సప్తమినాడు ఆచరిస్తారు. రథ సప్తమి సూర్యుడ్ని పూజించే పండుగ. మాఘశుద్ధ అష్టమి భీష్మాష్టమి.

శివరాత్రి

మహాశివుడ్ని అభిషేకాలతో, బిల్వపత్రాలతో తమ్మిపూలతో భక్తిగా పూజించే పండుగ. చతుర్దశి రోజున మహాశివునికి ప్రీతి అయిన కాలమే మాసశివ రాత్రి. మాఘబహుళ చతుర్దశి అనగా అమావాస్యకు ముందు వచ్చేది కాన మహాశివరాత్రి. ఈ శివరాత్రి మంగళవారమొస్తే ఎంతో పుణ్యప్రదము. శివరాత్రి పగలు ఉపవాసము చేయాలి. రాత్రి జాగరణ చేయాలి. రుద్రాభిషేకం చేసేవారి హస్తం అమృతమయమే అవుతుంది.

ఫాల్గుణమాసములో పండుగలూ, వ్రతాలూ?

ఈ మాసం విష్ణుప్రీతికరము. ఈ మాసంలో శ్రీమహావిష్ణువుకు క్షీరాన్ని నివేదించి ప్రసాదంగా

స్వీకరించే వ్రతం ఆచరిస్తారు. అలాగే పుత్ర గణపతి వ్రతం చేయటం ద్వారా పుత్రప్రాప్తి కలుగుతుందని శాస్త్రాలు చెబుతున్నాయి.

సూర్యుడు మీనరాశిలో ప్రవేశించే సమయంలో చేసే పూజలూ, జపాలూ ఎంతో ఫలాన్నిస్తాయి. ఫాల్గుణ పౌర్ణమి రోజున హోలీ పండగ చేస్తారు. 'హోళికా' అనే శక్తి దేవతను పూజిస్తారు. శ్రీకృష్ణుడ్ని ఉయ్యాలలో వేసి 'డోలోత్సవం' చేస్తారు. మహాశివుడు తన మూడో కన్ను తెరిచి కాముడ్ని దహించింది ఫాల్గుణ పౌర్ణమి రోజే. రంగు నీళ్ళను చల్లుకుని ఆనందించే వసంతోత్సవమూ ఈ మాసంలోనే.

ఎలాంటి వార్ని కొలువులో పెట్టుకోవాలి?

★ తన కన్నా తెలివి తేటలు తక్కువ ఉన్నవారినీ, బలవంతులనీ, వయసులో ఉన్న వారినీ నియమించు కోవాలి. కార్యాన్ని అప్పచెబితే సంపూర్ణంగా చేసేవాడినీ పెట్టుకోవాలి.

★ వస్తు, కొనుగోళ్ళు విషయాన్ని యజమాని ఎప్పుడూ తెలియనివ్వరాదు. అమ్మిన వస్తువుపై ఖచ్చితమైన లాభాన్ని సేవకులకు తెలియనివ్వరాదు.

★ తనకిచ్చే దాన్ని కాక, యజమానికెంత వస్తుంది అని ప్రశ్నించుకునేవాడ్నీ, ఆలోచించేవాడ్నీ వెంటనే తప్పించాలి.

★ చెప్పిన పనిని అయిందన్నట్టు భ్రమ కల్పించే వాడిని ఒక్క ఘడియ కూడా ఉంచరాదు. అబద్ధాలు చెప్పేవాడినీ, యజమాని గూర్చి వెనుక మాట్లాడేవాడినీ, రహస్యాలను వెల్లడి చేసేవారినీ గమనిస్తూ ఉండాలి.

★ యజమానికి ఎంతో నమ్మకంగా, మరెంతో ఖచ్చితంగా పనులు చేసినా, గౌరవమూ, భక్తీ లేనివారిచే పనులు చేయించుకోకూడదు. ఎదురు సమాధానం చెప్పేవార్ని, తనకే వ్యాపార మెళుకువలు చెప్పేవార్ని ముఖ్యమైన పనులన్నింటికి దూరంగా ఉంచాలి.

★యజమాని వచ్చిన తర్వాత పనికి వచ్చే వార్నీ, పదినిమిషాల పనిని గంట చేసేవార్ని పెట్టుకుంటే ఆ యజమాని వృత్తిలో రాణించడు. అట్లే సేవకుని ఆర్థిక కష్టాలు, యజమాని గమనించకపోతే ఆదుకోకపోతే, సరైన సమయానికి భత్యమూ, తగు అవసరాలూ తీర్చకపోతే ఆ యజమాని వృత్తి వృద్ధిలోకిరాదు.

★ యజమానికి ఎన్ని తెలివితేటలున్నా అవి ఆచరణలో చూపించేది వారే... వారే లేకపోతే యజమాని లేడు. ఆ విషయాన్ని పదే పదే గుర్తించి

మసులుకోవాలి. ఎంతో పెద్ద తప్పు చేస్తేనే మంద లించాలి. పరుష పదజాలాన్ని ఎట్టి స్థితిలోనూ వాడ కూడదు. యజమాని మాటకూ, చూపుకీ భయపడాలి. ఎంతో మంది పనిచేస్తేనే ఆ యజమాని అంత ధన వంతుడవుతాడు. కీర్తివంతుడవుతాడు. సుఖవంతుడూ అవుతాడు.

ఆస్తీ, ఐశ్వర్యాలు నాలుగో తరంలో నిలవవా?

తరతరాలూ తిన్నా తరగని ఆస్తి సంపాదించారని అంటారు. కానీ వాస్తవానికి ఆ తరతరాల సంపాదన నాలుగో తరం వచ్చేసరికి అడుగంటిపోతుంది. లక్ష్మి నిలకడలేనిదే అయినా, అలా ఆస్తి పోవటానికి కారణం, వారివారి పుత్రుల ప్రతినిధులే కారణం.

ధనం విలువ తెలియక, నమ్మాల్సిన వారిని నమ్మక, నమ్మకూడని వారిని నమ్మి సర్వమూ పోగొట్టు కుంటారు.

నడి రోడ్డు మీద మళ్ళీ కష్టపడుతుంటారు. ఇలా కావటానికి ధనమున్నదనే అహమూ, మదాలే కారణము. ప్రేమలనూ, అప్యాయతలనూ, ధర్మాన్నీ, న్యాయాన్నీ మరిచిపోవటము వలనే వారికా దుస్థితి.

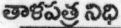

కుక్కలు మూలిగినా, ఏడ్చినా, ఎవరికో మూడినట్లేనా?

కుక్కలు మూలిగినా, ఏడ్చినా యమధర్మరాజు వస్తున్న సంకేతకంగా భావిస్తారు. వాసన చూసి ఎలా చోరులని గుర్తిస్తాయో, అలానే మానవులకి కనిపించని అనేక దివ్య, దుష్టశక్తులు కుక్కలకి కన్పిస్తాయి.

కుక్కలు అలా ప్రవర్తించినప్పుడు చాలాసార్లు చాలా చోట్ల మరణాలు సంభవించాయి. ప్రకృతిని, భగవంతుడి ఉనికిని తెలుసుకోవటానికి ఎన్ని జన్మలైనా చాలవు.

కానీ పశు... పక్షాదుల్లో కొన్ని అతీత శక్తు లున్నాయి. మనిషి గుర్తించలేని వాటిని ఎన్నో అవి గుర్తిస్తాయి. చెప్పటానికి కుక్కలకి మాట లేదు. ఆ మాటే కుక్కలకి ఉంటే ఈ భూమ్మీద మానవుడు ఉండేవాడు కాదు.

కుక్కలకే కాదు ఏ జీవికి మాట్లాడే శక్తి ఉన్నా మనిషి ఈ భూమిని శాసించలేడు. అందుకే దేముడు అన్నీ జంతువులకంటే తక్కువ అర్హతలతో మనిషిని పట్టించి 'మాట' అనేది ఇచ్చి అందరికంటే ఎక్కువ చేశాడు.

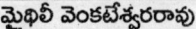

వశీకరణమూ, మోహనమూ లాంటివి సాధన ద్వార పొందగలమా?

ఇటువంటి తంత్ర విద్యలన్నీ శివతంత్రములో ఉన్నాయి. వశీకరణమూ... నప్త నిధిలకు సంబంధించిన ఈ మంత్ర శాస్త్రం శబరజాతికి సంబంధించినది. ఇవి సామాన్యులకు సిద్ధి కలిగించవు. అణిమాద్యష్టసిద్ధుల్లో అనేక వశీకరణములున్నాయి.

కోపాలూ, తాపాలూ, పగలూ, ప్రతీకారలూ ఇలా ఎన్నింటికో ఈ శాస్త్రంలో మంత్రాలూ, సాధనలూ ఉన్నాయి.

కానీ, అవన్నీ మంత్రములే. మూల మంత్రములనీ, కార్యసాధనా పద్ధతులనీ కొన్నింటిని ఆ రోజుల్లోనే పూర్వీకులు తీసి వేయటం జరిగింది.

లోకకల్యాణం కోసం ఋషులెన్నడో ఆ పని చేశారు. అవి మంత్రములేగాని, ఫలితములొచ్చు పద్ధతులుకావు.

ఈ కలియుగాన మంత్రాలతో ప్రేమనూ, ప్రేయసినీ పొందలేము. అపారధనాన్ని సంపాదించలేము. ద్వేషాన్నీ, కోపాన్నీ తంత్రాల ద్వార ప్రయోగించ

లేము. అలా భావోద్వేగాలకి లోనవుతే అది మానసిక సమస్యే కాని మరొకటి కాదు. శబరజాతి అతి పురాతన మైనది.

ఈ యుగమున ఆ జాతి లేదు. వారికే ఆ మంత్ర తంత్రాలన్నీ తెలుసు.

అమృతాన్ని దేవతలకి మాత్రమే పంచిపెట్టడం న్యాయమేనా?

క్షీరసాగరమథనంలో ధన్వంతరి అమృత కలశముతో ప్రత్యక్షమవ్వగానే రాక్షసులు పరుగున వెళ్ళి, ధన్వంతరి హస్తాల్లోంచి అమృతాన్ని బలవంతంగా తీసుకొని తమ నిజస్థానాలకి తరలివెళ్ళారు.

ఇద్దరు కలిసి పనిచేసినప్పుడు ఫలం సరిసమంగా ఉండాలని శ్రీమహావిష్ణువు ముందే చెప్పినా వినలేదు. ధన్వంతరిని గౌరవించలేదు.

తప్పనిసరి పరిస్థితుల్లో శ్రీమహావిష్ణువు మోహినీ అవతారం ఎత్తి రాక్షసులకు మోహం కల్గించాడు. అమృతాన్ని వదిలి మోహిని వెంటపడ్డారు.

పెద్దలను గౌరవించక, మాటకు కట్టుబడక, అధర్మంగా ప్రవర్తించి అమృతాన్ని తెచ్చుకున్నా, స్త్రీ వ్యామోహంతో అమృతాన్ని పోగొట్టుకున్నారు.

అందుకే వారు రాక్షసులయ్యారు. అధర్మంగా అమృతాన్ని అపహరించి తామొక్కరే చిరంజీవులవ్వాలన్న స్వార్ధమే రాక్షసులకి శాపమయ్యింది. అమృతం దూరమయ్యింది.

శ్రీమహావిష్ణువు ధర్మ ప్రకారమే అధర్మపరులకు అమృతాన్ని పంచలేదు.

నరకాసురుడ్ని చంపింది శ్రీకృష్ణుడా? లేక సత్యభామా?

ఎక్కువ మంది సత్యభామనుకుంటారు. తల్లిచేతిలో మరణమని అందుకే సత్యభామను యుద్ధానికి శ్రీకృష్ణుడు తెచ్చేలా చేశాడని అనుకుంటారు. కానీ క దు. సత్యభామే భూదేవి.

శ్రీమహాలక్ష్మి పొందుతున్న వైభోగాల గూర్చి చెప్పి, తన వ్యధల గూర్చి భూభారం గూర్చి చెబుతుంది. అప్పుడే శ్రీమహావిష్ణువు లక్ష్మీదేవి ఇంత వరకూ ఎన్ని భోగాలు అనుభవించిందో అవన్నీ ఒక్క జన్మలోనే (సత్యభామ) అనుభవిస్తావని చెబుతాడు.

ఆ సమయంలోనే బిడ్డల గూర్చి అడుగుతుంది. అడిగిన సమయం విష ఘడియలు కావటంతో

రాక్షసులు జన్మిస్తారనీ, తానే వార్ని చంపక తప్పదని చెబుతాడు.

భూదేవి కడుపు తీపితో నీవు సంహరించ వద్దని 'వరం' శ్రీమహావిష్ణువును అడుగుతుంది. అప్పుడు శ్రీమహావిష్ణువు నీకు నీవుగా చంపమన్నప్పుడే సంహరిస్తా నని అభయం ఇస్తాడు. నరకాసురుడిపై యుద్ధానికి వెళ్ళినప్పుడు సత్య భామను చూసి నరకుడు స్త్రీ అగ్నిలా మారే ప్రసంగము చేస్తాడు.

తల్లిలాంటి నాపైనే కారుకూతలు కూస్తాడా సంహరించు 'వెధవను' అని సత్యభామ అంటుంది. శ్రీకృష్ణుడు చక్రాయుధం వదిలేలా చేస్తుంది సత్యభామ.

తీర్థం సేవించిన తర్వాత చేతిని తలకు రాసుకోవచ్చా?

తీర్థం తీసుకోవటానికి చేతిని గోకర్ణభంగిమలో ఉంచి తీసుకుంటాము. ఆపై అనాలోచితంగా మనం ఆ చేతిని తలపై రాసుకుంటాము. అలా చెయ్యటం తగదు.

తీర్థం పంచామృతంతో చేస్తారు. అందులో తేనె, పంచాదార వంటివి జుట్టుకి మంచివికాదు. అలాగే తులసీ తీర్థం తీసుకొన్నా తలపై రాసుకోకూడదు.

తీర్థం తీసుకోవటం వల్ల చేయి ఎంగిలవుతుంది. ఎంగిలి చేతిని తలపై రాసుకోకూడదు.

ఏ తీర్థం తీసుకున్నా చేతిని సాధారణ నీటితో శుభ్రం చేసుకోవాలి. వైష్ణవ సంప్రదాయంలో గంగా జలంతో అభిషేకం చేసిన తీర్థాన్ని మాత్రమే తల వెనుక రాసుకోవాలిని ఉంది.

దశవతారాలేవి?

దశవతారాల్లో కొందరు బుద్ధుడు, మరికొందరు బలరాముడు అని అంటారు.

తాళ్ళపాక అన్నమాచార్యులవారు తన కీర్తనలలో దశావతార వర్ణనలనూ చేస్తూ... సోముకుని చంపి వేదములు తెచ్చిన మత్స్యావతారమూ, క్షీరసాగర మథనంలో కూర్మవతారమూ, హిరణ్యాక్షుని నుంచి భూమిని స్వాధీనం చేసుకొన్న వరహావతారమూ, ప్రహ్లాదునికై మహోగ్రరూపమెత్తిన నృసింహావతారమూ, బలిని దానమడిగిన వామనావతారమూ, జమదగ్ని కుమారుడిగా పరుశురామవతారమూ, తండ్రి మాట జావదాటాని రఘుకులతిలకుడు శ్రీరాముడిగా రామావతారమూ, గోపికావల్లభుడు శ్రీకృష్ణుడిగా శ్రీకృష్ణావతారమూ, కలియుగమున కల్క్యావతారమూ. ఈ పదింటిని శ్రీమహావిష్ణువు దశావతారాలుగా అన్నమయ్య తన కీర్తనలలో వర్ణించాడు.

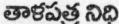

దేవుని తీర్థం ఎంత ఆరోగ్యము?

భగవంతుడ్ని దర్శించి తీసుకునే తీర్థంలో ఎన్నో ఆరోగ్య సుగుణలుంటాయి. శ్రీ గంధం, తులసీ, పచ్చ కర్పూరమూ, కేసరి మొదలగు వాటిని భగవంతుని తీర్థంలో కలుపుతారు. ఈ తీర్థం క్రిమిసంహారకంతో పాటు, రోగనివారక గుణం కలిగి ఉంటుంది. అందుకే భగవంతుడ్ని దర్శించాక తీర్థం తీసుకుంటే ఆధ్యాత్మిక భావనతోపాటు ఆరోగ్యం కూడా కలుగుతుంది.

చతుఃషష్టి కళలు అనగా ఏవి?

64 కళలు అని అనేక సంధర్భాల్లో విని ఉంటారు. ఆ 64 కళలు ఇవి.

1. అష్టాదశలిపిబోధ 2. తల్లేఖనము 3. శీఘ్ర వాచనము 4. బహువిధ భాషా జ్ఞానము 5. తత్తత్భాషా కవితాకథనము 6. ద్యూతము 7. ఋగ్వేదము 8. యజుర్వేదము 9. సామవేదము 10. అధర్వణవేదము 11. ఆయుర్వేదము 12. అర్థవేదము 13. ధనుర్వేదము 14. గాంధర్వవేదము 15. శిక్ష 16. వ్యాకరణము 17. ఛందస్సు 18. నిరుక్తము 19. జ్యోతిషము 20. కల్పము 21. మీమాంసా 22. న్యాయశాస్త్రము 23.

పురాణము 24. ధర్మశాస్త్రము 25. రాజ్యాంగము 26. పంచాంగము 27. తంత్రము 28. పురాణకథనము 29. స్మృతి 30. కావ్యములు 31. అలంకారము 32. నాటకము 33. శాంతి 34. విశ్వ 35. ఆకర్షణ 36. విద్వేష 37. ఉచ్చాటన 38. మారణ 39. గతి 40. జల 41. అగ్ని 42. దృష్టి 43. ఆయుధ 44. వాక్ 45. రేతస్ 46. గజ 47. హయ 48. రథ 49. శిక్షణ 50. సాముద్రిక 51. మల్లయుద్ధము 52. పాచకత్వము 53. గారుడవిద్య 54. సుషిణ 55. అనర్ధ 56. ఘనా 57. ఇంద్రజాల 58. నృత్య 59. గీత 60. రసవాద 61. రత్నపరిక్ష 62. చౌర్య 63. ధాతుపరిక్ష 64. అదృశ్యత్వము.

ఓం శాంతిః శాంతిః శాంతిః

కాలే వర్షతు పర్జన్యః పృథివీ సస్యశాలినీ
దేశోయం క్షోభరహితః రాజానస్సంతు నిర్భయాః॥

సర్వ ప్రజలూ, ప్రాణులూ సుఖంగా జీవింతురు గాక. పరిపాలకులు ధర్మన్యాయ పద్ధతులను సరించి పాలించెదురుగాక. సకాలంలో వర్షాలు పడి సకలం సంతోషదాయకమగుగాక. ఎట్టి ఉపద్రవాలూ లేకుండా లోకాలన్నీ సుఖజీవనం సాగించుగాక.

☆ ☆ ☆

వటపత్రశాయి అనగా ?
గుడిలో ఎందుకు ప్రదక్షిణలు చేస్తారు ?
కార్తీక స్నానమెందుకు?
గాయత్రీ మంత్రం అర్థం?
గోవు ఎంత పవిత్రమైనది ?
ఏ ధనం ఉత్తమము ?
ఏ దానము వల్ల ఏమి ఫలము ?
'ఓం' కార పరమార్థము ఏమిటి ?
రాత్రి దీపం ఏవైపుకి ఉండాలి ?
పారాయణ ప్రయోజనం ఏమిటి ?